ALEPH OLIO

THE ESSENCE OF DELHI

One of the meanings of the word 'olio' is 'a miscellany'. The books in the Aleph Olio series contain a mélange of the finest writing to be had on a variety of Indian themes—the great cities, aspects of culture and civilization, and other uniquely Indian phenomena. Filled with insights and haunting evocations of a country of unrivalled complexity, beauty, tragedy and mystery, each Aleph Olio book presents India in ways that it has seldom been seen before.

Also in Aleph Olio
In a Violent Land

Forthcoming in Aleph Olio
Love and Lust
Notes from the Heartland
Ways of Dying
The Book of Emperors

{198}

THE ESSENCE OF DELHI

Stories and Essays

ALEPH

ALEPH BOOK COMPANY
An independent publishing firm
promoted by **Rupa Publications India**

First published in India in 2019
by Aleph Book Company
7/16 Ansari Road, Daryaganj
New Delhi 110 002

Anthology copyright © Aleph Book Company 2019
p. 129 (Acknowledgements) is an extension of the copyright page.

Copyright for the individual pieces and translations vests
in the respective authors and translators.

All rights reserved.

While every effort has been made to trace copyright holders
and obtain permission, this has not been possible in all cases; any
omissions brought to our attention will be remedied in future
editions.

In the works of fiction in this anthology, names, characters, places
and incidents are either the product of the authors' imagination
or are used fictitiously and any resemblance to any actual persons,
living or dead, events or locales is entirely coincidental.

In the works of non-fiction, the views and opinions expressed in
this book are the authors' own and the facts are as reported by
them, which have been verified to the extent possible, and the
publishers are in no way liable for the same.

No part of this publication may be reproduced, transmitted, or
stored in a retrieval system, in any form or by any means, without
permission in writing from Aleph Book Company.

ISBN: 978-93-88292-30-6

1 3 5 7 9 10 8 6 4 2

Printed and bound in India by Replika Press Pvt. Ltd.

This book is sold subject to the condition that it shall not, by
way of trade or otherwise, be lent, resold, hired out, or otherwise
circulated without the publisher's prior consent in any form of
binding or cover other than that in which it is published.

I asked my soul: What is Delhi?
She replied: The world is the body and Delhi its life.

—MIRZA ASADULLAH KHAN GHALIB

A NOTE ON STYLE

As the various stories and essays in this book have been excerpted from books that have their own styles of spelling Indian words and proper nouns, no attempt has been made to standardize the text according to the Aleph house style. The only stylistic rules that have been observed throughout the book are that British spellings have been used and Indian words have not been italicized.

CONTENTS

1. MALVIKA SINGH   1
   Perpetual City

2. AHMED ALI   6
   Twilight in Delhi

3. KAMALESHWAR   12
   A Death in Delhi
   Translated from the Hindi by Gordon C. Roadarmel

4. KHUSHWANT SINGH   20
   Delhi

5. WILLIAM DALRYMPLE   34
   City of Djinns

6. NIRMAL VERMA   38
   Signs
   Translated from the Hindi by Pratik Kanjilal

7. AATISH TASEER   53
   The Temple-goers

8. NILANJANA ROY   61
   A New Arrival

9. PAMELA TIMMS   70
   God's Own Street Food

10. RUSKIN BOND 79
    Bhabiji's House

11. DEEPTI KAPOOR 91
    A Bad Character

12. SIDDHARTH CHOWDHURY 104
    Death of a Proofreader

   Acknowledgements 129

   Notes on the Contributors 131

one

~

PERPETUAL CITY
MALVIKA SINGH

Delhi actually began in the eighth century when Suraj Pal, a Tomar Rajput, established his supremacy south of the present-day city at the edge of the Aravalli range of hills. He built a temple dedicated to the sun god, Surya, and Suraj Kund (literally, 'Lake of the Sun')—a very large and dramatic circular tank, which collected and conserved the water flowing down from the hills during the monsoon. His descendant, Anang Pal, built Lalkot, the first fort of this city, remnants of which lie along the range of hills beyond the Qutab. Then, in the twelfth century, Prithviraj Chauhan, who inherited the twin capitals of Ajmer and Delhi from the last Tomar ruler and his grandfather—Anang Pal III—extended the Lalkot fort area and established it as Qila Rai Pithora, often described as the first citadel and capital of Dilli.

When Prithviraj Chauhan was attacked and defeated by Mohammad of Ghor, the capital was captured.

Mohammad of Ghor left Qutubuddin Aibak, his slave lieutenant, in charge, establishing Muslim dominance over what had been a Rajput and Hindu period in the city's history. A sultanate took control and Dilli began to take on another socio-political and cultural avatar that would be refined over the centuries.

Iltutmish followed Qutubuddin who had begun work on the construction of a great minaret. When Qutubuddin died prematurely in a polo accident, Iltutmish completed the great landmark and christened it the Qutab Minar, a tribute to his ancestor. It is an iconic and rather spectacular minar, exquisitely carved and superbly built, that dominates the skyline of the city even today. The area around the village of Mehrauli is testimony to a fine period in architecture and style. If there is a reinvention of a part of Dilli that is happening as we speak, it is in Mehrauli where some adventurous Dilliwallahs like Momin Latif, a trained architect and serious poet, are retracing their steps to the city's early days, recreating old havelis into unimaginably comfortable and impressive homes where they live, wrapped in history, a bit removed from our hyperactive new age.

In 1290, Jalaluddin Khilji came to Dilli. His aggressive and able successor, Allauddin, established the beginnings of 'empire'. Successful military campaigns endorsed his supremacy and he soon settled down here and built the Siri Fort that encased his palace. It is said that the then capital was the lively and energetic core of a flourishing 'empire' with wonderful buildings and residences. Sadly, there is nothing left of that past except for a fragment of 'wall' alongside Panchsheel Enclave in South Delhi.

Then came the Tughlak dynasty. In 1320, Ghiyasuddin began to build the fort of Tughlakabad, and four years later, he handed the reins of the empire to Mohammad bin Tughlak, his son and heir, also described as a wise fool because he decided to shift his capital from Dilli to Daulatabad in the Deccan. He failed, however, and had to return. He passed on without an heir, his baton handed to his nephew, Firozeshah Tughlak, who built the fifth capital of this city that was fast assuming the mantle of being the favoured capital of Empire. He christened it Ferozabad. His hunting lodges and jungle retreats are the only substantive remains that are left today—these dot the kikar-forested, dry deciduous lands of the Ridge of which Malcha Mahal is the most famous. Till very recently, the Mahal was inhabited by the descendants of the last Mughal emperor, who lived within the baradari, protected from intrusions by ferocious hounds.

Shahjahanabad was the last Mughal capital of India. It remains the soul of this city. The Red Fort, looking out from Lahori Darwaza to the Jama Masjid, Chandni Chowk and all the gallis and kuchhas, stood guard with the river as its protecting moat. Within its walls, the Moti Masjid, a private mosque for Shah Jahan to worship in, the Diwan-e-Khas, his private royal audience hall, the nahar-e-behisht and the gardens, are testimony to the scale and grandeur of Mughal architecture and building. The ateliers were repositories of living skills of mind and hand. The poetry and music crossed many marked borders and carried messages of love and longing. The poets lived in the shadow cast by the fortifications and were nurtured and honoured by the rulers who treasured and conserved the best outpourings of cultural creativity. Then, during the war of independence in 1857, the British forces overran the city, mutilating it and leaving behind painful wounds and indelible scars. The city crept into its shell but did not die. It bided its time, and when the time was right, layered over the damage caused by yet another foreign power and carried on. But we are getting ahead of our story. Before it would assume its rightful position as the capital of our country, it would do duty as capital for the British and suffer the trauma of Independence and Partition.

In 1911, the British government laid the foundation stone of the imperial capital of India—the jewel in their crown, New Delhi. The king of England had ordered both the shift of the British capital from Calcutta to Delhi, and the construction of an imperial capital city in the vicinity of the last Mughal capital of Hindustan. Endless trips were undertaken into the hinterland around Shahjahanabad to look for an appropriate stretch of land that could provide space for an official centre of governance, where grand imperial buildings would be designed and built to salute the sovereign and his absolute power, make a statement of 'supreme rulership', as well as have carefully planned housing and other essential infrastructure for those who ruled the colony that was India. Soon after the decision to build New Delhi was taken and the announcement made, the movement for independent India became more vociferous. But to give the British commitment to the project of building a new capital its rightful due, the Crown continued to support the endeavour. Lord Irwin was the first incumbent of the Viceroy's House, and presided over the very first beginnings of the retreat of the British Empire in India. Lord Mountbatten negotiated the unnecessary and traumatic partition of this country as the last Viceroy of India.

The trifurcation of this ancient civilization into India, West Pakistan and East Pakistan, severely injured and maimed a people and their shared legacies. It was brutal, forcing families apart, rudely tearing at the seams of a plural and resilient culture that had absorbed from all who chose to come and conquer to pattern a patchwork that was an amalgam of infinite diversity. That was the fine and enduring strength of an united India that the retreating imperial power, having lost its right to rule, demolished forever with an unthinking and rather cruel division, done carelessly from an aircraft looking down on an already raped landscape. Refugees poured into Delhi, fleeing their homes, forced to sever their firmly entrenched roots from the land they had tilled and where their forefathers had lived in peace and friendship regardless of differences of faith, having survived extraordinary hardship, they put down new roots in what was declared 'India'. Punjabi Bagh was the first colony of post partition India in New Delhi. The scars of Partition remain for those who were witness to its horror, and in the minds of their children who grew up on those destructive stories. Metropolitan Delhi, the city of today, sits upon that last bloody layer of the last century. Building on the remains of the past, dreaming of a possible future is what makes Delhi, Delhi.

The world came to consciousness with the resonant voice of Nisar Ahmad calling the morning azaan. Far and wide his golden voice rang calling the faithful to prayer, calling them to leave their beds and arise from sleep, in a rippling voice full of the glory of a summer dawn. As yet it was dark and the stars twinkled in the cool and restful sky. Only on the eastern horizon there was a sense of birth, but as yet far away, hidden from the prying eyes of men. But the azaan carried forth a message of joy and hope, penetrating into the by-lanes and the courtyards, echoing in the silent atmosphere.

Men heard his voice in their sleep, as if far away in a happy dream. Some woke up for a while then turned on their sides and curling once more about themselves fell into a fresh slumber. Or they got up from their beds and, rubbing their eyes, groped for their bowls, and went to attend to the calls of nature.

In response to the azaan, as it were, the sparrows

began to twitter one by one, in twos and threes, in dozens and scores, until at last their cries mingled and swelled into a loud and unending chorus. The dogs were awakened from sleep and began a useless search for refuse and offal, going about sniffing the very earth in search of food.

A cool green light crept over the sky. The stars paled, twinkled awhile, then hid their shy faces behind the veil of dawn which opened out gradually and the waxing light of day began to illumine the dark corners of the earth. A forward sun peeped over the world and its light coloured the waters of the Jamuna, dyed them rose and mauve and pink. Its rays were caught by the tall minarets of the Jama Masjid, glinted across the surface of its marble domes, and flooded the city with a warm and overbearing light.

The sky was covered with the wings of pigeons which flew in flocks. These flocks met other flocks, expanded into a huge, dark patch, flew awhile, then folded their wings, nose-dived, and descended upon a roof. The air was filled with the shouts of the pigeon-fliers who were rending the atmosphere with their cries of 'Aao, Koo, Haa'.

This went on in the air and on the house-tops. Down below on the earth the parched gram vendors cried their loud cries and, dressed in dark and dirty rags, went about the streets and the by-lanes, with their bags sitting across their backs, selling gram from door to door. And the beggars began to whine, begging in ones and twos or in a chorus. They stood before the doors and sang a verse or just shouted for bread or pice or, tinkling their bowls together, they waved their heads in a frenzy, beating time with their feet, singing for all they were worth:

Dhum! Qalandar, God will give,
Dhum! Qalandar, God alone;
Milk and sugar, God will give,
Dhum! Qalandar, God alone....

They were ever so many, young ones and old ones, fair ones and dark ones, beggars with white flowing beards and beggars with shaved chins. They wore long and pointed caps, round caps and oval caps, or turbans on their heads. And there were beggars in tattered rags and beggars in long robes reaching down to the knees. There were beggars in patched clothes and beggars in white ones. But they had deep and resonant voices and all looked hale and hearty. The house doors creaked, the gunny bag curtains hanging in front of them moved aside, the tender hand of some pale beauty came out and gave a pice or emptied the contents of a plate into their bowls and dishes, and satisfied they went away praying for the souls of those within....

Men went about their work with hurried steps; and from the lanes the peculiar noise of silver-leaf makers beating silver and gold shot forth like so many bottles being opened one after the other. To cap it all the tinsmiths began to hammer away at corrugated iron sheets with all their might. And the city hummed with activity and noise, beginning its life of struggle and care.

Begam Nihal had already got up, and, having finished her prayers, sat on a small wooden couch reading the Koran in rhythmic tones, moving gently to and fro. Mehro had also got up and sat on the platform performing her ablutions; and Masroor was getting ready to go to school. Shams was still asleep; but his wife was in the latrine. From the kotha could be heard the voice of Begam Jamal saying angrily to her widowed sister-in-law who lived with her:

'You have made my life a misery, bi Anjum. I have neither rest nor peace....'

As the parched gram vendor came near the house Begam Nihal turned round and without opening her lips began to attract Dilchain's attention by muttering something like the dumb. One who was not accustomed to her habit could not have made head or tail of what she said. But Dilchain understood her. She was cleansing the pots sitting in the kitchen, fumbling with her hands in the ashes, then crunching the inside of the pot with the help of hemp string made into a knot. As Begam Nihal mumbled again Dilchain dipped her hands in a bowl of water and grumbled:

'There is no peace for me, O God.'

She got up and came near her mistress, who took out a pice from under her prayer-cloth and gave it to Dilchain, and asked her to buy gram.

Masroor came out of the room, books under his arm, wearing a dirty sherwani, dirt and oil on the lower part of his Turkish cap, and quietly went out by the door. Mehro, having finished her ablutions, was busy at prayer. Shams's wife came out of the latrine and vanished into the bathroom.

The sparrows chattered on the henna tree and on the date palm perched a crow and croaked in a hoarse and heart-rending way his monotonous cries....

∫

Mir Nihal went to the kotha where his flying pigeons were kept. He released the birds, and as they all came out he rushed at them with a flag tied to a bamboo stick in one hand, the other stretched out, and shouted at the birds: 'Haa, kool' and off they went. They were ever so many, black ones and white ones, red ones and blue ones, dappled and grey, their beautiful wings stretched out in flight.

The pigeons circled over the roof, then seeing their master's flag pointing towards the east where Khwaja Ashraf Ali's flock of rare, dappled pigeons was circling over the roof, they flew in a straight line shooting like an arrow. As they neared the Khwaja's flock they took a dip and suddenly rose upwards from below the other flock, mixed with the pigeons and took a wide detour. They would have come home, but Mir Nihal put two fingers in his mouth and blew a loud whistle, and the pigeons flew away in one straight line.

Khwaja Ashraf Ali began to rend the air with his cries of

'Aao, aao' [come], but to no purpose. Mir Nihal's flock along with Khwaja Saheb's flew far away, mixing and intermixing with other flocks, forming a huge mass which grew smaller and smaller in the distance. The other pigeon-fliers were also shouting, calling their pigeons home. Many pigeons separated from the flock and, joining their wings together, shot towards the roof. Only just a few of Khwaja Saheb's pigeons came home in ones and twos; the others were still flying with the rest, far away. Mir Nihal stopped whistling and sat looking in the direction where his flock had flown. Khwaja Ashraf Ali stood there peeping over the parapet, still shouting to his pigeons to come back home.

After a long time a dark patch appeared over the house-tops in the distance, growing bigger and bigger as it neared. With its approach the noises increased and became more hysterical. As it drew near Mir Nihal's house Khwaja Ashraf Ali bellowed and howled, calling his pigeons home. He could be seen standing there shouting and waving his hands. He was throwing handfuls of grain in the air instead of water to attract the attention of the birds. But as the flock drew near home from the west it had to pass over Mir Nihal's roof; and he put his hand in an earthen pot which was full of water and grain and threw some water in the air, His pigeons descended on the roof; but many other pigeons, recognizing that it was not their home, separated. A small flock went towards Khwaja Saheb's house, and many others flew away in other directions.

As Mir Nihal's pigeons sat on the roof picking grain he saw that some new pigeons were also there, and a few of them were dappled. Mir Nihal smiled to himself, a smile of satisfaction and victory. He threw a little grain inside the loft and the pigeons rushed in, the new ones included. He shut the door, and catching the new ones he put them in another loft and released his flock.

Khwaja Ashraf Ali stood there and his close-cropped head could be seen peeping over his wall towards Mir Nihal's house. Now and then as some pigeon of his which had gone astray came into sight he shouted. But Mir Nihal sat there happy beyond measure, giving his pigeons grain mixed with clarified butter. Other pigeon-fliers were shouting, and the sky was full of wings, ever so many....

As the heat became intense and a hot wind began to blow, the voices died down one by one, and the pigeons were not seen in such great numbers. The sky became bronzed and grey, dirty with the dust and sand which floated in the air. The kites shrilly cried, and the grating noise of tram cars far away sounded more dreary. A heart-rending monotony and a blinding glare crept over the earth. People went inside the rooms and closed the doors. Drowsiness came upon every living thing. The dogs hid in cool corners, and the sparrows found shelter in the shade of trees or inside their nests in the walls. Only now and then the wild pigeons flew in and out of the veranda, cooed awhile, and added to the feeling of monotony.

Even when the sun stood lower down in the sky, the heat remained intense, and the glare hurt the eyes. The wind moaned through the houses and the by-lanes and rustled heavily through the desolate trees, and the sound of tinsmiths beating iron sheets and the cries of vendors and ice-cream sellers sounded more disquieting and dull. But when the sun went still lower down people came out and went about their work....

three

~

A DEATH IN DELHI
KAMALESHWAR

Translated from the Hindi by Gordon C. Roadarmel

A shroud of fog covers everything. It is past nine in the morning, but all of Delhi is enmeshed in the haze. The streets are damp. The trees are wet. Nothing is clearly visible. The bustle of life reveals itself in sounds, sounds which fill the ears. Sounds are coming from every part of the house. As on other days, Vaswani's servant has lit the stove, and it can be heard sizzling beyond the wall. In the adjoining room, Atul Mavani is polishing his shoes. Upstairs the Sardarji is putting Fixo on his moustache. Behind the curtain on his window a bulb gleams like an immense pearl. All the doors are closed and all the windows are draped, but throughout the building there is the clamour of life. On the third floor, Vaswani has closed the bathroom door and turned on the tap.

Buses are rushing through the fog, the whine of their heavy tires approaching and then fading into the distance. Motor rickshaws are dashing along recklessly. Someone has just flipped down a taxi meter. The phone is ringing at the doctor's place next door, and some girls heading for work are passing through the rear alley.

The cold is intense. On the shivering streets, cars and buses, their horns blaring, slash through the clouds of fog. The sidewalks are crowded but each person, wrapped in fog, seems like a drifting wisp of cotton.

Those wisps of cotton advance silently into the sea of haze. The buses are crowded. People huddle on the cold seats amidst figures hanging like Jesus from the cross—arms outstretched, with not nails in their hands but the icy shining rods of the bus.

In the distance a funeral procession is coming down the street.

∽

This must be the funeral I just read about in the newspaper: 'The death occurred this evening at Irwin Hospital of Seth Diwanchand, the renowned and beloved Karolbagh business magnate. His body has been taken to his home. Tomorrow morning at nine o' clock the funeral will proceed by way of Arya Samaj Road to the Panchkuin cremation grounds for the last rites.'

This must be his bier coming up the street now. Walking silently and slowly behind it are some people wrapped in mufflers and wearing hats. Nothing can be seen very clearly.

There is a knock at my door. I put the paper aside and open the door. Atul Mavani is standing there.

'I have a problem, friend. No one showed up today to do the ironing. Could I use your iron?' Atul's words are a relief. I was afraid he might raise the question of joining the funeral procession. I immediately give him the iron, satisfied that he plans to iron his pants and then set off on a round of the embassies.

Ever since reading about Seth Diwanchand's death in the paper, I've been apprehensive that someone would show up and suggest joining the funeral despite the cold. Everyone in this building was acquainted with him, and they're all genteel, sophisticated people.

The Sardarji's servant comes down the stairs noisily, opens the door and starts to go out. 'Dharma! Where are you going?' I call out, hoping for reassurance.

When he answers, 'To buy butter for the Sardarji,' I quickly hold out the money for him to get me some cigarettes at the same time.

The Sardarji is sending out for butter for his breakfast, which means that he's not planning to join the funeral procession either. I'm further relieved. Since Atul Mavani and the Sardarji are not planning to go, it's out of the question for me. Those two and the Vaswani family visited Seth Diwanchand's place more than I did. I only met the man four or five times. If they aren't planning to attend, then there's surely no question of my having to go.

Mrs. Vaswani has appeared on the front balcony. There's a strange pallor on her attractive face, and a touch of redness from the lipstick she wore last evening. She's wearing just a robe and is fastening up her hair. 'Darling,' her voice rings out. 'Bring me some toothpaste, please.'

I'm further reassured. The Vaswanis must not be attending the rites either.

Far down on Arya Samaj Road, the funeral procession is slowly approaching...

Atul Mavani comes to return the iron. After taking it, I want to close the door, but he comes in and says, 'Did you hear that Seth Diwanchand died yesterday?'

'I just read about it in the paper,' I answer blandly, to avoid further discussions on the matter. Atul's face is shining. He must have just shaved.

'He was a really fine man, that Diwanchand.'

If the comments go any further there'll be a moral obligation for me to join the funeral procession. So I ask, 'What happened about that business of yours?'

'The machine's about to arrive. As soon as it does, I'll get my commission. This commission work is really senseless, but what's to be done? If I can just place eight or ten machines, I'll start my own business.' Atul continues—'Brother, Diwanchandji helped me a lot when I first came here. It's because of him that I got any work at all. People really respected him'.

My ears prick up at the name Diwanchand. Then the Sardarji puts his head out the window. 'Mr Mavani! What time should we go?'

'Well, the time was given as nine o' clock, but it'll probably be late because of the cold and fog.' This must be a reference to the funeral.

The Sardarji's servant Dharma has brought me the cigarettes and is setting out tea on the table upstairs. Then Mrs Vaswani speaks up—'I think Premila's bound to be there. Don't you agree, darling?'

'Well, she ought to be,' Mr Vaswani replies, crossing the balcony. 'Hurry up and get ready.'

'Will you be coming to the coffee house this evening?' Atul asks me.

'Probably.' I wrap the blanket around me and he goes back to his room.

A moment later he calls out, 'Is the electricity on, brother?'

'Yes, it's on.' He must be using an electric immersion rod to heat water.

'Polish!' the shoeshine boy announces politely in his daily fashion, and the Sardarji calls him upstairs. The boy sits outside polishing, while the Sardarji instructs his servant to bring lunch promptly at one o' clock. 'Fry some papars, and make a salad as well.'

I know the man's servant is a scoundrel. He never serves a meal on time, nor does he cook what the Sardarji wants.

Thick fog still covers the street outside, with no sign of sunshine. The man selling wheatcakes and gram has come and set up his cart as usual. He's polishing the plates, which are rattling.

The number seven bus is leaving with its crucified Christs hanging inside, while a conductor distributes advance tickets to people standing in line. Coins jingle each time he returns change. Among the cotton-balls wrapped in haze, the dark-uniformed conductor looks like Satan himself.

And the funeral procession has come a little closer.

'Shall I wear a blue sari?' asks Mrs Vaswani.

Vaswani's muffled reply suggests that he is adjusting the knot on his tie.

The servant has brushed the Sardarji's suit and draped it on a hanger. The Sardarji stands in front of the mirror tying his turban.

Atul Mavani reappears, portfolio in hand, wearing the suit made for him last month. His face looks fresh and his shoes are shining. 'Aren't you going?' he asks. Before I can ask 'Going where?' he calls, 'Come on, Sardarji! It's getting late—it's past ten o' clock.'

Two minutes later, the Sardarji starts down the stairs. Meanwhile Vaswani spots Mavani from upstairs and asks, 'Where did you get that suit tailored?'

'Over in Khan Market.'

'It's very nicely done. I'd like to get the tailor's address from you.' Then he calls his wife, 'Come on, dear! I'll be waiting for you downstairs.' Joining Mawani and the Sardarji, he feels the suit material. 'The lining is Indian?'

'English!'

'It fits beautifully,' he says, jotting down the tailor's address. Mrs Vaswani appears on the balcony, looking immaculate in the damp, cold morning. The Sardarji winks at Mavani and starts whistling.

The bier is now directly below my room. A few people are walking with it, engrossed in conversation, and a couple of cars are creeping along.

Mrs Vaswani comes downstairs, a flower in her hair, and the Sardarji adjusts the hankie in his coat pocket. Before they go out the door, Vaswani asks me, 'Aren't you coming?'

'You go ahead. I'll be right there,' I respond, though unsure where I'm to go.

The funeral has moved down the road. A car comes from behind and slows down near the procession. The driver exchanges a few words with someone walking in the procession, and then the car surges ahead. The two cars following the procession also slip ahead.

I stand watching as Mrs Vaswani and the other three head for the taxi-stand. Mrs Vaswani has put on her fur wrap, and the Sardarji is either offering her his fur gloves or just displaying them. The taxi-driver steps up and opens the door, and the four of them get in. Now the taxi is heading this way and I can hear laughter inside. Vaswani points towards the procession and tells the driver something.

I stand quietly, observing everything, and somehow I feel now as though the least I could have done was to join Diwanchand's funeral procession. I know his son well, and at times like this one should offer sympathy even to enemies. The cold almost destroys my resolve—but the question of joining the funeral keeps needling me.

The taxi slows down near the bier. Mavani sticks his head out and says something. Then the taxi goes around to the right and moves ahead.

Feeling beaten, I put on my overcoat, slip on some sandals, and go down the stairs. My feet propel me automatically towards the procession and I fall in quietly behind the bier. Four men are carrying it on their shoulders, with seven others walking alongside—the seventh being myself. I ponder the difference as soon as a man dies. Just last year when Diwanchand's daughter was married, there were thousands of guests, and cars were lined up in front of his house...

We have reached Link Road. Around the next turn is the Panchkuin cremation ground.

As the procession turns the corner, I see a crowd of people and a row of cars. There are some scooters also. A clatter of voices comes up from a group of women standing at one side. Each has a different hair style, and they stand around with the same sensuality one sees in Connaught Place. Cigarette smoke is rising from the crowd of men and blending into the fog. The red lips and white teeth of the women shine as they talk, and there's arrogance in their eyes...

The bier has been set down outside on a platform. Now there is silence. The scattered crowd has gathered round the body, and chauffeurs holding bouquets and garlands of flowers wait for a look from their mistresses.

My eyes fall on Vaswani. He's trying to signal his wife to go over by the corpse, but she keeps standing there talking to another woman. Nearby are the Sardarji and Atul Mavani.

The face of the corpse has been uncovered, and now the women are placing flowers and garlands around it. The chauffeurs, their duty done, stand near their cars, smoking.

One lady, after depositing a garland, takes a hankie from her pocket, puts it to her eyes, sniffles a little, and then steps back.

Now all the women have taken out hankies and there is a sound of noses blowing.

Some of the men have lit incense and set it at the head of the corpse. They stand motionless.

From the sound, increased sadness has apparently reached the hearts of the women.

Atul Mavani takes a paper from his portfolio and is showing it to Vaswani. I think it's a passport application.

Now the bier is being taken inside the cremation ground. The crowd stands outside the gate, watching. The chauffeurs have either finished their cigarettes or put them out, and stand guard by their cars.

The bier has gone inside now.

The people who came to offer condolences are beginning to leave.

One can hear car doors opening and closing. The scooters start up and some people are heading towards the bus-stop on Reading Road.

The fog is still thick. Buses are passing by and Mrs Vaswani says, 'Premila has invited us over this evening. You'll come along, won't you dear? There'll be a car for us. That's all right, isn't it?'

Vaswani nods his head in agreement.

The women leaving by car are smiling and saying goodbye to each other. The cars start off...

Atul Mavani and the Sardarji are walking towards the bus-stop. If I were properly dressed, I could go straight to work from here. But it's already eleven-thirty.

The pyre has been lit and four or five men are seated on a bench underneath a tree. Like me, they just happened to come along inside. They must be taking the day off. Otherwise they'd have come ready to go on to work.

I can't decide whether to return home, clean up and then go to office, or whether to use the excuse of a death to take the day off. After all, there was a death and I did join the funeral procession.

four

~

DELHI
KHUSHWANT SINGH

I return to Delhi as I return to my mistress Bhagmati when I have had my fill of whoring in foreign lands. Delhi and Bhagmati have a lot in common. Having been long misused by rough people they have learnt to conceal their seductive charms under a mask of repulsive ugliness. It is only to their lovers, among whom I count myself, that they reveal their true selves.

To the stranger, Delhi may appear like a gangrenous accretion of noisy bazaars and mean-looking hovels growing round a few tumbledown forts and mosques along a dead river. If he ventures into its narrow, winding lanes, the stench of raw sewage may bring vomit to his throat. The citizens of Delhi do little to endear themselves to anyone. They spit phlegm and bloody betel juice everywhere; they urinate and defecate whenever and wherever the urge overtakes them; they are loud-mouthed, express familiarity with incestuous abuse and scratch their privates while they talk.

It is the same with Bhagmati. Those who do not know her find her unattractive. She is dark and has pockmarks on her face. She is short and squat; her teeth are uneven and yellowed as a result of chewing tobacco and smoking beedis. Her clothes are loud, her voice louder, her speech bawdy and her manners worse.

This is, as I say, only on the surface—like the evil-smelling oil people smear on their skins to repel mosquitoes, midges and other blood-sucking vermin. What you have to do for things to appear different is to cultivate a sense of belonging to Delhi and an attachment to someone like Bhagmati. Then the skies over Delhi's marbled palaces turn an aquamarine blue; its domed mosques and pencil-like minarets are spanned by rainbows, the earth exudes the earthly aroma of khus, of jasmine and of maulsari. Then the dusky Bhagmati glides towards you swaying her ample hips like a temple dancer; her mouth smells of fresh cloves and she speaks like her imperial Majesty the Empress of Hindustan. Only when making love does she behave, as every woman should, like a lusty harlot. It is a simple formula: use your heart not your head, your emotion not your reason.

I make Delhi and Bhagmati sound very mysterious. The truth is that I am somewhat confused in my thoughts. What I am trying to say is that although I detest living in Delhi and am ashamed of my liaison with Bhagmati, I cannot keep away from either for too long. In these pages I will explain the strange paradox of my lifelong, love-hate affair with the city and the woman. It may read like a *Fucking Man's Guide to Delhi: Past and Present* but that is not what I mean it to be.

⌢

The plane touches down at Palam at 2100 hours, one hour behind schedule. 'Air India planes used to arrive on the dot till the government took it over,' says someone. A voice over the speaker system orders us to remain seated. 'Why?' I demand of an air hostess gliding past me. She confides in my ear: 'Health!'

India, mother of most diseases known to mankind, does not want to add any more to her list. We sit encapsuled in light, talking in whispers and preventing our newspapers from rustling.

Someone slaps the plane with a heavy hand: thump, thump. The steward yanks open the door. Two men in medical white waft in with a gust of hot air. They go down the aisle distributing printed forms. We busy ourselves filling in the answers: Where did you spend the last ten days? Nine days? Yesterday? One man takes a canister out of his pocket and strides up the aisle spraying us with hospital smell. We can disembark.

We file out. Near the base of the ramp, attached to the first class exit, stands an enormous grey Rolls-Royce bearing the president's three-faced lion insignia on its number plate. Beside the car, stand the president's ADC and an orderly with an armful of flowers. Behind them are half a dozen photographers with cameras raised to their noses. A white woman carrying a fur coat over one arm and a hat-box in her other hand comes down the steps. Flash bulbs explode. The ADC clicks his heels and salutes. He takes the white woman's fur coat and hat-box and hands them to the orderly. He garlands the woman, presents her with the bouquets and salutes her again. She flashes her teeth at him. They get into the Rolls-Royce. The Rolls-Royce purrs away into the dark.

Who is she?

We are herded together and directed to follow an Air India official. We shade our eyes against the glare of the airport lights and showers of moths. We skirt long-snouted bandicoots skating on their bellies and enter a door marked 'International'. A large poster with a picture of Pandit Nehru bids us *Welcome to India*.

A police sergeant scrutinizes our health forms and stacks them in the 'out' basket on his table. A sub-inspector inspects our passports, stamps them and hands them back to us. A customs officer gives us sheaves of forms to fill in triplicate. Three each for what we have bought abroad; three each for what we have in foreign currency. We spend half an hour filling them. Customs men eye us to see if our expressions betray undeclared items. We look bored; our expressions betray nothing.

Forty minutes later trollies rattle into the customs shed. Coolies offload cases on the floor. I locate my valise and grab a customs inspector. I have bought nothing and have no foreign currency. He does not believe me. He examines my declaration forms and my passport. He opens my valise and fires a stream of questions at me as he digs through my clothes.

'Any whisky-shisky?'

'No.'

'No tape recorder?'

'No.'

'Transistor-shransistor?'

'No.'

'Camera-shamera?'

'No.'

'Watch-shotch?'

'No.'

He grabs my hand and examines the shiny new Vulcan alarm watch on my wrist. I bought it at Beirut's duty-free shop in the airport store for thirty-five pounds.

'How much?'

I produce a receipt for the watch I bought for my cook which is tucked into my hip pocket. 'Seven pounds.'

He is a bad loser. He chalks my valise as if he were writing 'Fuck off'. One takes a lot from these customs bastards.

A porter grabs my valise. We pierce through a wall of clamorous taxi drivers and find a cab. The porter dumps my valise on the rear seat and exclaims: 'Okay, sir, salaam!' Airport rules say don't tip porters. He takes five rupees off me.

The Sikh cab driver has a Sikh friend in the front seat. Twenty minutes later we arrive at my destination. The cab driver lights a match and reads the meter, 'Eighteen fifty plus two for the luggage. Twenty fifty.'

'Eighteen fifty?' I pack as much disbelief as I can into my voice. 'It is more than double what I paid on my way out to Palam airport a few weeks ago.'

'Eighteen fifty,' repeats the cabbie. His friends lights another match and reads: 'Eighteen fifty. See meter.'

One Sikh may argue with one Sikh. One Sikh must never argue with two Sikhs—certainly not after dark. I pay twenty rupees fifty paise plus another two rupees as tip.

The nightwatchman of our block of apartments is also a Sikh. When I go out of Delhi, I leave the key of my flat with him. He is an honest fellow but a little soft under his turban. He was discharged from the army for his eccentricities. Although he was only a truck driver he never forgets he once wore a soldier's uniform. He jumps up from his charpai and orders himself: 'Salute!' And salutes me as if I were the colonel of his regiment. 'How was His Majesty the King of England?' he asks me in English.

'England now has a Queen.'

He thinks that a matter of small detail. 'Very well, sir. Did you ask His—beg pardon—Her Majesty, why he/she did not answer my letters?'

'Budh Singh, how long have you been like this?' I enquire very gently. Budh (knowledge) Singh gets this way three times in the year; then he becomes a Budhoo (simpleton) Singh. One has to be very gentle with Budhoo Singh.

His eyes burn. 'You think I mad?' he screams. 'You want dismiss me?' I do not answer. He unlocks the door, switches on the light and lets me in. He carries my valise to the unlit bedroom mumbling to himself. He comes back and presents me the key of the apartment with both his hands like a vanquished general surrendering his sword. 'Sir, here is your key and here is your job!'

'Budh Singh, I only asked you how long you have been like this,' I say taking the key.

'Yes, but I know truth,' says he peering into my eyes. 'Public say Budh is Budhoo again. Sahib sack him when he back from foreign. I say Hunooz Dilli door ast: you know what that mean? It is a long way to Delhi.'

'But I am back in Delhi,' I remind him. He looks at me more intensely. 'Okay! Forgive and forget.'

He assures me the apartment has been swept, furniture dusted. 'All okay. Cold machine okay, air condition okay. Come and look,' he commands. I follow him to the bedroom and press the switch. *Click*. No result. *Click, clock, click, clock*. No result. 'Excuse me, bulb fooze,' explains Budh Singh. He presses another switch. The burst of light gives him a shock. He leaps in the air and pirouettes like a dancing dervish.

He puts a finger to his turban and explains. 'Springtime something happen here. Don't mind, salute!'

'It will pass,' I reassure him. He comes close to me till his beard almost touches mine. He says in a conspiratorial whisper, 'Excuse me! Your hijda come many time to enquire if you back.'

Budh Singh does not like my mistress Bhagmati because she called him Pagal (mad) Singh. Budh Singh has never forgiven her. He calls her a him or a hijda (hermaphrodite). Bhagmati has a small bosom and a heavy voice. 'Excuse me,' he confides to my beard, 'everyone is talking about it. They say, take woman, take boy—okay! But a hijda! That's not nice. Don't mind my saying so!'

I say nothing. Budh Singh takes it as a reprimand. He stands stiffly to attention, salutes for the umpteenth time and orders himself: 'Right turn!' He turns right. 'By the left, quick march.' And marches out with measured steps.

Hah!

I peel off my clothes and go into the bathroom. I turn on the tap. A muddy ooze trickles down into the bucket. It is followed by a little muddy water. Then a fart. No water. I give up.

I go to my study, pick up the phone and dial the number of the caretaker on night duty. Two girls are on the line yakking away about their daddyji and uncleji. I put down the receiver, slap a mosquito against my paunch and try again. They are still at it; this time about their mummyji and auntyji. I put down the receiver, extract fluff out of my navel, inhale its shitty smell and try a third time. They are exulting over the piquancy of the chaat in Bengali Market: 'Yum! Yum!' I lose my temper and tell them that it is almost midnight and they should be doing what their mummyjis are doing to their daddyjis. 'Some dirty fellow on our line,' says one. 'Will buzz you later. Ta-ta.'

I dial my number. Engaged. Three minutes later I dial again. Engaged. I dial Complaints. The man at the other end tells me to dial Assistance. I dial Assistance. This operator tells me: 'Number out of order, please dial Complaints.' I give up.

I go to my bedroom to let the air conditioner cool my naked flesh and raw temper. It welcomes me with a distinct lowering of tone, but soon its drone lulls me to slumber. In a short while, however, it resents my indifference and goes off in a sulk. The bedroom becomes like the Black Hole of Calcutta.

Power cut. No light, no fan. I come out into my patch of garden and flop into a cane chair. It's hot, humid, dark and still. There are a few stars, but they are very very far away. And there are too many mosquitoes. I think angry thoughts. I will write letters to the papers about delays at the airport, the manners of customs inspectors, cheating by cab drivers, the inefficiency of the electricity company, Delhi telephones, Delhi water supply... Then I think of Bhagmati. I wonder how much whoring she has done while I have been away. She likes to tell me of her exploits because she knows it rouses my desire for her. I sit in the dark many hours. I am angry, I am wanton. Then less angry, more wanton. A pale, old moon wanders into the sky. A light goes up in the temple behind my apartment. The electricity is back when it is not needed. I get up and drag my feet into the sitting room.

I switch on the table lamp. 5.15 a.m. I throw open the window. The curtains flutter. A cool breeze fragrant with the madhumalati which covers the outside wall drives away the dank fuzz of yesterday's dead air. I sink into my armchair and gaze out of the window. Streetlights go off with a silent bang. Through the foliage of the mulberry tree appears the grey dawn.

Flying foxes wing their soundless way back to perch on massive arjun trees. The old lady who lives in the apartment above mine slish-sloshes along the road. She stops by my hibiscus hedge, looks around to see if anyone is looking, quickly plucks some flowers, thrusts them in her dupatta and slish-sloshes on towards the temple. Her old man follows her. He also stops by my hedge, looks around to see if anyone is listening, presses his paunch, and lets out a long, painful fart. He walks on with a lighter step and a 'who did that?' look on his face. A light goes on in the opposite block. A woman draws the curtains, ties her untidy hair into a bun and stretches her arms towards me. More lights are switched on and off. The morning star is barely visible in the pink sky. Crows begin cawing to each other. Sparrows start quarrelling in the mulberry tree. The muezzin's voice rises to the heavens. Temple bells peal to awaken the gods from their slumbers. The milkman cycles round the block with a noisy clanging of milk cans. Another cyclist follows tinkling his bell and shouting 'Paperwala! Ishtaitman, Taim of India, Hindustan Taim, Express, Herald, paperwala!' I hear the slush of papers being pushed under my door. I stay in my armchair. The morning breeze wafts the light of dawn into the room. It is cool, fragrant, pregnant with sadness and longing; it is the bad-i-saba—the morning breeze—sacred to lovers. And I am back in my beloved city.

∽

I settle down to the *Hindustan Times*. The front page has a picture of the white woman who came off the plane last night. 'Lady Hoity-Toity says it's great to be back home in Delhi.' So that's who she is! She has come to collect material for a book on archaeology. She is staying with the president at Rashtrapati Bhavan.

I glance over the headlines and look at the pictures.

My cook-bearer enters with a welcome grin. I give him the Japanese watch I bought for him. His grin changes into a smile. He gives me a mug of black coffee and asks me if I will be in for lunch. No. Dinner? Yes, but I may be late, so leave it on the table. What would I like? I know he's thinking of Bhagmati because she eats only Indian food and I eat Anglo-Indian ishtoo or sawset with kashtar for a putteen. I do not know how, when or where I will find Bhagmati. But I am not going to tell him, so I reply 'Anything.' He goes away constipated with curiosity.

It is time to catch up with Delhi. A quick shower and I am off in my Hindustan Ambassador. More roads and roundabouts have had their names changed. The Windsors, Yorks, Cannings and Hardinges have been replaced by the Tilaks, Patels, Azads and Nehrus. There are red flags outside a petrol station with three men chanting 'Death to petrol-stationwala.' Red flags outside Dr Sen's nursing home. Six men yelling 'Death to Doctors.' Red flags outside the Food and Agriculture Ministry building. Four men in garlands sit cross-legged on the lawn. A placard in front of them says *Third Day of Relay Hunger Strike*. A procession with saffron flags goes along Parliament Street chanting 'Our religion and our country are one. The cow is our mother. Death to cow-eaters.' On the lawns of Connaught Circus there is a political meeting. The speaker yells into the mike: 'All together cry—Jai Hind.' The crowd obeys: 'Jai Hind.' The man at the mike is not happy. 'That's not good enough. We cannot fight those Chinese pigs with such feeble voices, can we? Let your voices be heard as far as Peking. All together—Jai Hind.'

'JAI HIND.'

Pekinese pigs, piss in your pants. With enemies like Indians you've nothing to lose except your piddle.

I park my car beside the stalls of Tibetan 'antique' dealers on Janpath (once Queensway). The same brand of American tourists bargain for the same kind of brass and stone bric-à-brac. The same set of Sikh fortune-tellers mumble the same kind of talk of romances and travel to foreigners. One fellow spots my Mark and Sparks T-shirt. 'You come from phoren, you go phoren again,' he assures me. 'One minute you give me and I tell you love affairs. Rich white lady passioning for you. I tell you name. I tell you how to make her and her much fortune your own.' I speak to him in Punjabi. 'Tell these things to the Amreekans, I have no money.' He knows his victim. 'Money?' he sneers indignantly, 'Money is dirt on back of hand. You great future. Much riches. Much love affairs with phoren ladies. One evil star stopping you. Close palm.' Without thinking I clench my fist. 'Now open.' I unclench my hand. There is a black spot in the middle of my palm. 'See!' he says triumphantly, 'Black star! You give rupee one only. From Amreekans I take rupees ten. I tell you how conquer black star.' I give him a rupee and am instructed in the art of seducing foreign women. 'Sardarji, your lady love name begin with J.H.T. Yes?' I know no woman with the initials J.H.T. He goes on: 'When you get white lady with J.H.T. in name you remember Natha Singh, world-famous palmist-astrologer.'

I arrive at the All India Cooperative Coffee House. More red flags. One banner says *Give us our demands*. A man hands me a leaflet listing the demands. I roll it up and return it to him with an obscene gesture. He returns the compliment. Nasty man!

I cast my eyes over the noisy throng. Can't see anyone I'd care to be with. I buy a copy of *Delhi Underworld* from the newsstand, grab a table just as it is vacated and tilt three chairs against it. I plunge into my weekly ration of Delhi scandals. A minister of cabinet (name to be disclosed next week) has impregnated his daughter-in-law. There's nepotism for you! Free service to the son! 'Confessions of a Connaught Circus Girl.' Poor thing complains of misuse by the Indian staff of an African embassy. She says Africans are better endowed than Indians. They also pay more money. A college lad writes a letter complaining that his stepmother raped him while his father was out on tour. The editor appends an angry footnote in italics: '*How can you put your instrument in the same place as your father's which gave you birth?... Your stepmother is a disgrace to Indian womanhood.*' He promises to give advice on how to deal with such women in the next issue. I drool over drawings of 'sex cats' with bosoms like the protrusions on the fenders of American cars. The next issue also promises a full disclosure of goings-on in Tihar Jail (women's section). Bhagmati has told me quite a lot about that. She's been to Tihar many times.

I see two of our gang come in. One is a photographer, the other a journalist. Both claim to be Delhi's champion womanizers. They see me and advance with their arms wide open. 'Hullo, hullo. How's the little one?' asks the photographer, tapping my middle. 'Did it do its duty to the memsahibs?' I tap his fly: 'And how's Delhi's champion stud bull?' He shrugs his shoulders. 'Fifteen days no action. I stick to my motto: when you find a woman, fornicate, when you do not, be celibate. No self-abuse, no boys, no hijdas.' That's hitting me below the belt.

'And you great pen-pusher, what's your Qutub Minar been up to?' I ask the journalist. He's a big fellow with pubic-sized growth on his face. He also replies in verse. 'When I get a woman I copulate. When I don't, I masturbate. No complaints. The great Guru is in His heaven and the mashooka in my bed!' He plucks a hair out of his beard and examines it with philosophical detachment. A third friend joins us. He is an Upper Division Clerk in the Ministry of Defence. He is utilizing his unutilized sick leave. He disapproves of this kind of talk! 'Five million Indians are dying of hunger in Bihar and all you fellows can think of is women.' He shakes his foot, then jerks his legs like the arms of a nutcracker. He puts his feet on the chair and continues to amuse himself. A fart escapes his fat arse: *poonh*.

He is embarrassed. He puts his feet down and apologizes: 'Sorry, it was slip of the tongue.'

Another of our cronies comes along. He is a politician of sorts and our political expert. He made a name during the last famine by organizing a 'miss-a-chapati-a-week' movement. Now he is contemplating a similar campaign for family planning based on the slogan 'If you want good luck: In one week only one...' The slogan hasn't got off the bed yet. We return to sex and corruption and inefficiency and five million starving in Bihar. We drink many cups of coffee and nibble many plates of cashew nuts. So passes the morning.

A heavy depression overtakes me. I take leave of my coffee house friends and drive along the Ring Road which skirts the old city. I pass along the Mughal city wall and Zeenat Mahal's mosque. I slow down at the electric crematorium. No customers, no smoke. I move on through the arches of three bridges to Nigambodh Ghat cremation ground on the Jumna. I park my car and go in.

What's happened to the Delhiwalas? They are not even dying as they used to! Only one pyre burning and three heaps of smouldering ashes. No mourners. I walk up to the edge of the bank to see if there is any life there. Quite a scene!

Down the steps running into the river is a corpse draped in a red shroud. A dozen men and women are screaming and beating their breasts. A Brahmin priest pushes them aside, chants Sanskrit mumbo-jumbo and sprinkles water on the body. A middle-aged man uncovers its face. It's a young girl—very waxen and in deep slumber. The man stares at her face, moans and shakes his head in disbelief. A woman on the other side of the corpse smacks her forehead many times and clasps the dead girl in her arms. Other people gently remove the wailing couple and cover up the face of the corpse. The priest puts out his palm. Somebody gives him a rupee. He looks at the silver coin with disdain, then clip-clops up the stairs in his wooden sandals. The middle-aged couple resume their mourning. The woman throws dust in her hair and smacks her head with both her hands screaming. 'Hai! Hai! Hai!' The man again uncovers the dead girl's face, gazes intently for a minute and then groans, 'Hai Rabba!' He cannot take his eyes off the dead child. He presses her arms and legs, massages the soles of her feet. The pyre is ready. The corpse is lifted and placed on it. More wood and pampas stalks are placed over the body and a brass lota full of clarified butter emptied on it. A man lights a stick with a bundle of rags soaked in kerosene and takes the torch round the pyre. It bursts into flames. Another man takes a sharp-pointed bamboo pole, prods the flaring, crackling pyre to locate the dead girl's head and then lunges into her skull.

The parents bury their faces in the dust, slap the ground and wail. The Toofan Mail from Calcutta rumbles over Jumna's iron bridge towards Delhi railway station.

I leave Nigambodh Ghat with the heat of the flames on my face and the helpless cry of the stricken parents ringing in my ears. There is real grief! It stabs through the heart like a needle. There, but for the grace of God, it could have been I pouring dust on to my head to mourn the death of my child! Here, by the grace of God, I am driving my Ambassador back to my apartment! What are my irritations, envies and frustrations compared to the sorrow of the people I have left behind! They will go home and miss their daughter. I'll get home and drink my Scotch.

Budh Singh awaits me. He presents arms with his stave. I refuse to be embarrassed. He comes closer and confides. 'Excuse me, sir, your hijda came to see you. I told her you have not come back from phoren. I hope you not angry with me. Take a woman, take a boy, but a hijda...'

I could slap Budhoo Singh across his bearded face. Instead I gently shut the door behind me and fix myself a drink.

That's Delhi. When life gets too much for you all you need

to do is to spend an hour at Nigambodh Ghat, watch the dead being put to flames and hear their kin wail for them. Then come home and down a couple of pegs of whisky. In Delhi, death and drink make life worth living.

five

~

CITY OF DJINNS
WILLIAM DALRYMPLE

It was in the citadel of Feroz Shah Kotla that I met my first Sufi.

Pir Sadr-ud-Din had weasel eyes and a beard as tangled as a myna's nest. The mystic sat me down on a carpet, offered me tea, and told me about the djinns.

He said that when the world was new and Allah had created mankind from clay, He also made another race, like us in all things, but fashioned from fire. The djinns were spirits, invisible to the naked eye; to see them you had to fast and pray. For forty-one days, Sadr-ud-Din had sat without eating, half-naked in the foothills of the Himalayas; later, he had spent forty-one days up to his neck in the River Jumna.

One night, asleep in a graveyard, he was visited by the King of the Djinns.

'He was black, as tall as a tree, and he had one eye in the centre of his forehead,' said the Pir. 'The djinn offered me anything I wanted, but every time I refused.'

'Could you show me a djinn?' I asked.

'Certainly,' replied the Pir. 'But you would run away.'

I was only seventeen. After ten years at school in a remote valley in the moors of North Yorkshire, I had quite suddenly found myself in India, in Delhi. From the very beginning I was mesmerized by the great capital, so totally unlike anything I had ever seen before. Delhi, it seemed at first, was full of riches and horrors: it was a labyrinth, a city of palaces, an open gutter, filtered light through a filigree lattice, a landscape of domes, an anarchy, a press of people, a choke of fumes, a whiff of spices.

Moreover the city—so I soon discovered—possessed a bottomless seam of stories: tales receding far beyond history, deep into the cavernous chambers of myth and legend. Friends would moan about the touts on Janpath and head off to the beaches in Goa, but for me Delhi always exerted a stronger spell. I lingered on, and soon found a job in a home for destitutes in the far north of the city.

The nuns gave me a room overlooking a municipal rubbish dump. In the morning I would look out to see the sad regiment of rag-pickers trawling the stinking berms of refuse; overhead, under a copper sky, vultures circled the thermals forming patterns like fragments of glass in a kaleidoscope. In the afternoons, after I had swept the compound and the inmates were safely asleep, I used to slip out and explore. I would take a rickshaw into the innards of the Old City and pass through the narrowing funnel of gullies and lanes, alleys and cul de sacs, feeling the houses close in around me.

In summer I preferred the less claustrophobic avenues of Lutyens's Delhi. Then, under a pulsing sun, I would stroll slowly along the shady rows of neem, tamarind and arjuna, passing the white classical bungalows with their bow fronts and bushes of molten yellow gulmohar.

In both Delhis it was the ruins that fascinated me. However hard the planners tried to create new colonies of gleaming concrete, crumbling tomb towers, old mosques or ancient Islamic colleges—medresses—would intrude, appearing suddenly on roundabouts or in municipal gardens, curving the road network and obscuring the fairways of the golf course. New Delhi was not new at all. Its broad avenues encompassed a groaning necropolis, a graveyard of dynasties. Some said there were seven dead cities of Delhi, and that the current one was the eighth; others counted fifteen or twenty-one. All agreed that the crumbling ruins of these towns were without number.

But where Delhi was unique was that, scattered all around the city, there were human ruins too. Somehow different areas of Delhi seemed to have preserved intact different centuries, even different millennia. The Punjabi immigrants were a touchstone to the present day; with their nippy Maruti cars and fascination with all things new, they formed a lifeline to the 1980s. The old majors you would meet strolling in the Lodhi Gardens were pickled perhaps half a century earlier. Their walrus moustaches and Ealing comedy accents hinted that they had somehow got stuck in about 1946. The eunuchs in the Old City, some speaking courtly Urdu, might not have looked so out of place under the dais of the Great Mogul. The sadhus at Nigambodh Ghat I imagined as stranded citizens of Indraprastha, the legendary first Delhi of the *Mahabharata*, the great Indian epic.

All the different ages of man were represented in the people of the city. Different millennia co-existed side by side. Minds set in different ages walked the same pavements, drank the same water, returned to the same dust.

But it was not until months later, when I met Pir Sadr-ud-Din, that I learned the secret that kept the city returning to new life. Delhi, said Pir Sadr-ud-Din, was a city of djinns. Though it had been burned by invaders time and time again, millennium after millennium, still the city was rebuilt; each time it rose like a phoenix from the fire. Just as the Hindus believe that a body will be reincarnated over and over again until it becomes perfect, so it seemed Delhi was destined to appear in a new incarnation century after century. The reason for this, said Sadr- ud-Din, was that the djinns loved Delhi so much they could never bear to see it empty or deserted. To this day every house, every street corner was haunted by them. You could not see them, said Sadr-ud-Din, but if you concentrated you would be able to feel them: to hear their whisperings, or even, if you were lucky, to sense their warm breath on your face.

In Delhi I knew I had found a theme for a book: a portrait of a city disjointed in time, a city whose different ages lay suspended side by side as in aspic, a city of djinns.

six

~

SIGNS

NIRMAL VERMA

Translated from the Hindi by Pratik Kanjilal

The way he took the stairs, you wouldn't know that he was at least sixty or sixty-five. People silently made way for him. At the reception counter, he always showed his library membership card. There was really no need—everyone knew him.

He would turn to the reference section. Polished wooden almirahs crammed with encyclopedias, dictionaries, film and theatre journals. He browsed through one, then another. Then he would sit down in his favourite corner at an empty table. Out of the window, he could see the branches of an ancient peepul tree swaying in the wind.

Like he did every day, he would put down on a table the newspapers and magazines that he had picked up from another section. It was against library rules, of course—you were not supposed to take material from one section into another. But no one said anything to

Amar Babu. He was an old member, and more significantly, he was hard of hearing. You had to speak so loudly to him that to prevent him from breaking one rule, you would have to break another yourself. There was a notice on every wall: *Please speak softly in the library.*

So Amar Babu was left to deport himself according to his own rules. His was the loneliest corner in the library—the heap of reference volumes and journals completely concealed him. From afar, no one could make out who lay hidden behind those battlements of books. When he tired of reading, he would put his head down on a thick encyclopedia and doze off. This was the other advantage of sitting in the reference section—there were thick, leather-bound pillows ready at hand.

But something unexpected happened that day. He set the magazines aside and wiped the glass top of the table with a handkerchief. Then he took a letter out of his pocket, unfolded it slowly and began to read.

He was reading this letter for the fifth time. He had read it three times at home and once on the bus. He closed his eyes. The breath trapped in his chest by the climb up the stairs was now whistling slowly out of the minute airways of the lungs. He sat there, immobile. His name in green ink on the envelope, Amrish Ray 'Amar', regarded him with as much surprise as he regarded that inscription.

The letter had arrived in the morning. Not really a letter, just a mimeograph on pale, flimsy paper. A mimeograph in which a magazine editor had said, in impersonal typescript, that they were putting together a special issue on the Delhi of the Partition years. They would be happy to publish whatever he could write for them. Not less than a thousand words, and if he happened to write too much, he mustn't worry about it—they would cut it down to size. And he was to rest assured that no one would tamper with the sense....

He stopped reading. Why me? Where did they get my address?

They must have taken it from an old journal...but how did they guess my age? Lots of people from that time come to the library. Someone could have seen me here. But finally, why? His eye ran down the lines of black typewritten characters to the end, to the one line written by hand...the only sign of life in the whole letter: I hope you will not disappoint us. And below it, the editor's signature, as flamboyant as a missile in flight.

He folded up the letter neatly and put it back in the envelope. Then he took out the notebook he always brought to the library. If he came across interesting information, or just happened to like a writer's style, he always made a little note of it. But today, he opened the notebook on a fresh page. He wrote his name at the top and the date at the bottom of the sheet. Then he began to compose a reply to the letter. For the first time he was using the notebook to write a letter.

> Dear Sir,
>
> I have received your letter and am surprised at your request. I am grateful to you, but I should inform you that I have not written for the press for quite a long time. Perhaps you have seen me in the library and concluded that I still write. But I now come to the library merely to pass the time, not to gather material as I used to...

He paused. His pen stood poised above the paper. And then he started a new paragraph.

> Sir, even if I were to agree to your request, I am not sure that I shall be able to do justice to your chosen subject—Delhi during the days of the Partition. True, I was here at the time—I was in school, and have lived here ever since—but my memory is failing. It was never particularly sharp anyway. At my age, it is difficult to recall anything in any sort of order. And events that I do recall... I am never certain if they are true to history, or the fruit of my imagination...

Amar Babu sat gazing blankly at the page. He felt tired. It was a long time since he had written so much all at once. He had a daughter in Kanpur, and another was in California, with her husband. He did his duty by the one in Kanpur, sending her a couple of lines on a postcard once in a while. The one in California always called on his birthday. He had become a stranger to the art of writing. He yawned, put the fountain pen down by the notebook, put his head down on the table and closed his eyes.

This is his happiest hour—seated here, his head down, behind a wall of weighty tomes, volumes ranged all about him. An observer would never know what he was doing—was he pondering something, or merely asleep? People passed by on tiptoe, reluctant to disturb his meditations. And among the piles of books on the table, he always left a gap so that he could catch a glimpse of the peepul tree through the window. It swayed in the breeze, as did Amar Babu on the deep surge of sleep. Wide, clean avenues, the lanes of Barakhamba, flights of parakeets in the thick foliage above Connaught Place...this is what he remembers when he thinks of the Delhi of that time. So many years on, the mists of age have parted and from the window of a speeding bus, swimming in heat and air, he sees Majnu ka Tila, the shops of Daryaganj, Irwin Hospital, Minto Bridge and the tall white pillars of Connaught Place. He was so naïve that he believed Barakhamba Road was named after those pillars. That's where he used to live.

That was the very school bus in which he had dozed all the way home after the final examinations. He couldn't have been more than fifteen or sixteen. Back home, he had slept all day and all night.

The slumber of youth, and after a gruelling examination! Amar Babu woke with a start, as though he had seen deep sleep billowing like sunshine outside the window. April sunshine, when the bougainvillea flowered on the bungalow walls. His father had been allotted the bungalow in the last years of his government service. A big lawn, jamun and simul trees, wide verandas. Delhi this side of Minto Road lived in bungalows like this. On the far side were Daryaganj, the Red Fort, Dariba Kalan, Kashmere Gate...where the very shadows were tinted by history.

If there was a partition at all, it was between the old and new cities, which you had to cross in a bus or tonga. Even in his dreams, he could never have guessed that some day, someone would ask him to write on any other partition.

Amar Babu raised his eyes from the encyclopedia and gazed out of the window. The leaves of the peepul flashed in the sunlight. He smiled. He had been given the bicycle later, he remembered. When the higher secondary results were out, his father had told his mother to ask him what he wanted for a reward. His mother had told him—skates.

Father looked at Mother in surprise. I was summoned to the other room. I said what I wanted again, and he exploded: 'What will you do with skates? Do you see any ice hereabouts?'

I laughed. No, I had not been talking about ice skates. These skates...you could run them anywhere, on the bare floor at home, on the streets.

To keep Mother happy, Father agreed, on one condition—I was not to skate on the streets. I was to skate only on the veranda and the driveway. And only after Father had left for work. The roar of roller-skate wheels was not to grate upon his ears.

I had anticipated that. Actually, I had mentioned the home only to reassure Father. I was quite aware of the fact that I had picked up this lust for skates in another place altogether. In the narrow lane behind Plaza Cinema.

It was called Plaza even in those days. The uproar, the screams of joy, the bubbling laughter that flowed from the lane dragged his feet to a standstill whenever he passed that way. A fierce exultation coursed through his very being. Then his feet would move on, leaving his heart behind. Years later, Amar Babu could still hear those voices echoing in his ears.

It was so strange. If it was not for that impersonal letter he had received, perhaps he would have never recalled that skating rink, which had now broken the calm surface of the deep of memory. It was Zahir Bhai who had first taken him there.

∽

Zahir Bhai was not exactly a friend—he was always with Bhai Sahib, my older brother. When he visited, Bhai Sahib would take him straight to his room, where they would sit for hours, chatting. Once, I had crept up to the window and peeked in through the glass. The sight had shaken my heart—the two sat on either side of a carrom board, smoking. I ran back to my chair on the lawn.

A while later, I saw Zahir Bhai walking towards me from between the trees. I became totally absorbed in my book, as though oblivious to all else.

'What are you reading?'

His voice was oddly mature, serious, but with a streak of good humour. I had never caught that note in Bhai Sahib's voice. I showed him the cover—Dumas's *The Three Musketeers*.

'Like it?'

I nodded.

'Are you dumb? Why don't you speak?'

I reddened. My cheeks burned and I giggled.

'Like to come with me?'

This time. I had to speak: 'Where to?'

'Let's go, mister.' He picked me up from the chair. 'You want to know everything right here?'

In a short while, I saw Bhai Sahib coming out of the bungalow. He had changed into a khaki shirt. The collar was open, and the hair on his chest showed.

'He's coming with us.'

Bhai Sahib looked at me suspiciously. He could not believe that this stay-at-home could go anywhere except to school.

'I'll get ready!' I glanced at Bhai Sahib for permission.

'Don't bother, it isn't a fancy-dress parade. Just put on your shoes. They won't let you in in sandals.'

⌇

With a start, Amar Babu woke up. Delhi in the days of the Partition?

⌇

Quiet, empty streets, bungalow gates shaded by flame of the forest red as a bride, wide lawns and me, perched behind Zahir Bhai as he rode his bicycle under the jamun trees. Bhai Sahib and he cycled along, whistling. If there was a policeman at the traffic lights, Zahir Bhai would hop off and wheel the cycle along, with me still sitting on it. When we were out of eyeshot, he would hop on again. And so we wended our way to this place that I had not even known of before.

A great, whirling hall—really whirling. It was an illusion, of course, set in motion by the crowd of boys and girls circling the floor on skates. The skating rink was lined by iron railings; behind them were ranks of green benches for the spectators, which were almost as thickly peopled as the rink. Music blared from loudspeakers at all corners of the spinning hall. A gentle nudge brought me back to reality.

'Look, we'll be sitting over there. Don't get lost...'

Bhai Sahib headed for an empty bench in the corner. Zahir Bhai seemed to be nowhere. Then I saw him, coming up with three ice cream cones in his hand. He handed me one. 'Eat this first, then you can skate.'

I looked at him in embarrassment. 'I can't skate.'

Zahir Bhai was surprised. 'What do you mean, you can't skate?'

Two girls skated up, grabbed Zahir Bhai from behind and pulled at him. He turned around.

'You're crazy! Could have fallen.'

He was talking about the ice cream cones, of course. There was no danger of the girls tipping over. They watched him eat his cone. A hint of a smile played upon the older girl's lips, but the younger one just stared, dead serious.

'Won't you skate?' the older girl asked.

It was the first time anyone had addressed me with the formal pronoun, 'aap'. I felt older.

'That's why I've brought him along,' said Zahir Bhai.

'This young man needs to be liberated from his books. You'll have to teach him to skate, though.'

The younger girl seemed to shed some of her gloom. Maybe she felt sorry for me.

'Do you want my skates?' she asked. 'I'm through.'

'Oh, no, not right now,' I said. 'I'll come back another day.'

They stood for a while, clutching the iron railings as they chatted with Zahir Bhai and Bhai Sahib. And then they were lost in the swirling crowd in the rink.

Later on, I learned that they were Zahir Bhai's sisters. Let alone introducing me, he had not even told me their names. It would have been awkward to ask them their names afterwards, when I already knew them. So I called them Bari and Chhoti—'Big' and 'Little'—and before I could get to know their names, I...

⌒

A veil dropped before Amar Babu's eyes. We forget the names of so many people. It's water under the bridge. We halt in mid-stride, remember, look down and suddenly, in the river of forgetfulness, we see their faces.

There they are, we think, but they are whirled away by the current. We walk on.

Signs

I now remember that the higher secondary exam results were announced right after that day at the rink. By the grace of a few numbers, I had made it to the first division. I was quite amazed and, for Father, this was completely unexpected. He rarely looked at my school reports, and even when he did, he could spare only a cursory glance before he signed on the dotted line like the nawabs of old. But this time, he was all eyes. He had never thought much of me, but then, surely my name had not been published in all the English newspapers in error. So when he asked me what I wanted—or Mother asked, for he never asked me anything directly, preferring to use her as a middle-woman—he found Mother primed and ready. He tried to evade the issue, but she was firm and he had to agree.

But Bhai Sahib was irritated: 'You had said that you would ask for a complete set of Sherlock Holmes if you passed. What's happened now?'

'I can always get that from the college library.'

'Why didn't that occur to you earlier?'

I could not explain to him that, at my age, even Sherlock Holmes could not possibly keep track of the ideas that strike you.

I was not sure of Bhai Sahib, given the mood he was in, and decided to go with Zahir Bhai to buy my skates.

When we came out of the shop, Zahir Bhai seemed to be even happier than me. He had decided to carry the skates himself, and was striding energetically in the direction of the rink. He was tall, rangy and fair skinned. Everywhere, the sun seemed to shine on him alone.

His younger sister resembled him, while the older one actually looked younger. When they were whirling in the rink, it was impossible to tell which of them was older, unless you looked closely.

Zahir Bhai halted abruptly. He smiled and put his hand on

my shoulder. 'Don't let them see, all right? It'll be a surprise—when you go onto the rink.' My heart sank.

'Don't worry, they'll teach you in a couple of days.'

'Can't you teach me, Zahir Bhai?'

'You're a caution, friend,' he laughed.

∽

I took heart as we walked up the stairs to the rink. It wasn't as crowded as it had been on my first visit. There were just some schoolboys, as unschooled in skating as I was.

Zahir Bhai bought my ticket. He took me into a corner, expertly tied on my skates and drew me towards the rink, like a lamb to the slaughter.

I grabbed hold of the railings and drew myself along on the skates. I felt more confident. Zahir Bhai waved from the distance, urging me on. And then I felt a gentle hand on my shoulder. I turned. Chhoti's wide eyes, and her sister, smiling. Suddenly, I lost my balance and fell. There, in the brightly illuminated rink, I learned how it is possible to see stars in the daytime. And they...

They were nowhere, I was aware only of their hands, helping me up, back to my feet.

∽

Amar Babu started and glanced around him. No, in the drowsy afternoon hour, no one was staring at him. Not too many people about, anyway. Just a few pensioners like him scattered about the tables, and a few young men, obviously unemployed. They were idly turning the pages of their newspapers and magazines. Through the tall windows, he could see the peepul shining through the November mist, the branches casting the lengthening shade of afternoon. He had been looking at this tree for years...in the long summer afternoons, the chiaroscuro of the monsoon and now, the brilliant sheen of early autumn.

His eyes drifted to the letter he had been writing. 'My memory is failing...' Was it just an excuse not to remember? An excuse to forget? We forget much, but never our shame. Tossing in a sleepless bed, crossing the street or dozing in the library, it appears to us with no warning and it feels as though we are still as we were years ago, sensitive, callow, cowardly... Our age is just the surface of the pool and the noose of shame still lies coiled in the depths below, immune to time.

He is still sprawled over, and Bari is lifting him up, and Chhoti is dusting off the seat of his pants with the end of her chunni.

'You'll learn fast now. Everyone falls over in the beginning,' Bari smiled. 'Remember how you used to keep falling over?' she asked her sister.

'And you?'

They were both laughing—not at him, but at each other, so that he could forget the whole episode.

৴

Perhaps that's why he couldn't remember. In the days that followed, he forgot not only himself, but also the very world, in which so much was happening at the time.

৴

When Bhai Sahib and Zahir Bhai came to the rink a few days later, they were amazed. Bhai Sahib had always put me down for a bookworm, and now the worm had turned. In fact, it had stepped out of the covers and was whirling like a windmill's sails on the shining floor of the rink. 'You could get a job in the circus now,' he said. 'Haven't been falling over, have you?'

I shook my head, though under my trouser legs, I was mottled with bruises.

'Your college admission papers have arrived. You'll have to fill them out and send them off. You're hardly ever home these days.' His tone was half proud, half accusing. I had got admission to a college which had refused him.

Chhoti skated up and dragged me off by the hand. 'Please excuse him. He's left our game to talk to you.'

To her, I was a thing of wonder. Not a day passed without her teaching me a new trick. And I learned that life on wheels could be as magical and exciting as that of the creatures of the deep. I had been drawing angles and triangles in my geometry schoolbook, ignorant of the bewitching shapes that could be drawn with a set of wheels. Chhoti took me by the hand and whirled me about, her breath hot. Finally, tired out, I would slip out of the rink when she wasn't looking.

Often, Bari was out there, sitting on a bench, her skates off. She would smile: 'Out early today?'

'Not really, it's been over an hour,' I would say, sitting down beside her and glancing at the cheap watch that Mother had bought me with her own money, without letting Father know. 'Didn't see you at all today.'

'I tire easily these days. I prefer to watch, anyway—you're wonderful.'

∫

The word was laced with a bit of laughter and irony, and a touch of praise. Even today, when Amar Babu hears that word from the mouth of another he feels an ache he can't put a finger on. Her face swims before his eyes, the chunni flung about her throat like a muffler, beads of perspiration on her broad forehead, the red heat of her cheeks. And a strange emptiness in the eyes that he had first seen when she was helping him up from the floor of the rink. And for the first time, he had become aware of the blood thudding in his veins—all unknown to him, blood shaking his heart.

∫

'Chhoti keeps talking about you... You're different—not like the rest of Zahir Bhai's friends.'

Signs

'What do you mean, different? Maybe I'm the stupidest of them.'

'Oh, no,' she laughed.

'No, really,' I said. 'That's what she used to call me, Stupid, when she was teaching me to skate.'

'She has names for everyone. Know what she calls me? Bundle.'

'Why?'

'Because I just sit there, she says. No sign of getting up and leaving.'

Chhoti came after a while, quickly took her skates off and dragged her sister to her feet.

'We're late—hurry up or Zahir Bhai will be here with an official summons.'

The stairs led down to the lane behind Plaza Cinema, which still looks the same, and the cycle stand. They would look back after they had climbed onto their bicycles, and I waited, watching them melt away into the evening mist.

Sometimes, Amar Babu fancies that he is still standing there in that lane. He watches the parakeets whirling among the trees of Connaught Place in flocks as thick as dust-devils.

∫

Back home, he went straight to his room. He did not switch on the lights; no one knew he was home. Without bothering to change, he stretched out on the bed. There were many doors within, he thought. If one opened, he heard the creak of another's hinges. Chhoti opens the door, and Bari stands on the threshold; he speaks with one, and he feels the other's eyes boring into his back. It's amazing, you speak with me and listen to someone else—stupid people are like that even when they are grown up. You learned to skate from me and you go sit with Bari.

Perhaps it was all in his mind; perhaps he had actually heard these words. And now, when he was alone, he saw them. He had always found it strange—when you are alone, you can actually see the words you spoke with others. And most of all with Bari, whose silence deepened with every meeting.

⌒

I was taken aback that day when I walked up to her bench. Instead of a salwar-kameez, she was in a long skirt and had covered her head with a veil.

'Won't you skate?'

'No,' she shook her head. 'Today, I've come to watch.'

'Aren't you well?' I sat down by her on the bench.

She was silent.

Chhoti glided across the rink. She looked at us once, and then she was lost in the crowd.

'Hasn't Zahir Bhai come?' I asked.

She shook her head. 'He's at home. He needs to pack.' She glanced at me. For the first time, I saw a smile on her pale, tired face. 'You've started going to college, haven't you?'

'Not yet—I've just got admission. The college doesn't open for another week. Are you going somewhere? You didn't tell me anything.'

She was silent, and then she shook her head in a way which could mean anything.

'I've heard you read a lot.'

I laughed in embarrassment. 'Says who?'

'Zahir Bhai,' she laughed. 'He brought you here to free you from the clutches of your books.'

She was looking for something in her bag.

'I brought this for you.' Something gift-wrapped.

'May I open it?'

'Not now. Open it when you get home.'

I looked up, Chhoti stood before me.

Bari looked at her, her eyes far away. She was smiling over the secret of the gift.

⌒

When the three of them took the stairs that evening and went their separate ways, there was nothing to rouse his suspicions, and like always, the girls turned back to wave as they rode away on their bicycles. Everyday events always seem unremarkable; the shadow of ill omen that falls across them is invisible. But long after, he remembers Bari's silence, the gift-wrapped book, how Chhoti had left them alone together on the bench. Ordinary, everyday events bring so many signs swaddled in their folds. We understand what they mean long after they are history. Only an unnamed sadness remains, which steals upon you unawares.

∽

Going home in the bus, I felt that the gift wrapped in coloured paper was a sign. If I opened the package, everything that we keep concealed from ourselves would come tumbling out—love, happiness, pain, remorse. All from this little bundle that she had left behind.

Bundle—that's what Chhoti used to call her. Who would just sit there, would not leave. And once she left, would be lost to sight forever.

∽

The lights of the library were being switched on. Outside the window, the peepul was lost in the twilight. Amar Babu picked up the books that surrounded him and set them aside—the Oxford Dictionary, the Encyclopaedia Britannica, reference titles on Hollywood, all the weighty volumes in whose cover he spent his afternoons. His gaze drifted to the letter he had received that day: 'You were in Delhi in the days of the Partition; could you write about it for us?'

Amar Babu stood up. Slowly, very slowly, he walked down the stairs of the library.

seven

~

THE TEMPLE-GOERS
AATISH TASEER

The hot months before summer were months of flowering trees in Delhi. The silk cotton, a stony, shadeless tree, was among the first to bloom. I passed one on the way to Sanyogita's flat. Its fleshy coral flowers had appeared like women's brooches on its thorn-covered branches. Though I could have gone through Lodhi Gardens, I chose instead to take Amrita Shergill Marg, a laburnum-lined crescent that ran along one boundary of the park, connecting my flat with Sanyogita's.

The storm I thought I had seen from the plane turned out to be only a wind. It tore through the city that morning. Many of the trees were losing their leaves even as new ones grew. The wind swept away their old leaves, littering the streets with an autumnal scene. Bees and ladybirds crawled through the debris. The leaves that remained, though new, were in some trees brown before they were green. So it seemed like spring and autumn had come together in one afternoon.

The quiet on Amrita Shergill Marg was broken at even intervals by the tinkle of a cycle bell and the wail of a man in a lilac shirt collecting junk from house to house. At the end of Amrita Shergill Marg was a busy main road. Black-and-yellow taxis, now with green stripes across their flank that read CNG, rumbled past, their colours clashing with the black and yellow of the lane divider. Everything beyond was the post-Independence Delhi of colonies; Jorbagh was among the first of these.

I entered through a tall iron gate and walked past low white houses with clean simple lines and small lawns. On my right, there was a narrow lane under a dense arbour. The cool and shadows of that lane had transfixed me as a child. I used to come here with my mother in our green Suzuki. Halfway down it was Chocolate Wheel, where a jovial woman sold bread and fudge brownies. Ahead was the Jorbagh florist, still selling yellow gladioli. The paan shop. The Jorbagh colony market.

Sanyogita's flat was on one corner of a U-shaped garden with houses on three sides. Her building was white with a narrow plaster screen built into its façade. It ran down the building's entire length and a pink bougainvillea hung like a hive from its floral hollows. Outside, there was a single dark mango tree with long, twisting leaves and greenish-yellow flowers. I saw Sanyogita on her balcony watering plants. She hadn't grown up in Delhi; she was from Bombay. And to see her in so distinct a Delhi scene, I felt the special joy people feel for the migrant who masters their ways. Sanyogita, as if aware of her triumph, blushed when she realized that I was standing below.

The white marble stairs were dim and dirty. A green stone skirting followed them up to Sanyogita's flat; blue and red wires swelled out of an electricity box; the banister shuddered. Sanyogita had planned a surprise. I saw her, with her back against the door, as soon as I reached the top of the stairs. She wore tattered tracksuit bottoms and a faded T-shirt. Her wavy black hair was twined into a rope and pulled forward.

'Baby,' she breathed.

She was large and shy and beautiful. That's not to say she was fat, she wasn't; but there was a prominence about her bones and joints, and a softness in her limbs and breasts. When she hugged you, you could feel her architecture. She had broken her thigh bone as a child, skiing in Kashmir. A man had crashed into her, leaving her crumpled in the snow. She had a scar from where they put pins into her leg. It was a great smooth-backed caterpillar crawling over her pelvic bone. Which itself was so prominent, and strong, that whenever I saw the scar I felt the force of the collision.

The flat inside, almost as if the squalor of the staircase were a deliberate part of the aesthetic, was a sanctuary. Its high ceilings, its rooms overlooking a secluded balcony, its shade and screens of twisted matting hanging like wet tobacco in front of the windows, faintly scented and cool, were like a preparation for summer. Though much of the flat was still empty, an entire wall of white shelves had been filled with colourful paperbacks. Seagrass carpets and runners with dark-blue borders had taken their places in the bare rooms and corridors. So even empty, the flat seemed ready to be lived in.

Sanyogita led me by the hand down one of these shaded corridors. Past black metal grilles, I could see a small terrace with vine roses, potted frangipani and giant yellow and maroon dahlias. We came to a brightly polished double door with an old-fashioned bolt and a brass Godrej lock. Sanyogita took out a key she had kept pressed in her hand. It went loosely in and the lock fell open. We entered a long narrow room, the most furnished I had seen so far. It had a thin red rug, a black wood-and-cane chair and a maroon leather-topped desk with a green banker's lamp on the far end. A window on one side overlooked the garden terrace. Sanyogita, standing on the balls of her feet, watched me take in the room.

On a wall covered with bare white shelves, one shelf contained new books. There was a dictionary of Islam, something called *Infidels* by a Cambridge professor and bathroom books: Oscar Wilde's epigrams, a Second World War American soldier's pocket guide to France, *Elements of Style*. On the desk's maroon surface, marching along its gold border, was a family of blue and white porcelain elephants. I picked one up.

'Be careful, baby,' Sanyogita squealed on his behalf, 'He's the smallest!'

I sat down at the desk, slowly comprehending the surprise. Sanyogita watched with tense delight. At length I opened one of the desk's drawers. The lamplight obliquely struck a neat pile of letterheads and envelopes. They were held in place by a paper band that read: 'Alastair Lockhart. Fine writing papers, etc., Walton Street, London SW5'. And on the thick cream-coloured paper, under a faintly raised margin, it said Aatish Taseer in burnt red letters.

'Baby, a present for your book,' Sanyogita said, slipping her hand over my collarbone,

The room was the surprise.

She didn't have one to spare; she had writing ambitions of her own; and though her flat was barely ready, she had made me a present of a study. I was speechless; it was the nicest thing anyone had ever done for me. Sanyogita's face shone with my delight. She became organizational: 'Vatsala could make you coffee. I've just bought her one of those Italian things.'

'Who's Vatsala?' I asked, trying to recover myself.

Sanyogita's eyes brightened. 'Vatsala, baby, the little goblin who brought me up?' She stuck out her teeth and flared her eyes.

Vatsala Bai! I did remember her: she was a devious little widow in white who had moved with Sanyogita to Delhi. Her family had been with Sanyogita's for centuries. She was devoted to her and suspicious of me, always taking every opportunity to remind me of how old and grand Sanyogita's family was. We stayed in the room a few minutes more, then Sanyogita locked it and pressed the brass key into my hand with a kiss.

The flat, but for one small terrace and drawing room, had its back to the park. The bedroom was still bare, but for a low bed. Cane blinds shut the room off from the terrace and a modern steel light, with a salon drier head, drooped over the bed like a flower.

Sanyogita sat on the white lace bedcover, her toes hanging off the edge. She was full of Delhi news. She told me of my old friends, her new friends, gay men she'd had lunch with, fashion parties and the agitation in Chamunda's state. It was Holi in a few days; she broke the sad news to me that my mother's sister was not having her party this year, as the metro had claimed her house. She'd organized instead for us to go to the *Times of India* party with Ra.

'Ra?'

'Ra. Rakesh. My friend the jewellery designer.'

She wiggled her head. Two earrings dangled happily. They were long, with a line of glassy, rectangular diamonds set around a many-faced greyish stone in a paisley shape. There was a single, prominent ruby at the ear. The effect of that colour, like a sudden red light on a misty day, was startling.

'He gave them to me as a present,' she said. 'You know, that way people see them around as well. He's just getting started, but he's good, I think.'

'Have I ever met him?'

'I think so. Short, squishy, like a pincushion? Adorable.'

'Maybe. And Delhi? What's been going on here? Any new things?'

'Delhi? Everything's new. New roads, new buses, new metro, new restaurants, new neighbourhoods, new money, everything except new people.'

Then I saw that she felt bad. This was not the arrival she had planned. Our stilted conversation seemed to trouble her. She began flipping through the pages of the *Times of India*. Her hair fell around her. I thought of the study, and then I felt bad; I saw that she might have wanted to make love. I got up from where I lay at the head of the bed and crouched behind her. For a few minutes we sat like that, like two pods about to hatch; I read the paper over her shoulder. There was a picture of the new green buses. Their orange electronic displays transformed their destinations. Saket, Rajouri Garden, Sectorpur and Phasenagar, running across a black screen in English letters, seeming suddenly like international places, places people ought to know of. The passengers, once just a crowd, became distinct in the bright modern buses, with their sunny yellow grab handles. In the background was a weary colossus from the old days containing distressed passengers. It was grey and yellow with deep scratches along its flank and an exhaust pumping out brown smoke.

Some bureaucrats had decided that the new buses should have bus lanes. They imported whole a model from Bogotá. It advised that bus lanes be driven through the middle of crowded arteries. And so blue lanes, with little brushed-steel bus stops appearing at even intervals down their length, had been threaded through long stretches of roaring traffic. But what had worked in Bogotá' was not working in Delhi. The crowds that mob the bus when it approaches blocked traffic. The cars, already squeezed for space, were further deprived of a lane. They refused to adhere to the new rules. Young boys with orange vests and flashing batons were hired to enforce the new system. There were delays into the night. The picture showed a late-evening scene in which a car owner was abusing a policeman. The car's headlights shone in his face. It was dark, haggard, on the verge of breakdown.

I was still looking at this scene of frustration when Sanyogita ran her fingertips along the edge of my face. I felt her body easily through her faded clothes. It was broad and soft, slightly clamp. Her fig perfume mixed with Delhi smells of food and grime. I kissed her shoulder and came near something stronger.

'Baby's hard,' she said with laughter and surprise.

I hated it when she laughed in these moments.

'Why don't we go to the big room?' I said.

'You want to!'

'Yes.'

We walked to it through the corridors, reaching for each other in the afternoon gloom.

We made love simply and quickly in that outside room, overlooking the mango tree. She felt big and roomy. I longed to have her close around me, for there to be more friction on the edges. She was also dissatisfied. When I was finished, she climbed on top of my thigh. We did this often. I held her as she rocked up and down my thigh, moaning and muttering, 'Baby, it's so good,' as though I was somehow responsible for what was little more than masturbation. Finished myself and oversensitive, they were minutes of disgust for me. When it was over again, we lay there with our legs spread out, the sun coming in. I felt fat. I squeezed my stomach into a mound with both hands.

'I'm going to lose all this.'

'Why, baby? You're not fat.'

'Perhaps, but now that I'm here, I'm going to join a gym and get a trainer.'

'Really? What else are you going to do now that you're here?'

'Get an Urdu teacher and learn to read my grandfather's poetry.'

'Baby! I didn't know your grandfather was a poet. The turbaned gentleman who was in the army?'

'No, not him. My father's father. He died when my father was six.'

'Oh.'

Sanyogita didn't like hearing about my father. She felt that his absence from my life was an unspoken source of pain whose emotional consequences she had inherited. To speak of it casually was almost to belittle the wrong she felt he had done my mother and me. She could be unforgiving in these matters.

I had thought I would return to my mother's flat that evening, but Sanyogita dissuaded me.

'Yes, stay here, baby' she said. 'I don't know what you're doing staying in my aunt's sex pad anyway.'

'What?'

'OK, this is totally confidential, and comes from my mother, who you know hates my aunt, but she told me that Chamunda uses your mother's flat to meet lovers.'

'What lovers?'

'She has tons. There's one in particular whom everyone calls the "French lieutenant".'

'Does my mother know about this?'

'Of course, baby. Your mother's the fixer.'

'Fuck off.'

Sanyogita laughed out loud, then smiled thoughtfully as if she had said something with more truth in it than she had intended. 'I think it's great. If I was a high-profile politician, I'd like my close girlfriends to make sure I had some fun in later life, especially in this hypocritical society'.

'Well, it's settled, then'.

'What?'

'I'm never going back.'

'Don't! I'll tell Vatsala to send for your bags.'

eight

~

A NEW ARRIVAL
NILANJANA ROY

Nizamuddin slept when the first calls came, in the pitch-black hours just before dawn. They were so faint that only the bats heard them, as they swooped in their lonely arcs between the canal and the dargah. One of the bats chittered nervously as the soft, frightened words reached him, echoing in his head: 'Dark. Want my mother. Why are the dogs growling? Why aren't you saying anything? It's so dark in here.'

Then there was nothing else, and the bat soon forgot what he had heard, though when he hung upside down from the ruins near the baoli, slumbering in the pearly light of day, he dreamt of being a hunted creature in a dark, cramped space, helpless against his predators.

It was long after when the second set of calls came, stirring the post-monsoon air and startling a pariah cheel that was making sorties over the large park in the centre of Nizamuddin West. 'Mara is scared, put me down! Where did my mother go? Who are you? Where are you taking me? Don't want to leave the drainpipe! You're frightening Mara, you horrid Bigfoot!" Tooth's wings dipped, taking him into a perilously low dive over the rooftops as he shook his head, trying to get rid of the sense that a cat was mewing at him in mid-air—softly, but enough to ruffle the delicate feathers that covered his inner ear. He felt unsettled until his sharp eyes spotted a bandicoot, and the day's hunting began in earnest. By the time he had made his kill, the cheel had forgotten the strange encounter.

The caller stayed silent after that. There were no cats or dogs in the area at that hour, and the only other creature in Nizamuddin to hear the second sending was a small brown mouse, who sat back on his haunches, cast a worried eye around, and seeing no cats or kittens, continued along his way.

∫

The days passed peacefully. It was the happiest time of the year for the residents of Nizamuddin and Delhi's other colonies. Summer had gone and Diwali, with its menacing fireworks and thunderstorms of noise, was far off. Freed from the summer heat, the cats of Nizamuddin could start hunting again.

Beraal was pleased at the change in the air. She had spent most of the summer in the baoli, and in the abandoned construction lot where the cats found shelter among heaps of rubble. The heat had been intense that year, shrivelling the gulmohar leaves, drying out the red flowers of the silk cotton trees, and the young cat had missed being able to go on long pilgrimages. Perhaps, she thought, stretching and yawning and shaking out her paws, it was time to make the trek to Humayun's Tomb and see what the cats there were doing.

The park was noisy, what with the neighbourhood Bigfeet boys fighting over a game of cricket, and the cheels echoing their quarrel in a treetop battle far above the green. Beraal ambled off towards the cowshed that sat in the middle of the Bigfeet's houses, settling on the broken brick wall to do her grooming in peace. This was more extensive than normal feline ablutions required: Beraal had long, black-and-white fur that curled silkily down to her paws when it was clean, but it was a magnet for dry leaves, dirt and other rubbish.

She was perched on top of the wall, licking industriously at a clingy spider's web that had attached itself to her paw, when the air around her ears seemed to shimmer and part. *'Woe!'* said a small clear voice right into her ear, *'Mara is worried! Mara is all alone with the Bigfeet! They are scary and they talk all the time, and I do not like being picked up and turned upside down!'*

Beraal almost overbalanced, and had to somersault back onto the wall, an act that did nothing for her dignity. Wild-eyed, her whiskers bristling, her tail fluffing up to twice its normal size, she whirled around on the wall, searching for a cat that was nowhere to be seen. She ignored the small brown mouse who scurried out of his hole, equally startled. The quiet whisper which the mouse, whose name was Jethro, had heard almost a moon ago was much louder, far more powerful than the first time.

Beraal paid little attention to the mouse's squeaks, twitching her silky ears. That voice had sounded so close—could it be in the neem tree? Down near the ground beside the cows? But there was nothing there, and the cat was truly stumped.

She stiffened as the dry leaves on the creepers rustled, then relaxed. It was only Hulo, hopping down from the neem tree onto the wall. 'What the hell was that?' he asked, not bothering with a preamble.

'So you received it too,' she said slowly.

Hulo flicked his unkempt black tail lightly in assent. 'I'll bet every tom and queen in Nizamuddin is looking for whoever that was—my whiskers are still trembling!'

'I thought it was speaking directly to me, Hulo,' said Beraal.

'So did I,' said Hulo. 'That cat transmitted louder than I can remember any animal ever doing in our territory!'

'And further,' said Beraal, as she felt her whiskers tingle. The other cats of Nizamuddin were linking—Miao, Katar, Abol and Tabol from the canal, Qawwali—and the air buzzed with questions.

Hulo's scruffy fur rippled as he listened. 'They heard her on the other side of the canal!' he said to Beraal. 'Whoever it was, Mara-Shara, whatever, it's a Sender, not an ordinary cat. And what worries me is that it's not one of us!'

Beraal felt her fur standing up, strand by strand. The cats of Nizamuddin were used to linking across long distances, as all animals in the wild did. Mews reached only so far; scents and whisker transmissions formed an invisible, strong web around their clan of colony and dargah cats. But linking allowed them only to listen to each other. A true sending, where the Sender's fur seemed to brush by the listener, its words and scents touching the listener's whiskers, was rare. From time to time, strangers might breach the web, accidentally linking—but it had been years since the Nizamuddin clan had a Sender in its midst, or had received a sending as strong as this.

Beraal let her tail sink down as she thought about the sending: it had seemed to be coming from deep inside her head.

Hulo and she felt their whiskers crackle as Katar, the tomcat who was the clan's most respected wilding, sent out an all-cats-bulletin across the Nizamuddin link. 'Everyone heard that, I suppose,' Katar said. A running chorus of assent flickered across all their whiskers, from the bungalows in front to the park where Beraal and Hulo were, right up to the limits where the colony ended and the basti took over. 'Anyone know what or who this Mara is? Any recent sightings of strays from elsewhere? Miao, any thoughts?'

Miao was the oldest of all of the Nizamuddin wildings. 'We'd have picked up news of any outsiders,' she said. 'This one must be newly arrived—unusual for a stray this powerful to escape being noticed by all of us. Perhaps Qawwali and the dargah cats know more?' But Qawwali and Dastan said there hadn't been a whiff of outsiders for many moons now. Abol and Tabol said no strays had crossed the canal, nor had the market cats seen any strangers.

When it was Beraal's turn, she shared a thought that she'd been turning over in her head. 'There's something strange about the way the cat spoke,' said Beraal. 'Its transmissions didn't just sound foreign—that entire sending was unusual.'

'That's because it's not one of us, Beraal,' said Hulo impatiently. 'Outsiders always sound different.'

'That's not what I meant,' said Beraal. 'There were very clear images, though I couldn't make out what they were exactly.'

The link crackled with slow assent. Katar cut in: 'Did you see what I did, Beraal? I thought I could see a small orange blur, hanging in mid-air.'

'Something like that,' said Beraal. 'And who was it sending to? Did it even know it was sending?'

Hulo sent an exasperated twitch along the line. 'Whatever it is,' he said, 'it's a stray who's not one of us wildings, and if it can send so strongly that it almost shook me out of the branches of my tree, I want it dead. It's been years since any of us heard a sending as powerful as that.'

'Wait,' said Katar. 'Miao, who was Nizamuddin's last Sender?'

'You never met her, Katar,' said Miao. 'Most of you wouldn't remember Tigris, she was before your time. If you're wondering about her descendants, she had none—Tigris had no mates that we knew of, and there haven't been Senders in Nizamuddin since, though we keep an eye on every kitten in every new litter. And though Tigris could send with some skill, the sending we just heard is much stronger. This Sender is definitely an outsider—going by the power crackling on all of our whiskers, an experienced adult, possibly a battle veteran. There haven't been any wildings of that description in the area—we'd have known, by scent or whisker—so it must have come in with a Bigfeet family.'

'Then perhaps we should try to find out more about this Mara,' Beraal started to say, when Katar gently overrode the link. He and Miao were the most experienced of Nizamuddin's wildings. The colony had no leader, as was the norm with cats, but on the infrequent occasions that required all of the wildings to confer, Miao or Katar would conduct the clan conclaves.

'I'm clearing the link,' he said. 'Everybody should stay on alert. Look for strangers, listen for any reports of strays who may have come in across the canal, or from the animal shelter. Watch the Bigfeet homes carefully—it spoke of Bigfeet, if my memory is true. Expect to find a large fighter, probably a queen, as Miao says—this cat would have to be an adult of considerable size to have that kind of sending power.'

'Katar,' said Beraal, 'what should we do when we find it?'

'Kill it,' said Katar, 'if it's not one of us, and especially if it's living with Bigfeet. Beraal, I'll expect you to take a special interest in the execution.'

Beraal hadn't expected any other response. Strangers, especially those who lived with Bigfeet, were always regarded with suspicion, and an unknown Sender was even worse. Their abilities set them apart from other wildings, and this one had badly shaken the Nizamuddin clan.

If this was an inside cat, a house cat, killing it might be somewhat more difficult, but Beraal figured she would solve that problem when she got to it. Beraal was the most fierce of the queens of Nizamuddin, and could take on many of the toms. She was a fine hunter—swift, silent and precise—and her immediate concern was finding the stranger who posed such a threat to their peace.

It was an uneasy night in Nizamuddin for the feline population. Two more calls twitched through the dark, disrupting prowlers and sleepers alike. 'New place smells like new miss my mother new new new, Mara lonely, Mara sad.' That came in an hour after the cats of Nizamuddin had first linked, and set the whisker links twitching all over again. It had been even stronger than the first message, and the fear set all their ears back, sent their fur rippling in empathy.

As she paced restlessly around the park, keeping only the most perfunctory watch out for dogs, Beraal met Katar. The handsome grey tom touched noses in greeting and tried to prevent a small brown kitten from falling over Beraal's paws.

'Me and young Southpaw are going down to the dargah to check the scent trails at the perimeter, just in case we've all missed something,' he said. 'Miao and Hulo are patrolling the canal—Southpaw, quit playing with my tail or I'll have to smack you again—I'm worried, Beraal, I don't ever remember a Sender as strong as this or as odd. I tried communicating with it, and so did Miao, but we couldn't connect. I don't understand this. I don't like it at all. It's best if we find it and kill it soon.'

Beraal wrapped her tail around his, a small gesture of comfort but a pleasant one; she and Katar had mated once, and though neither his kitten nor any of the ones fathered by other toms had survived and they'd had other mates since, she and the grey were quite fond of each other.

'And of course Southpaw has to go along with you,' she said, her whiskers gently brushing the young kitten's head. 'Shouldn't you be taking a nap, youngling?' Southpaw was the colony's orphan, and so far it had taken the combined efforts of all of the Nizamuddin cats to keep him out of trouble—he had an instinct for tumbling from the ant heap into the termite's nest, as the old saying went.

'The sendings woke him up,' said Katar, 'and I found him prowling the rooftops as though he was on tomcat patrol, all by himself.' He didn't need to add that it was safer to take the kitten along. Southpaw could hear the other cats on the link, but hadn't learned linking himself. Besides, the kitten's last attempt to patrol the roofs had ended with him tangled in a clothesline, the ropes and wet clothes muffling his mews for help.

A New Arrival

Three hours later, the third sending came in. They had almost been expecting it, but it made no sense. It was just as loud, but less filled with fear. 'New, still new, I don't like new—but Bigfeet are nice, Bigfeet make me feel less scared.'

The rooftops of Nizamuddin had rarely seen such activity. Caterwauling rang across the neighbourhood, causing the Bigfeet to toss and turn uneasily. Lithe ghost shapes padded along the roofs, swarmed down drainpipes and backstairs, patrolled dustbins, swooped smoothly under cars, searching for a Sender who refused to be seen. The dogs whined in their sleep, sensing the crackling of back-and-forth messages in the air; the few foolish enough to try and chase the cats they saw were taken aback to be met with blazing eyes and aggressive hissing and spitting. The cats of Nizamuddin had work to do tonight; they weren't going to let a few curs get in their way.

Out on her third patrol of the night, Beraal sat down heavily on the front steps of one of the houses and decided that she needed to wash for a bit. As her tongue loosened her silky fur, releasing some of the tension that had been knotting her insides, she found it easier to focus on the problem. It was like untangling a very complicated ball of thread—you had to find the ends and pull them out one by one.

Rasp, rasp, her tongue went smoothly back and forth across her coat. Scared cat called Mara. But if it was a battle veteran, why would it be scared? Because it was in a new—and therefore frightening?—place? She began to tease the tangles out of her fur. The young queen coughed slightly as she swallowed a knot of loosened dirt and fur—that probably meant a hairball in the morning. Well, it couldn't be helped.

Balancing on three paws, she spread one out carefully, and began tonguing the dirt out from between the claws. Was it with a new family? In a new house? Almost automatically, her tail curled around for easier reach, and she began to groom it absent-mindedly. The sendings had grown clearer each time, and so had that unsettling image of a small orange ball of fur, whatever that was. But it didn't make sense. Why would this powerful Sender crash into the wildings' neighbourhood and refuse to talk to them?

As the first glimmers of dawn came up, Beraal thought she knew what she had to do. She had to find a house that Bigfeet had just moved into. Then she had to find out if there were any large cats in the house. She flattened her ears slightly: Beraal didn't like the idea of going into a strange house inhabited by Bigfeet. But perhaps it was the best thing to do. And if she found the cat? And if it was the most powerful Sender any one of them had ever seen, and sensed she was there to kill it? Then she'd see, wouldn't she?

Beraal's first kill had been a cunning old bandicoot three times her size, when she was still in her fifth month. That was just the first of many victories. The queen had never failed to make her kill yet, and didn't think she would.

nine

~

GOD'S OWN STREET FOOD
PAMELA TIMMS

By January the sky was, at best, a soft grey marl but some days there was just a gradual shift from ebony to slate. Planes at Indira Gandhi International Airport were grounded by fog, lungs were attacked by a thick yellowish pall of smog and, as temperatures hovered near zero, many of the city's homeless people died on its freezing cold pavements.

But for food lovers, those very cold weeks in Old Delhi had some compensations. The markets were full of vibrant fruit and vegetables—spinach, mustard leaf, peas, beans and deep red 'desi' carrots; strawberries, citrus fruits and the brilliant bunched orange orbs of ras bhari (cape gooseberries) beaming at us. Winter also brought the new season's jaggery, and pushcarts groaned under tons of the freshly made rocky lumps of crystallized sugar-cane juice. At Ashok and Ashok I discovered that jaggery was served with their mutton korma during the winter months because it '[helped] the ghee go down' and wondered whether it might be time to check both my cholesterol and sugar levels. The arrival of the jaggery also meant that the chikki makers were out in force and, in a tiny lane off Gali Batashan, I discovered a whole row of shops selling nothing but the sticky discs studded with sesame, cashews, peanuts, even rose petals.

One of the great highlights of the winter is a heavenly milky dessert that makes a brief but unforgettable earthly appearance in the gullies of Old Delhi almost as soon as the last Diwali firecracker has fizzled. From then until Holi, the daulat ki chaat vendors wander through the bazaars, their snowy platters dazzling in the pale sunshine, as if a dozen small, perfectly formed clouds have dropped from the sky.

Daulat ki chaat (meaning 'snack of wealth') is probably Old Delhi's most surprising street food. Anyone expecting the punchy, spicy flavours usually suggested by the word 'chaat' will be disappointed. It resembles uncooked meringue and the taste is shocking in its subtlety, more molecular gastronomy than raunchy street food, a light foam that disappears instantly on the tongue, leaving behind the merest hint of sweetness, cream, saffron, sugar and nuts; tantalizing, almost not there. I've often wondered if daulat ki chaat is a preview of what might be on the menu should we make it as far as the pearly gates.

The means by which a pail of milk is transformed into the food of the gods, though, is the stuff of Old Delhi legend rather than of the food lab. First, so the story goes, milk and cream have to be whisked by hand before dawn (preferably under the light of a full moon) into a delicate froth, then left out on grass to set by the 'tears of shabnam' (morning dew)—but not too many, nor too few. At daybreak, the surface of the froth is touched with saffron and silver leaf and served with nuts and bura (unrefined sugar). Daulat ki chaat is only made in the coolest months because at the first ray of sunshine, it starts to collapse. It doesn't travel well either—to enjoy this very local speciality, a winter pilgrimage to the shady gullies of Old Delhi has to be made.

As with most legends, this one was proving impossible to verify. The origins of the dish are unclear but it has all the hallmarks of Mughal culinary splendour. Food writer Madhur Jaffrey remembers it as a breakfast treat from her childhood in Delhi in the 1930s and wrote about it in the 1970s:

> *Early in the morning an old lady in an immaculate ankle-length skirt and a well-starched white muslin bodice and head covering appeared at our gate. On her head she carried an enormous brass tray, and on the tray were* mutkainas, *partially baked red clay cups containing the frothy ambrosia. The recipe was—and always has been—a mystery. I remember cornering the lady in white at about age 11 and begging her to tell me how she made it, but she shook her head, saying, "Oh, child, I am the only woman left in the whole city of Delhi who can make this. I am so old and it is such hard work that I only go to all the trouble because your grandmother and I have known each other for so many years. How do I make it? It needs all the right conditions. First I take milk and add dried sea foam to it. Then I pour the mixture into clay cups. I have to climb up to the roof and leave the cups there overnight in the chill air. Now the most important ingredient is the dew. If there is no dew, the froth will not form. If there is too much dew, that is also bad. The dew you have to leave to the gods. In the early morning, if the froth is good, I sprinkle the cups with* khurchan *[milk that has been boiled until all the liquid has evaporated and the sweetened solids have peeled off in thin layers]. Then I sprinkle pistachio nuts over that.*
>
> *The lady in white is gone now, as is her recipe, but the taste of that cold* daulat-ki-chat *lingers still.**

The lady in white can rest in peace and Jaffrey herself might be

---

*Gourmet Magazine, 1974

surprised to know that there has been something of a Renaissance in the supply of angel food to the masses. As amazed bloggers and food writers have begun to rediscover the dish, there has been a renewed interest in this culinary treasure. Five years ago there were only a couple of daulat ki chaat carts in Old Delhi; now there are perhaps fifteen to twenty. Jaffrey should probably be more concerned about the fate of khurchan—there is just one shop left, Hazari Lal Jain Khurchan Wale, that sells these silky white 'scrapings', down at the Dariba Kalan end of Kinari Bazaar. If you visit early in the morning, before the wedding shoppers descend, you'll see Hazari Lal's men out on the street painstakingly reducing and scraping milk in giant cauldrons.

The preparation of daulat ki chaat is much more secretive. Like Jaffrey, for many daulat ki chaat seasons I had begged the vendors to tell me about their dish; every winter I tried, and failed, to persuade them to let me watch it being made. I had found an occasional mention of the dish in cookbooks, but with no historical context or explanation. I had never met anyone, even the most enthusiastic of cooks, who made it at home—perhaps the 'tears of dew' and 'sea foam' are just too difficult to source. I decided I couldn't let another winter pass without uncovering the mysteries of daulat ki chaat. I started pestering anyone I could think of to introduce me to daulat ki chaat wallahs and persuade one of them to show me the sweet being made. As in previous years, I made very little headway. There was, however, universal consensus on two things—that daulat ki chaat was now made in an unromantic machine in some grubby godown; and that no one would ever show me the process because they were adding God knows what to make it set. I ran into my guruji Rahul Verma at the Foreign Correspondents' Club one night and he wasn't encouraging. 'They'll never show you how it's made,' he declared definitively. 'They're almost certainly adding something to the milk to make it set and also they wouldn't want you to see the conditions in which they're operating.'

Then, during one of the Civil Lines brunches, 'Jalebi Wala' Abhishek Jain said he would be happy to help. I jumped at the offer even though it was issued with dire warnings. 'If you see that place where they make it you'll never eat it again,' he said. 'I don't think you'll be able to survive that place, it's very dirty.' But there were just a few weeks left of the daulat ki chaat season and the prospect of its mysteries remaining unsolved for another year was unbearable. The next day, Abhishek sent me a telephone number of a daulat ki chaat vendor, but when I called and spoke in my basic Hindi I was too easily fobbed off. Christmas came and went and we were plunged into the coldest days of the year and I knew my daulat ki chaat days were numbered. Throughout January, text messages were exchanged back and forth between Abhishek and I, mine increasingly desperate as the season neared its end.

By early February, when there were a few alarmingly warm and spring-like days, Abhishek must have felt under siege as I stepped up the pressure. Finally, he told me that he had asked the local police to get involved and promised to set up a meeting within a week. I didn't want to get anyone into trouble, I said. 'Madam, these people only get to be there because the cops allow them—hawking is not allowed. So I've already told one cop to find me the thing, where it is made.' A few more days passed and Abhishek told me that one daulat ki chaat vendor, Rakesh Kumar, was willing to show me his chaat being made but was demanding 5,000 rupees in exchange. Holi colours were already appearing in the markets, a sure sign of the imminent summer heat, and of the disappearance of daulat ki chaat makers, so in desperation, I quickly agreed. A final SMS instruction arrived—'Rakesh Kumar, 84 Ghanta, Sita Ram Bazaar, reach here by 4.30am tmrw mrng. Pay as u feel like. Don't worry he will help u.' I felt a rush of relief and excited anticipation that this could be the moment I would finally get to watch an Old Delhi dish being made.

At 3.30 a.m. the next morning, Mr Mishra, our security

guard, was curled up on the porch and I had to climb over him to get to the waiting taxi. One of our local taxi drivers, an old Sikh man named Mr Singh, had arrived to pick me up, probably assuming it was an airport or station run. When I said I was going into Old Delhi he looked perplexed and for a moment I thought he was going to refuse to take me. He started up the old Ambassador car, still looking as if he hoped I'd change my mind en route. We glided through the leafy deserted streets of Lutyens Delhi, the boulevards of power where the nation-shapers were all tucked up for the night.

Within fifteen minutes we had reached the Sri Digambar Jain Lal Mandir guarding the entrance to Chandni Chowk and although the daytime chaos of cars, rickshaws and carts was missing, I could see there was still plenty of activity on the dark streets. Sikhs were milling around the Gurudwara Sis Ganj Sahib and the streets were lined with haulage trucks being loaded with everything from saris, shoes and paper to grain, spices and kitchen equipment, at the start of long journeys all over India. A still-baffled Mr Singh announced that we'd arrived in Chandni Chowk in a tone suggesting that for the life of him he couldn't work out why I would want to be here. I told him we needed to go a bit further and directed him to the end of Chandni Chowk and on through Katra Bariyan and Lal Kuan. Hauz Qazi Chowk resembled a military checkpoint and we had to stop for me to tell police officers what I was doing. When I told them I had come to watch daulat ki chaat being made, they looked just as baffled as Mr Singh but eventually allowed us to proceed into Sitaram Bazaar.

Following Abhishek's instructions, towards the end of Sitaram Bazaar we stopped at a police box. A group of officers came over to the taxi and confirmed we were in the right place. But which of the many dingy doorways and alleys could lead to the daulat ki chaat headquarters? I dialled the number Abhishek had given me for Rakesh Kumar, expecting it to be switched off, but it was answered immediately by a man who said he was coming to fetch me. Seconds later, a nervous young man came scurrying out of an alleyway and I instantly recognized him from the daulat ki chaat stalls in Dariba Kalan. He quickly confirmed he was Babu Ram Kumar, younger brother of Rakesh, and as I followed him back into the gully I sensed the men in uniform behind me twiddling moustaches and scratching their heads.

The gully was a filthy dead end strewn with garbage and rubble, pitch dark and silent apart from a distant rhythmic sound. As we walked through a once-grand archway and into a small room, the sound grew louder and I was suddenly enveloped in the pungent smells of milk, last night's dinner and life being lived in a confined space. Inside, most of the room was taken up by a bed and a mattress on the floor, both packed with people sleeping. I couldn't see any faces but in one corner a long pigtail peeked out, in another there was the sound of a child coughing, a bare leg here, an arm there. Strung between two corners there was a rope weighed down by the family's shabby clothing: three pieces of a woman's faded yellow salwar kameez set, woollen baby clothes and well-worn men's work trousers. A single bare light bulb hung from a crumbling ceiling beam and bathed everything in grey. Dangling from hooks on the peeling walls, which may once have been blue, there were brooms, plastic carrier bags stuffed with dried-leaf plates, a giant grater with khoya stuck in its teeth, cooking pots and a lopsided clock. The floor was partially covered with old rice sacks and under the bed was a tub full of stainless steel plates and a basket containing leftover rotis. Next to it was a small stove, a blackened chai pan and a plastic tub of what I recognized as the khoya and sugar toppings for daulat ki chaat. All of the food was uncovered, an open invitation, I registered fleetingly, to any self-respecting rodent.

Then I noticed the milk pails and three large platters of gleaming white froth and suddenly I saw where the rhythmic sound was coming from. A young man with tousled hair and dressed in clothes he had obviously slept in was perched on a low stool tucked behind the door, tugging on two ropes as if trying to control a particularly unruly stallion. The ropes were attached to a giant churning stick in a large aluminium pot from which was emerging something that looked exactly like sea foam. The pot was set over an even larger basin filled with ice.

As the sleepers turned and stirred, moustaches, legs, ponytails moved. Then one of the men flung off his covers and threw out his legs. The zipper of his trousers was undone, revealing muddy brown-coloured underpants. Still sleeping soundly, his hand moved automatically towards the opening. Quickly, and probably hoping I hadn't noticed, Babu Ram turned and gave the man a kick before throwing the cover back over him.

'Chai?' asked Babu Ram, perhaps to distract me, and quickly busied himself at the stove. While he stirred the pan, he told me that his family had been making daulat ki chaat in Delhi for about a hundred years and that they make it the same way today as they always have. Every evening, thirty-five kilos of milk and fifteen kilos of cream are delivered from a dairy. The three brothers of the family get up at 3 a.m. and froth the milk until nine. He broke off now and then to dismantle the strings from the churning stick and scrape off the foam that had gathered and to lay it gently in a wide, shallow metal dish. From the already full platters, he drained off the milk that had gathered in the bottom back into the whisking tub. When he and his brother have whisked all the milk, he told me, they sleep for a couple of hours then go out into Old Delhi to sell the daulat ki chaat. The brothers work every day between Diwali and Holi, then return to their village in Uttar Pradesh to look after the family farm.

Demand for daulat ki chaat has grown in recent years, he said, and the Kumars now have five pitches including one at the busy Paranthe Wali Gali and two in Dariba Kalan, not far from the Old and Famous Jalebi Walas. When I asked if they were ever tempted to speed up the process by using electric mixers, he shook his head. Electric mixers, he said, just don't give the same results as hand churning.

I sat and watched the brothers at work for some time, lulled by the gentle sounds of the wordless, repetitive churning and scraping. My soporific state was interrupted when I got up to leave and Babu Ram reminded me about the payment. I handed over the 5,000 rupees and made my way back down the dark alley, relieved to find Mr Singh waiting at the end of it.

Later that day, after I'd taken a nap and my early morning adventure started to seem like a dream, I thought about Abhishek's warnings and wondered if my visit to the Kumars' dirty and disorganized workshop had taken away a little of the magic and mystery of daulat ki chaat or even put me off eating it forever. I'd certainly discovered that morning dew and moonlight aren't strictly necessary and if there is any magic involved it is administered by poor farmers from UP with tousled hair and threadbare clothes rather than by angels. But I was reassured that daulat ki chaat is still made in the traditional way, relying on cold nights, simple ingredients and hours of whisking by hand. And I know that every year there will always be a moment just after Diwali when there will be no more welcome sight than the daulat ki chaat wallahs' snowy platters lighting up Old Delhi's wintry lanes.

ten

~

BHABIJI'S HOUSE
RUSKIN BOND

(My neighbours in Rajouri Garden back in the 1960s were the Kamal family. This entry from my journal, which I wrote on one of my later visits, describes a typical day in that household.)

At first light there is a tremendous burst of birdsong from the guava tree in the little garden. Over a hundred sparrows wake up all at once and give tongue to whatever it is that sparrows have to say to each other at five o'clock on a foggy winter's morning in Delhi.

In the small house, people sleep on; that is, everyone except Bhabiji—Granny—the head of the lively Punjabi middle-class family with whom I nearly always stay when I am in Delhi.

She coughs, stirs, groans, grumbles and gets out of bed. The fire has to be lit, and food prepared for two of her sons to take to work. There is a daughter-in-law, Shobha, to help her; but the girl is not very bright at getting up in the morning. Actually, it is this way: Bhabiji wants to show up her daughter-in-law; so, no matter how hard Shobha tries to be up first, Bhabiji forestalls her. The old lady does not sleep well, anyway; her eyes are open long before the first sparrow chirps, and as soon as she sees her daughter-in-law stirring, she scrambles out of bed and hurries to the kitchen. This gives her the opportunity to say: 'What good is a daughter-in-law when I have to get up to prepare her husband's food?'

The truth is that Bhabiji does not like anyone else preparing her sons' food. She looks no older than when I first saw her ten years ago. She still has complete control over a large family and, with tremendous confidence and enthusiasm, presides over the lives of three sons, a daughter, two daughters-in-law and fourteen grandchildren. This is a joint family (there are not many left in a big city like Delhi), in which the sons and their families all live together as one unit under their mother's benevolent (and sometimes slightly malevolent) autocracy. Even when her husband was alive, Bhabiji dominated the household.

The eldest son, Shiv, has a separate kitchen, but his wife and children participate in all the family celebrations and quarrels. It is a small miracle how everyone (including myself when I visit) manages to fit into the house; and a stranger might be forgiven for wondering where everyone sleeps, for no beds are visible during the day. That is because the beds—light wooden frames with rough string across—are brought in only at night, and are taken out first thing in the morning and kept in the garden shed.

As Bhabiji lights the kitchen fire, the household begins to stir, and Shobha joins her mother-in-law in the kitchen. As a guest I am privileged and may get up last. But my bed soon becomes an island battered by waves of scurrying, shouting children, eager to bathe, dress, eat and find their school books. Before I can get up, someone brings me a tumbler of hot sweet tea. It is a brass tumbler and burns my fingers; I have yet to learn how to hold one properly. Punjabis like their tea with lots of milk and sugar—so much so that I often wonder why they bother to add any tea.

Ten years ago, 'bed tea' was unheard of in Bhabiji's house. Then, the first time I came to stay, Kamal, the youngest son, told Bhabiji: 'My friend is Angrez. He must have tea in bed.' He forgot to mention that I usually took my morning cup at seven; they gave it to me at five. I gulped it down and went to sleep again. Then, slowly, others in the household began indulging in morning cups of tea. Now everyone, including the older children, has 'bed tea'. They bless my English forebears for instituting the custom; I bless the Punjabis for perpetuating it.

Breakfast is by rota, in the kitchen. It is a tiny room and accommodates only four adults at a time. The children have eaten first; but the smallest children, Shobha's toddlers, keep coming in and climbing over us. Says Bhabiji of the youngest and most mischievous: 'He lives only because God keeps a special eye on him.'

Kamal, his elder brother Arun and I sit cross-legged and barefooted on the floor while Bhabiji serves us hot parathas stuffed with potatoes and onions, along with omelettes, an excellent dish. Arun then goes to work on his scooter, while Kamal catches a bus for the city, where he attends an art college. After they have gone, Bhabiji and Shobha have their breakfast.

By nine o'clock everyone who is still in the house is busy doing something. Shobha is washing clothes. Bhabiji has settled down on a cot with a huge pile of spinach, which she methodically cleans and chops up. Madhu, her fourteen-year-old granddaughter, who attends school only in the afternoons, is washing down the sitting-room floor. Madhu's mother is a teacher in a primary school in Delhi, and earns a pittance of ₹150 a month. Her husband went to England ten years ago, and never returned; he does not send any money home.

Madhu is made attractive by the gravity of her countenance. She is always thoughtful, reflective; seldom speaks, smiles rarely (but looks very pretty when she does). I wonder what she thinks about as she scrubs floors, prepares meals with Bhabiji, washes dishes and even finds a few hard-pressed moments for her school work. She is the Cinderella of the house. Not that she has to put up with anything like a cruel stepmother. Madhu is Bhabiji's favourite. She has made herself so useful that she is above all reproach. Apart from that, there is a certain measure of aloofness about her—she does not get involved in domestic squabbles—and this is foreign to a household in which everyone has something to say for himself or herself. Her two young brothers are constantly being reprimanded; but no one says anything to Madhu. Only yesterday morning, when clothes were being washed and Madhu was scrubbing the floor, the following dialogue took place.

Madhu's mother (picking up a school book left in the courtyard): 'Where's that boy Popat? See how careless he is with his books! Popat! He's run off. Just wait till he gets back. I'll give him a good beating.'

Vinod's mother: 'It's not Popat's book. It's Vinod's. Where's Vinod?'

Vinod (grumpily): 'It's Madhu's book.'

Silence for a minute or two. Madhu continues scrubbing the floor; she does not bother to look up. Vinod picks up the book and takes it indoors. The women return to their chores.

Manju, daughter of Shiv and sister of Vinod, is averse to housework and, as a result, is always being scolded—by her parents, grandmother, uncles and aunts.

Now, she is engaged in the unwelcome chore of sweeping the front yard. She does this with a sulky look, ignoring my cheerful remarks. I have been sitting under the guava tree, but Manju soon sweeps me away from this spot. She creates a drifting cloud of dust, and seems satisfied only when the dust settles on the clothes that have just been hung up to dry. Manju is a sensuous creature and, like most sensuous people, is lazy by nature. She does not like sweeping because the boy next door can see her at it, and she wants to appear before him in a more glamorous light. Her first action every morning is to turn to the cinema advertisements in the newspaper. Bombay's movie moguls cater for girls like Manju who long to be tragic heroines. Life is so very dull for middle-class teenagers in Delhi that it is only natural that they should lean so heavily on escapist entertainment. Every residential area has a cinema. But there is not a single bookshop in this particular suburb, although it has a population of over 20,000 literate people. Few children read books; but they are adept at swotting up examination 'guides'; and students of, say, Hardy or Dickens read the guides and not the novels.

Bhabiji is now grinding onions and chillies in a mortar. Her eyes are watering but she is in a good mood. Shobha sits quietly in the kitchen. A little while ago she was complaining to me of a backache. I am the only one who lends a sympathetic ear to complaints of aches and pains. But since last night, my sympathies have been under severe strain. When I got into bed at about ten o'clock, I found the sheets wet. Apparently Shobha had put her baby to sleep in my bed during the afternoon.

While the housework is still in progress, cousin Kishore arrives. He is an itinerant musician who makes a living by arranging performances at marriages. He visits Bhabiji's house frequently and at odd hours, often a little tipsy, always brimming over with goodwill and grandiose plans for the future. It was once his ambition to be a film producer, and some years back he lost a lot of Bhabiji's money in producing a film that was never completed. He still talks of finishing it.

'Brother,' he says, taking me into his confidence for the hundredth time, 'do you know anyone who has a movie camera?'

'No,' I say, knowing only too well how these admissions can lead me into a morass of complicated manoeuvres. But Kishore is not easily put off, especially when he has been fortified with country liquor.

'But you *knew* someone with a movie camera?' he asks.

'That was long ago.'

'How long ago?' (I have got him going now.)

'About five years back.'

'Only five years? Find him, find him!'

'It's no use. He doesn't have the movie camera any more. He sold it.'

'Sold it!' Kishore looks at me as though I have done him an injury. 'But why didn't you buy it? All we need is a movie camera, and our fortune is made. I will produce the film, I will direct it, I will write the music. Two in one, Charlie Chaplin and Raj Kapoor. Why didn't you buy the camera?'

'Because I didn't have the money.'

'But we could have borrowed the money.'

'If you are in a position to borrow money, you can go out and buy another movie camera.'

'We could have borrowed the camera. Do you know anyone else who has one?'

'Not a soul.' I am firm this time; I will not be led into another maze.

'Very sad, very sad,' mutters Kishore. And with a dejected, hangdog expression designed to make me feel that I am responsible for all his failures, he moves off.

Bhabiji had expressed some annoyance at his arrival, but he softens her up by leaving behind an invitation to a marriage party this evening. No one in the house knows the bride's or bridegroom's family, but that does not matter; knowing one of the musicians is just as good. Almost everyone will go.

While Bhabiji, Shobha and Madhu are preparing lunch, Bhabiji engages in one of her favourite subjects of conversation, Kamal's marriage, which she hopes she will be able to arrange in the near future. She freely acknowledges that she made grave blunders in selecting wives for her other sons—this is meant to be heard by Shobha—and promises not to repeat her mistakes. According to Bhabiji, Kamal's bride should be both educated and domesticated; and of course she must be fair.

'What if he likes a dark girl?' I ask teasingly.

Bhabiji looks horrified. 'He cannot marry a dark girl,' she declares.

'But dark girls are beautiful,' I tell her.

'Impossible!'

'Do you want him to marry a European girl?'

'No foreigners! I know them, they'll take my son away. He shall have a good Punjabi girl, with a complexion the colour of wheat.'

Noon. The shadows shift and cross the road. I sit beneath the guava tree and watch the women at work. They will not let me do anything, but they like talking to me and they love to hear my broken Punjabi. Sparrows flit about at their feet, snapping up the grain that runs away from their busy fingers. A crow looks speculatively at the empty kitchen, sidles towards the open door; but Bhabiji has only to glance up and the experienced crow flies away. He knows he will not be able to make off with anything from this house.

One by one the children come home, demanding food. Now it is Madhu's turn to go to school. Her younger brother Popat, an intelligent but undersized boy of thirteen, appears in the doorway and asks for lunch.

'Be off!' says Bhabiji. 'It isn't ready yet.'

Actually the food is ready and only the chapattis remain to be made. Shobha will attend to them. Bhabiji lies down on her cot in the sun, complaining of a pain in her back and ringing noises in her ears.

'I'll press your back,' says Popat. He has been out of Bhabiji's favour lately, and is looking for an opportunity to be rehabilitated.

Barefooted he stands on Bhabiji's back and treads her weary flesh and bones with a gentle walking-in-one-spot movement. Bhabiji grunts with relief. Every day she has new pains in new places. Her age, and the daily business of feeding the family and running everyone's affairs, are beginning to tell on her. But she would sooner die than give up her position of dominance in the house. Her working sons still hand over their pay to her, and she dispenses the money as she sees fit.

The pummelling she gets from Popat puts her in a better mood, and she holds forth on another favourite subject, the respective merits of various dowries. Shiv's wife (according to Bhabiji) brought nothing with her but a string cot; Kishore's wife brought only a sharp and clever tongue; Shobha brought a wonderful steel cupboard, fully expecting that it would do all the housework for her.

This last observation upsets Shobha, and a little later I find her under the guava tree, weeping profusely. I give her the comforting words she obviously expects; but it is her husband Arun who will have to bear the brunt of her outraged feelings when he comes home this evening. He is rather nervous of his wife. Last night he wanted to eat out, at a restaurant, but did not want to be accused of wasting money; so he stuffed fifteen rupees into my pocket and asked me to invite both him and Shobha to dinner, which I did.

We had a good dinner. Such unexpected hospitality on my part has further improved my standing with Shobha. Now, in spite of other chores, she sees that I get cups of tea and coffee at odd hours of the day.

Bhabiji knows Arun is soft with his wife, and taunts him about it. She was saying this morning that whenever there is any work to be done Shobha retires to bed with a headache (partly true). She says even Manju does more housework (not true). Bhabiji has certain talents as an actress, and does a good take-off of Shobha sulking and grumbling at having too much to do.

While Bhabiji talks, Popat sneaks off and goes for a ride on the bicycle. It is a very old bicycle and is constantly undergoing repairs. 'The soul has gone out of it,' says Vinod philosophically and makes his way on to the roof, where he keeps a store of pornographic literature. Up there, he cannot be seen and cannot be remembered, and so avoids being sent out on errands.

One of the boys is bathing at the hand-pump. Manju, who should have gone to school with Madhu, is stretched out on a cot, complaining of fever. But she will be up in time to attend the marriage party...

Towards evening, as the birds return to roost in the guava tree, their chatter is challenged by the tumult of people in the house getting ready for the marriage party.

Manju presses her tight pyjamas but neglects to darn them. She wears a loose-fitting, diaphanous shirt. She keeps flitting in and out of the front room so that I can admire the way she glitters. Shobha has used too much powder and lipstick in an effort to look like the femme fatale which she indubitably is not. Shiv's more conservative wife floats around in loose, old-fashioned pyjamas. Bhabiji is sober and austere in a white sari. Madhu looks neat. The men wear their suits.

Popat is holding up a mirror for his Uncle Kishore, who is combing his long hair. (Kishore kept his hair long, like a court musician at the time of Akbar, before the hippies had been heard of.) He is nodding benevolently, having fortified himself from a bottle labelled 'Som Ras' ('Nectar of the Gods'), obtained cheaply from an illicit still.

Kishore: 'Don't shake the mirror, boy!'

Popat: 'Uncle, it's your head that's shaking.'

Shobha is happy. She loves going out, especially to marriages, and she always takes her two small boys with her, although they invariably spoil the carpets.

Only Kamal, Popat and I remain behind. I have had more than my share of marriage parties.

The house is strangely quiet. It does not seem so small now, with only three people left in it. The kitchen has been locked (Bhabiji will not leave it open while Popat is still in the house), so we visit the dhaba, the wayside restaurant near the main road, and this time I pay the bill with my own money. We have kababs and chicken curry.

Yesterday Kamal and I took our lunch on the grass of the Buddha Jayanti Gardens (Buddha's Birthday Gardens). There was no college for Kamal, as the majority of Delhi's students had hijacked a number of corporation buses and headed for the Pakistan High Commission, with every intention of levelling it to the ground if possible, as a protest against the hijacking of an Indian plane from Srinagar to Lahore. The students were met by the Delhi police in full strength, and a pitched battle took place, in which stones from the students and tear gas shells from the police were the favoured missiles. There were two shells fired every minute, according to a newspaper report. And this went on all day. A number of students and policemen were injured, but by some miracle no one was killed. The police held their ground, and the Pakistan High Commission remained inviolate. But the Australian High Commission, situated to the rear of the student brigade, received most of the tear gas shells, and had to close down for the day.

Kamal and I attended the siege for about an hour, before retiring to the Gardens with our ham sandwiches. A couple of friendly squirrels came up to investigate, and were soon taking bread from our hands. We could hear the chanting of the students in the distance. I lay back on the grass and opened my copy of *Barchester Towers*. Whenever life in Delhi, or in Bhabiji's house (or anywhere, for that matter), becomes too tumultuous, I turn to Trollope. Nothing could be further removed from the turmoil of our times than an English cathedral town in the nineteenth century. But I think Jane Austen would have appreciated life in Bhabiji's house.

By ten o'clock, everyone is back from the marriage. (They had gone for the feast, and not for the ceremonies, which continue into the early hours of the morning.) Shobha is full of praise for the bridegroom's good looks and fair complexion. She describes him as being 'gora-chitta'—very white! She does not have a high opinion of the bride.

Shiv, in a happy and reflective mood, extols the qualities of his own wife, referring to her as The Barrel. He tells us how, shortly after their marriage, she had threatened to throw a brick at the next-door girl. This little incident remains fresh in Shiv's mind, after eighteen years of marriage.

He says: 'When the neighbours came and complained, I told them, "It is quite possible that my wife will throw a brick at your daughter. She is in the habit of throwing bricks." The neighbours held their peace.'

I think Shiv is rather proud of his wife's militancy when it comes to taking on neighbours; recently she vanquished the woman next door (a formidable Sikh lady) after a verbal battle that lasted three hours. But in arguments or quarrels with Bhabiji, Shiv's wife always loses, because Shiv takes his mother's side. Arun, on the other hand, is afraid of both wife and mother, and simply makes himself scarce when a quarrel develops. Or he tells his mother she is right, and then, to placate Shobha, takes her to the pictures.

Kishore turns up just as everyone is about to go to bed. Bhabiji is annoyed at first, because he has been drinking too much; but when he produces a bunch of cinema tickets, she is mollified and asks him to stay the night. Not even Bhabiji likes missing a new picture.

Kishore is urging me to write his life story.

'Your life would make a most interesting story,' I tell him. 'But it will be interesting only if I put in everything—your successes *and* your failures.'

'No, no, only successes,' exhorts Kishore. 'I want you to describe me as a popular music director.'

'But you have yet to become popular.'

'I will be popular if you write about me.'

Fortunately we are interrupted by the cots being brought in. Then Bhabiji and Shiv go into a huddle, discussing plans for building an extra room. After all, Kamal may be married soon.

Bhabiji's House

One by one, the children get under their quilts. Popat starts massaging Bhabiji's back. She gives him her favourite blessing: 'God protect you and give you lots of children.' If God listens to all Bhabiji's prayers and blessings, there will never be a fall in the population.

The lights are off and Bhabiji settles down for the night. She is almost asleep when a small voice pipes up: 'Bhabiji, tell us a story.'

At first Bhabiji pretends not to hear; then, when the request is repeated, she says: 'You'll keep Aunty Shobha awake, and then she'll have an excuse for getting up late in the morning.' But the children know Bhabiji's one great weakness, and they renew their demand.

'Your grandmother is tired,' says Arun. 'Let her sleep.'

But Bhabiji's eyes are open. Her mind is going back over the crowded years, and she remembers something very interesting that happened when her younger brother's wife's sister married the eldest son of her third cousin...

Before long, the children are asleep, and I am wondering if I will ever sleep, for Bhabiji's voice drones on, into the darker reaches of the night.

eleven

~

A BAD CHARACTER
DEEPTI KAPOOR

Descending into the city, driving at its heart. He takes me into Paharganj, that ink blot on the consciousness of Delhi, the spot on the map obscuring it black. One of those places good Delhiites don't go, a ghetto of backpacker foreigners and dirty liars, conmen, beggars, cheats, a place of drugs, a place of adventure, a Disneyland of white skin, vacancy taped across the eyes, foreigners like film-set refugees waiting to be airlifted, and those who make a living off of them, of their need and their fear, waiting for the new arrivals, picking out the weak from the strong.

This place in April, the touts and crooks, the toilet paper on sale. Israelis, Japanese, Germans, English, not many Americans, one or two with tousled, floppy hair and chinos, clutching guidebooks. And the Japanese boy whose face is on the wall of every guest house and cafe—missing eight months, last seen in Manali, presumed dead.

He knew this place well; he guided me through the alleys with ease. He took me to see a friend of his who is frozen in my mind even now. Franklin John.

Perhaps it is because of the photograph. We had a camera with us that day, he carried his Pentax and took a picture of Franklin and it came out all blurred on black-and-white film, but somehow that suited him, it matched his face. Taken in the smeared room in the backstreets, junked to his eyeballs, full of grace. The patron saint of Paharganj.

∽

We are walking away from the main bazaar, he knows where he's going, he cuts in and out of the alleyways until he reaches a guest house full of travellers, climbs the stairs inside and raps on a door.

In the photograph of Franklin his face is obscured, his body too, though its outline says enough. It holds the spectre of his muscles, their graphite blur. Though wasted away, they are still enough to kill a man.

    He was in motion the moment the photo was shot, talking at us until the needle hit the vein. He moved around the room in anticipation of it the way a boxer moves around the ring, his mouth the jab, the needle the knockout punch. In his fifties, a body of hardship and experience, an Irishman from Galway, with a history of junk as long as his arm. His hair is cropped close to his head, a Caesar cut for a backstreet emperor. His eyes are blue. They fix on you, they don't shy away. He could be dead now too, I'll never know.

I see him frozen in this photo and then I see him in the flesh with the needle in his hand full of the heroin he's bought from the Kashmiris downstairs. It's shit, he says. He talks about the good stuff, the opium in Pushkar, the junk in Amritsar. He knows India in a way I never will, a country that doesn't exist for me. There's the malarial buzz in the corridor, the underwater echo of sounds, the drone of fans, the faint strumming of guitars in other rooms. Check the door is locked shut. I watch him hold the lighter to the spoon, his bare feet collecting dust. There is so much care to his preparation, it's just like puja.

He finds the vein, presses the syringe into his skin, his eyes glaze over into glorious death. Then he's crouched in the cold shower, naked aside from his underwear, I see him through the open door. Afterwards he crawls, pulls some trousers on, drags himself under the bed and bends into a ball, mumbling to himself for an hour like an old man. There are four other people in the room, two Israelis, a Dane and an Englishman, all stoned out of their minds, just back from a trip to the mountains. I'm introduced as his friend but they don't care. They'll forgive anything, they don't know what's going on. They pass the chillum around invoking Shiva. He takes it and inhales harder than everyone.

∫

He asked about Aunty all the time, about my mother and father, even Uncle. He was fascinated by them all, he wanted to get to the heart of them. He listened, rapt at my reports of the dinner table, at my memories of childhood, he laughed at their ideas, nodded lovingly at my life. He said everyone was afraid, because they couldn't see any more. But you don't owe them anything. Why do you cling so hard?

∫

Then one day, instead of driving, he asks if I'd like to see his apartment. He says the renovations are almost done, that it only needs painting and he can unpack and settle in. Would I like to see it? I say I would.

His apartment is like no place I've seen. Cut off from Delhi, cut off from the earth, turned into a kind of maze, then sealed. Terracotta and black granite floors. There are empty spaces cut into the inside walls, they look out into the central hallway so fragments of every room can be viewed, so nothing is private inside.

He says he designed it himself. As if it were a bunker at the end of the world.

He walks me around: bedroom, hallway, kitchen, living room, balcony, one looking into the next. It's only in the bathroom at the rear where the original home remains untouched, old, charming, possessed by the clank of pipes, with the big pale light that streams through the frosted glass. In here you can feel the heat and light of Delhi.

We sit out on his balcony for an hour in the morning sun, among the boxes of his life that are waiting to be unpacked. The balcony is surrounded by a high bamboo fence with creeping plants all around, so you can only see the sky. Without friends, without family, without servants. He says you can walk around naked if you wanted, no one would ever know.

∽

A few days later we're driving from CP around India Gate. I am holding an empty Coke can between my legs. He looks at it and says, Can I get that for you? Can I throw it away? And I say, No, it's okay. I like something between my legs.

Pointedly. A calculated phrase. He looks at me.

This is all it takes.

⌁

All the marriage meetings I ever had ended in the same rejection. What they never understood was that I had rejected them long before they saw my face.

The first boy was from a middle-class family much like my own. He had a steady job as an engineer. Aspirational, shining with belief, with the ambition to go to the States himself. He had learned his role by rote. We met in the Defence Colony Barista in the March of my first Delhi year. I had no car then. Aunty escorted me, waiting in the back seat like a pimp while her driver ate chaat in the market outside. She made me wear a kurta and jeans, to be both modern and traditional at once.

He was already waiting for me inside. He had his laptop open at the low table. I recognized him from the photo in the resume that had been sent, that had just been thrust beneath my nose, and he looked up and recognized me in turn. Aunty had sent a photograph of me, taken at a studio set up at one of the wedding functions we'd attended. In a sari, a little tipsy, in the glare of the artificial light, with a posed, enforced smile, the photo stripped me of my life.

I remember very clearly the pen he kept in the top pocket of his shirt, also the new glasses he wore. They were designer, he proudly said. But his face I don't recall, his was like the million others I saw. He was simply his glasses and his pen and the starched white shirt. He talked to me from the start about the importance of family, about his mother, what his mother thought about things. My mother says, he said many times, and he listed what they looked for in a girl. I sat across from him silent, sullen, angry with myself because I had agreed to be there at all. He said he wanted a girl who was homely, respectful, but educated of course, able to have her own opinions. But she must be respectful to his mother above all else. They must get on or there'd be no point. I felt quite sick at the mechanics of it. But Aunty had told me again and again, Marriage is not about love, when will you understand this? Love is a luxury that doesn't exist in the real world.

I asked him drily if it wouldn't be better for me to meet his mother alone. Without a flicker of understanding he said no.

When it came it was one of those polite rejections, where his mother tells Aunty that he's found someone else absolutely perfect that very same day, what timing, what coincidence. What to do? Aunty smiles, What to do. But she's kicking herself. What did you say? You don't know how to talk to people, to show yourself in the best light, you don't stand up straight, you don't smile.

The next boy was from a south Delhi business family, the only son and heir, twenty-six years old. We met in another coffee shop, all around us you could spy these marriage meetings taking place. This boy was more arrogant, wealthy, dressed in a designer shirt, he wore his fat with pride, was well groomed, his pouting lips protruding from his face, his eyes heavy lidded, stirring his tea very slow. Well-manicured fingers perched on the table like exotic birds. There was something in his manner that spoke of cruelty to me. He talked at length, about his Hyundai, his plan to replace it with a Mercedes before the year was out. And all the while he eyed me with a measure of disdain. Why he ever agreed to meet me in the first place I'll never know. But Aunty was punching above her weight, saying, Nothing succeeds like success.

We make love on the first of May, Labour Day. A day for the workers.

His apartment is being painted, it's full of them but he sends them home, tries to explain the concept of it as he does, this day to honour the working people of the world, but it's lost on them completely, everything about it is lost. They down tools and go anyway.

He says, Go home, get drunk, make love to your wives. They look at me as they go.

He waited until they arrived to tell them they were free, until they'd begun to work, to make it worthwhile, to see their reaction. Because theatre was important. But we'd planned this. I'd told him I wanted to know what it was like, I was ready, I wanted it to be him.

∫

We've been drinking since the workers left. Drinking to remove the awkwardness in me.

Most of the other rooms have been finished, already painted in purple, black, red or ink-blue. But in the bedroom the walls are still white.

Everything smells of paint in here. The smell catches in my nostrils, the back of my throat. The AC is on high. Outside it's approaching forty degrees. Beating the earth.

In the kitchen the fridge is well stocked: water, juice, soft drinks, a crate of beer. Several bottles of good whisky in the cupboard. There are cold cuts in the fridge, from the charcuterie in Vasant Vihar, bresaola, serrano, chorizo. He teaches me how to say these words, how to say charcuterie, from the French, obsolete: *char* for flesh, *cuite* for cooked, cooked flesh, flesh that is cooked, which we eat.

He pours a glass of whisky for me, Caol Ila. Teaches me to say that too, tapping the tip of the tongue to the roof of the mouth, mixing it with some drops of clean water, saying, This is the way. In the dhabas the whisky's dirty, you drink it with Coke, with soda, but not this. He rolls it around the glass. It coats the side and falls, like amber for fossils. Smell it, he says, close your eyes. And he raises the glass to my nose. It smells of earth and sea and salt, Bombay without the heat, in the glint of stars and mud and leaves, in woodsmoke sluiced through rain. Now taste it. I take the glass from his hands, bring it up to my lips. It burns as it touches them. He kisses it back from me and delicately, with his hands on my hips, presses himself against me. I feel the hardness of him. I bring the glass up, fill my mouth, kiss him back again. He looks up, almost surprised, like a boy.

Now wait. In the empty bedroom he smokes a cigarette, and I make up the bare mattress with a fresh white sheet. Wait. Now I'm standing before him taking off my clothes, covering myself with my arms.

Wait. He's lowering me down on to my knees, I'm breathing him in, and on my back he's looming over me, with his enormous eyes, like the statue of a dictator waiting to fall.

When it happens it hurts.

And then it doesn't hurt. Pain slips away into the distance of a blizzard, and beyond all that, with eyes closed, chest cracked open, ribcage pulled apart, my heart fills up with the driving snow.

I didn't know what to do afterwards. I lay there still as a corpse in the mortuary sheets, a vacancy of limbs, not daring to move in case it marked an end, but he was a part of me, his ugliness, his black skin. I held it all. Falling in and out of sleep with a pin drop of pain somewhere else.

He's in the bathroom now. He's come back with a cigarette and he's lying next to me. He's hard again. He puts the cigarette to my lips, holds my eyes, opens my legs, with his hand guides himself in.

∽

Seeming to wake from nowhere suddenly, from the cold. I ask for a blanket. Instead he switches off the AC.

Little by little Delhi encroaches. You can hear it. You can see the thin sliver of sunlight on the frame of the window, fading to dusk. Slowly you make out the noise of children laughing and playing in the lane behind, pans being washed there and traffic beyond.

The bathroom has retained the day's heat. The air is so thick in here you can swim in it. In the shower we stand and he washes me, his body behind mine, his hand on my belly where my heart beats, he brings it down, puts one hand around my throat, one inside. I move away, I sit at the side to watch him. There's muscle around his bones, not a shred of fat on him, and there are scars across his back that I see. We go back into the room to sleep.

∽

When I wake again it is night, the room has been filled with it, the headlights of cars shift along the fabric of the curtain, rise up the wall and are gone. The whisky bottle is half-empty. He's not here with me.

I find him in the dark of the balcony, crouching naked, one hand against the bamboo, his head tilted, listening. He turns towards me, puts his finger to his lips.

Shhh, he says. Listen.

In the dargah of Nizamuddin the qawwalis are playing. Do you hear them? Let's go before it's too late.

His same sense of theatre demands we wear the right clothes. He unlocks a cupboard inside, tells me to look through it, pick out something to wear. It's full of discarded items, from family, cousins, his mother, old girlfriends maybe. His parents lived here before, left many things behind. I find a salwar-kameez, he takes out a long white kurta for himself from his own wardrobe, and in it he becomes dignified, sober, seeming older. And me, I watch myself in the mirror, covering my head with the dupatta, wrapping it around my forehead, behind my ears, around my neck, to frame my face, and I become Persian, dark-eyed, pious, transformed.

We laugh in the mirror and he holds me, touches my face, tucks my hair away.

He sits to crumble charas into a mixing bowl. I watch in fascination. Do you want to try? You'll like it, he says. He says it comes from the mountains, a deep rich scent from Parvati Valley, he'll take me there one day. Here, smell it. He holds it to my nose. Then I watch as he heats it, crumbles it in the bowl, burns the cigarette, adds the tobacco, mixes it reverently, rolls. Lights it, praises Shiva, takes a long drag and hands it over to me. He says to take it all the way in, down to the base of the lungs, hold it there as long as I can.

We left the apartment that night and walked along the streets, walking without touching. Through Nizamuddin in the heat to the dargah, from the smart, clipped neighbourhood into the Muslim streets, where bearded men gathered in white and goats were tethered to butchers' shops. Left at the mosque, down the passageway, the night brighter than the day, eerie in its calligraphic pharmacy, in Urdu glowing green and gold, trimmed by the desert and the certainty of God. Men stood in their shops behind counters, beside TVs showing preachers delivering sermons, voices droning out of loudspeakers, the flutter of rose petals, a butcher's knife.

The crowds were swirling in the narrowing alleyway, the walls closing in at the sides, canopied with cloth, drawing us down lower, almost underground, as if we were being sucked downriver to a grotto. So many bodies there that we were almost lost. He grabbed my hand to keep me close. The threshold of the dargah appeared, medieval. We crossed over.

It is said that the dargah is not only a place on earth, it is also a rupture in space and time, a portal through which the saint can enter this world.

We remove the chappals from our feet, add them to the rising pile. Bump against the mass of bodies, step on the black-and-white marble that like a riverbed has been worn down, smoothed by centuries of pilgrims' feet, its corners like melted wax. Red petals fleck the ground, fluttering on to graves.

Inside, the river of people dissipates; it finds new currents, reaches up into the sky. Pilgrims slow down, scatter, form groups, they find corners for themselves, as if striking camp.

The eight players of the qawwali are sitting in the inner courtyard before the shrine, sitting in two banks of four, lining one side of a rectangle. Devotees and onlookers form the two long edges, thirty or forty of them now, their numbers increasing all the time. Everyone faces inwards to the centre they have made, a void and a well in the middle of the bodies in which the song is amplified. It has been going for an hour now.

The tabla and dholak inducing a trance.

The harmonium guiding the leader's voice.

Handclaps locking the rhythm inside.

The leader is gnomic, bold and erect, his beard hangs down his chest in a point, his eyes crinkle above it in a smile. And his voice, it undulates within the scaffold of his throat, rising to a pure note with his hand held high.

Hypnotized, forgetting ourselves, we take a place at the back of one side, enclosed in the heat, standing at the back of the crowd. We crane our necks to see. At the front they are seated, swaying, hijras among them, their painted eyes rolling around their heads.

In space, beyond the sun and moon, in the depthless universe where the stars can't be seen, there is the saint.

The music grows faster, wilder, careening towards rupture, the crowd grows so that we are pressed against one another by those around, but I can feel him, feel his body next to mine, his hand around my own. As the rhythm builds we are pushed forward until we emerge somehow at the front of the standing group. Here we remain poised on the edge.

We begin to forget ourselves, who we are, our daily lives, for half an hour we remain like this.

Then a miracle happens.

The leader in full song looks up at me, looks me in the eyes, and in the middle of his plaintive cry motions with his hand for us to sit at the front of the crowd.

The crowd parted, it did, the people smiled and moved aside, hands steadied our path, faces beamed at us, bodies rocked themselves possessed.

And now I sat at the front on my heels, fists on knees in the desert heat with the hot wind of Delhi that scours our skin, with faces etched in the rhythm and bound in the love of the saint, my entire being a percussive beat, and even he who has given me this is gone.

I am disappeared. On a plateau of rock, burst into flames.

I fall into a trance. I lose myself. How long I remain like this I can't say, but it feels like hours have passed when I open my eyes. People are looking and smiling. For as long as the music plays the world is mine.

twelve

~

DEATH OF A PROOFREADER
SIDDHARTH CHOWDHURY

At the funeral of Samuel Aldington Macauley Crown, in the old Paharganj cemetery, six people besides the priest of St James' Church were present by his graveside. His wife Joyce Crown, in a pale yellow and green cotton sari; his boss the redoubtable Jehangir 'George' Tekari sweating prodigiously in a khaki-coloured seersucker suit, a light-blue Oxford shirt and black tie; his young colleague Hriday Thakur in black jeans, thick-soled Kolhapuri chappals and a white khadi kurta; Roshan Lal, the neighbourhood beggar; Imogen Burns, a young Scottish historian from Edinburgh working on colonial era cemeteries in north India, who had wandered in by chance; and Dudley Brown, long-time friend and pianist at the Maypole Club, in black trousers and white shirt, with the sleeves half rolled.

If S.A.M. Crown had lived a little longer, say for a couple of years more, he would surely have worked on Imogen's book, because for the past quarter century or so, by his own admission no less, Crown was the best proofreader in all of Ansari Road.

Ansari Road, Daryaganj, as you would know, is the book district of New Delhi and all of India by association. All the major publishers or their distributors have their offices here. Flanked on one side by an old historic wall of the Delhi Gate through which the British entered in 1858 to reclaim the besieged old town and on the other by the Ring Road and the Rajghat and Shantivan bus stops, on most mornings between eight and nine you can see a myriad editors, proofreaders and book salesmen who ply their trade on that street make their way to the various publishing houses. Oxford, Macmillan, UBS, Rupa, Cambridge, Manohar, Tangent, Proscenium and hundreds of others.

Samuel Crown was born just before India got independence, at the railway hospital in Mughalsarai to an Anglo-Indian father who was an engine driver and a Bihari Protestant mother from Bettiah. His great grandfather had been a printer from Stirling in Scotland, who ran a small print shop near the Allahabad High Court in the post-Mutiny years. He had married a Pathan widow, whose husband had been killed at the siege on the Lucknow Residency in 1857. By the time of Samuel Crown, who was very dark and of short stature, the vestige of Scottish inheritance that remained locked in his DNA was his intense love of whisky. He would imbibe copious amounts each night before staggering off to have his dinner at one of the many street-side eateries around the Paharganj railway station. That night, the Christmas Eve of 1998, he had decided to grace the august precincts of Yadavji Litti Centre and have their fabled Patna Large. Four pieces of litties (two of which he would pass on to the beggar Roshan Lal, an old acquaintance and a habitué of the pavements), two pieces of mutton in a fiery red curry and brinjal and potato chokha. It would be here on that fateful night that Hriday Thakur would first meet Crown, intrigued by the sight of a fifty-something gentleman, wearing a blue travel blazer with gold buttons, steel-grey-immaculately-pressed-worsted trousers and dark tan brogues, reading a Penguin paperback of *A Tale of Two Cities* and eating litti-chokha, seated on a black wooden bench with a beggar wrapped in a patched multi-coloured Indian Railways blanket for company. A long, thin black umbrella with a curved handle was propped against the table. There had been rains.

Hriday Thakur was then at a low point in his life. He was in his early twenties, a Bengali-speaking Bihari from Patna, who had abandoned his M.Phil in Shakespeare Studies from Delhi University midway and was now trying to write a novel. An ambition he had nursed assiduously from childhood. He had also, the night he met Crown, just been fired from his first job. The position had been that of a subeditor with a lifestyle magazine called *Touch*, which was published from a couple of rooms near Shivaji Stadium. His mandate had been to write soft-porn short stories and he felt he was doing quite well until that afternoon when he was tragically let go. To celebrate the debacle he had imbibed a good amount of whisky that evening and was now ravenous. As a thunderclap exploded over Paharganj, Hriday hailed Yadav at the counter and ordered a Patna Large.

'Dear boy, is that a genuine Harris Tweed jacket that you are wearing or is it only my old Scottish eyes playing tricks on the native plains?' Crown bellowed across the table unnecessarily, as Hriday took his seat alongside Roshan Lal.

'It is Harris Tweed all right, dear sir. You can still smell the Outer Hebrides on its weave when it rains, even though it is over fifty years old,' Hriday Thakur bellowed back, affecting an impromptu Connery brogue.

'I do not want to smell you, dear boy, as I am not a devotee of the metre gauge but I will take your word that it is a Harris Tweed. Certainly looks the same. Do you know the Scots used to wear it to battle?'

'Not really, but I am sure you are right. A good Harris Tweed coat does straighten your back and lend your posture a martial air.'

'A Highlander is always ready for battle. S.A.M. Crown at your service, sir. My forefathers came down from Bridge of Allan near Stirling to provide culture to the natives. I am continuing the same. I am senior proofreader with Proscenium Press, purveyors of quality monographs in the social sciences. A book a week.'

Crown proffered his surprisingly large, thick-fingered hand to Hriday across the table and Hriday gladly shook it.

'I too harbour ambitions in that very trade. Hriday Thakur's the name and writing is my game. As they say. This is a most fortuitous meeting, I am sure.'

'Published or unpublished?'

'Still a virgin, sir. Entirely unpublished.'

'Then you shouldn't call yourself a writer yet. At least two published books before you start introducing yourself as one. That's the rule.'

'Isn't that a bit elitist? What about Kolatkar?'

'Of course, but it is needed. All games must have rules. As for Kolatkar, he doesn't count. He is a genius. I compared the first proofs of *Jejuri* for Shahane in a day.'

'Well, if you insist. I am working on my first novel and for the past few weeks was a copyeditor with a lifestyle magazine in Connaught Place. I resigned some hours back. I am a free bird again.'

'Which skin rag was it?'

'*Touch.*'

'A *Touch* of class. Of course,' Crown laughed and then choked on a bit of litti and Roshan Lal reached across to thump him on his back.

Meanwhile, Yadav brought over Hriday's order of Patna Large. And then over litti and Dickens, in the late December chill, Crown and Hriday bonded and a friendship was forged.

Hriday talked about literature, his ambition to be a published writer one day, to see his name on the spine of a Faber and Faber hardback, about his family in Patna, and his years as a literature student in Delhi University's North Campus. Crown knew some of the teachers who had taught Hriday at the Arts Faculty, many of whose books he had seen through the press over the years at different houses. The great D.W. Sardesai, with his perpetually-torn-at-the-shoulders-and-totally-relaxed brown houndstooth jacket, Angika Paul with the hibiscus in her hair, the brilliant and very young Sadaf Khan Abdali, daughter of the legendary Zed, the affable Harish Trivedi from Allahabad and the Marxist Badri Raina—who bore a striking resemblance to Salman Rushdie with his full salt-and-pepper beard and receding hairline—whose tutorials of *Dombey and Son* were legendary. And then Crown talked about his family. His wife Joyce Barnali Shaw, who was his second cousin from Danapore Cantt near Patna and with whom he had fallen in love thirty years ago at the wedding of an aunt in Meerut. A month after that he had visited Patna and Joyce had eloped with him. 'She met me outside the front gates of the Patna Women's College clutching a small British Airways shoulder bag with one yellow and green sari and a Bible in it.' They were married at the St James' Church in Kashmere Gate a week from the day they reached New Delhi. They started their married life in Crown's cosy two-room rented apartment in Multani Dhanda near Paharganj. Crown was then working for Gulab Vazirani in the production department of Arnold Heinemann. Their married life was very happy and a few years later they were blessed with a baby girl, whom they named Portia. On the day Portia was born, Crown was appointed as senior proofreader by Oxford University Press, at its Ansari Road office, under the legendary Surya Mathur.

'There couldn't ever be another Surya Mathur in Indian publishing. I learnt all there was to learn about proofreading sitting at his feet. He could at a glance tell you that the space between an A level and text was off by 2 picas. An austere man, smoking bidis, he would serve scotch to his guests while drinking Peter Scot himself. I still occasionally do proofreading for him.

He has his own publishing house now. He only publishes fiction. I could introduce you, if you wanted.'

'Peter Scot is a good whisky. Government-approved,' Hriday replied.

'I am sure it is! I could smell it off you a mile back. How many pegs did you take down?'

'Four or five. A friend was buying. At Volga.'

'I can't afford to drink Peter Scot. My choice of amrit is Bagpiper Gold. I love the name. Reminds me of the Highlands.'

'Bagpiper is fine too,' Hriday concurred.

∿

As the coffin was lowered into the grave, Joyce Barnali Crown read from W.B. Yeats: 'The Lake Isle of Innisfree'.

I will arise and go now and go to Innisfree

Then it was Hriday's turn and he read from Crown's own copy of *A Tale of Two Cities*, the justly famous first paragraph which Crown used to love and declaim at will after a quarter bottle of Bagpiper.

Imogen just threw in a handful of earth into the grave and stepped back. From the station the long wail of the Rewari Passenger could be heard.

As the service ended Hriday went over to Joyce Crown, who was talking with Dudley Brown, and said, 'Samuel was a wonderful man. He helped me and got me a job when I was in a very bad state.' She nodded and turned and walked away towards the front gate, closely followed by Dudley.

'Shall we go off to the office?' Hriday's boss, Jehangir 'George' Tekari asked him, taking off the drenched jacket. Jehangir got the name George from Crown because of his addiction to John le Carré's George Smiley novels and his firm belief that publishing was just like spying, it attracted the same kind of talent and Proscenium Press was the 'Circus' and Oxford University Press 'Moscow Centre'. He called his vast network of freelance copyeditors 'lamp-lighters' and insisted on 'Moscow Rules' while dealing with them. Hriday liked him very much.

'I think I will take the day off, George, if it is all right. Don't have the courage to enforce the style on a recalcitrant bibliography today. No ibids, no op.cits, no more idems either. I will walk back to my room after a while. You can take the priest back to St James if he wants to leave.'

'Make sure you are not followed. Or de-briefed against your will,' George Tekari advised Hriday looking pointedly at Imogen Burns. He then lit a Charminar with a gold Dunhill lighter and walked over to the priest who was giving some instructions to Samson the gravedigger.

'*A Tale of Two Cities.* Isn't that an odd thing to read at a funeral?' Imogen Burns said to Hriday as they watched Samson fill the grave.

'Did you know him well?' Hriday asked her, looking at Imogen's long, damp blond hair, which she wore parted at the centre like Joni Mitchell.

'I do not even know his name.'

'Samuel Aldington Macauley Crown. Proofreader extraordinaire.'

'I saw the service and stopped by. I am working on a monograph on colonial era cemeteries and tombstones. I meant no disrespect about *A Tale of Two Cities*. Imogen Burns.'

Hriday shook her soft, surprisingly dry, small-boned right hand and said, 'That was Crown's favourite novel. He thought of himself as a born-again Sidney Carton. Hriday Thakur.'

After that fateful meeting at Yadavji Litti Centre, Hriday and Crown parted ways, Crown carrying on to Kashmere Gate for the midnight service at St James' Church and Hriday back to his room at Hotel Kama in Paharganj. Crown had asked Hriday to meet him at his office in Proscenium Press after Christmas. He promised he would find him a job on the copy desk. But when on Christmas day Hriday woke up around noon, the previous day's memory was quite hazy with regard to S.A.M. Crown and their intense, whisky-fuelled conversation. To atone for his previous day's dissipation, Hriday worked on his novel for the next three days, surviving only on bread, jam and tea. In the morning and in the evening he did his usual hundred push-ups in sets of fifty. Once on the second day he went out for bananas and Gold Flake and to deposit a cheque for 350 rupees at the SBI branch across the road. He finished about two chapters and by the end of the third day had written over 5,000 words. That gave him an adrenalin rush and he felt elated enough to venture out of his room and walk to Connaught Place. By the side of the Paharganj cemetery he bought a single Dunhill cigarette for three rupees and lit it from an evenly smouldering jute rope kept for the purpose. There was a hole-in-the-wall second-hand bookshop near Plaza cinema, where Hriday hoped to find a John D. MacDonald-Travis McGee novel for twenty rupees. By this time he had totally forgotten the name of the house that Crown worked in and even if he had remembered he probably wouldn't have kept his appointment regarding a position there. When not in his cups, Hriday Thakur was a very shy young man who got embarrassed at the most trivial of events. At the Plaza bookshop, Hriday feeling splendid after a brisk twenty-minute walk, with almost a week's work done in his notebook, browsed to his heart's content. Even though he didn't find a Travis McGee novel, he found to his delight a brand new copy of the Ross Macdonald-Lew Archer novel, *The Goodbye Look*, and the Tangent edition of Zed Abdali's cult classic, *Stormy Petrel*. He also found Dalton Trumbo's classic tract against the Communist witch-hunt in America, *The Time of the Toad*. He had learned about it in Navasky's *Naming Names*, which he had read sitting in the Central Reference Library at the Arts Faculty while he was doing his M.Phil course work. He haggled vigorously with the bookseller and paid 150 rupees for the three books. He felt this was God's way of rewarding him for putting in 5,000 words over the last three days.

He suddenly felt very hungry and started walking towards Keventer's with the intention of gorging on their oversized vegetable patties and a bottle of strawberry-flavoured milk.

Thus fortified he would call up his parents and inform them about the sad demise of his first job. He had been putting it off. But as he came out of the subway near Regal Cinema, he found S.A.M. Crown right in front of him trying on a second-hand navy blue blazer, standing on the busy pavement, a clutch of similar blazers lying in a heap at his feet. Before Hriday could make a quick about-turn and flee into the subway, Crown bellowed his name, startling the rotund coat-seller who was trying to button up Crown's blazer.

'Ah, Mr. Crown, how are you, sir?'

'Hriday Thakur, you are a strange bird. Yes, you are. I waited for you at Proscenium for three days. I had spoken to Mr Tekari, our editor-in-chief, for a position on the copy desk. But, of course, you didn't turn up. Do you want a job or not?'

'Yes, I do, Mr Crown. I was very ill. I had a stomach flu. Couldn't move out of my room for three days. Was on a liquid diet. I will come to your office tomorrow.'

'Well, excellent. There is the small matter of a copy test that you need to pass. I hope you won't mind. It is mandatory.'

'No, of course not. In life there is always a copy test.'

'Oh, you will clear it with flying colours. A man who is a friend of Sidney Carton, as you are, has no cause for worry.' Crown removed the blazer he was trying out and picked up his own from the pile at his feet, searched through the pockets and found a packet of Charms and offered one to Hriday. Crown lit a cigarette and said to the coat-seller, 'Too tight. Find a hunting jacket for me, Chaddha, will you? Leather elbow patches and extra-large pockets for cartridges. Preferably Abercrombie & Fitch.'

'Are you going hunting, Crown Sahab? I will look for one. Come next week,' the coat-seller said to Crown as Hriday and he started to walk towards Mohan Singh Place.

'Hemingway always used to wear one. A hunting jacket with extra-large pockets.'

'But instead of cartridges, in mine there will be books and an addha of Bagpiper Gold. A bottle of which I must absolutely buy before heading home. Good call about Hemingway, though, you must have read the Lillian Ross profile. I was only showing off. I have similarly placed orders for a Barbour waxed jacket, a Burberry trench coat, a Brooks Brothers topcoat and a Savile Row tuxedo. He is yet to find me any, of course.'

There was a theka in the back alley behind Mohan Singh Place and from there Crown made his purchase of Bagpiper Gold.

'Would you like to visit my room and see the Crown Jewels, Hriday Thakur?'

∽

'So he was gay after all? Imogen said to Hriday as they sat on a slatted wooden bench under a peepal tree in the cemetery, smoking Gold Flakes in the intense and humid late-May Delhi heat. They were waiting for some photostats of the burial records from colonial times. Hriday had a wet white cotton towel wrapped around his neck and Imogen was wearing a floppy olive-green-coloured canvas hat, the brim and sides of which were sopping wet with sweat. She sipped regularly from a litre bottle of mineral water kept by her side. The green wooden bench on which they sat said it had been donated in 1989 by Mrs Rose Cowell in memory of her husband Dr Stuart Cowell, veterinary surgeon, Meerut Cantt. Hriday watched a thin stream of sweat travel from Imogen's red inflamed throat to the valley of her ample cleavage. Caught checking out her breasts, he smiled and pointed to the bottle of mineral water. Imogen passed it to him and Hriday took a long draught, tilting his head and keeping the bottle an inch away from his mouth. Imogen watched him with fascination and then said softly, 'I wouldn't mind if you put your lips to it.'

'I would,' said Hriday in equally soft tones and put the dark blue cap back on the bottle. In a flash it came to him that he didn't know the English equivalent of jootha. He ought to know it, after all he was supposed to be a writer. But he didn't. Perhaps there was no such word. Contamination didn't quite convey the same meaning. Neither did taint or spoil. Perhaps jootha was a particularly Indian concept that no other culture followed. Not even Indian, it was singularly Hindu, its policies honed razor-sharp to cut-throat perfection, drawing blood at the merest glance, at any interaction between man and man. Segregation after all was at the heart of the Hindu way of life. And because of that India wouldn't ever be united but on the other hand nor would it ever splinter. Caste and community would see to it that there was no consensus ever. Whether of the left-wing or the right-wing variety. Even though his thirst was sated, Hriday took another sip of the bottle, pressing it gently to his lips this time.

∽

Crown unlocked the door of his second floor flat in a gali off Multani Dhanda and switched on the tube-light by the side of the door. Hriday crossed the threshold and took in Crown's habitat with a novelist's, or rather a naturalist's, dispassionate gaze. It was a flat not more than 400 sq. ft., with a largish sitting room, wooden cane shelves all around stacked with books, two rosewood almirahs with glass doors containing nothing but books, a large sheesham writing table with two wooden high-backed chairs with armrests and in the corner a two-seater red leatherite sofa. There was a small folding table under the window, which had a view of the children's park downstairs, on which were arrayed a small 5-kg gas cylinder, a one-burner Prestige steel stove and a magnificent brass samovar, which had a detail of Russian women dancing amidst closely packed haystacks. The samovar held Hriday's attention.

'For years I had proofread *Soviet Woman* and *Soviet Darpan* for the Russians. In 1989, just before the wall came down, they took me on a two-week tour of Russia. I visited all the big publishers, Pravda, Progress, Raduga. I bought the samovar in Leningrad, off the Nevsky Prospekt metro station, walking back from the Pushkin Museum by the side of the Moyka River.'

There was a small white-coloured Kelvinator fridge in one corner. There was no TV anywhere but on the writing table was kept a small Bush record player and a stack of long playing records, mostly crooners, Nat King Cole, Frank Sinatra, Jim Reeves, Tony Bennett, Dean Martin and Rosemary Clooney. In the corridor which connected to the bedroom at the back, there was a washbasin with a mirror. The bedroom had a wooden folding cot and another small table with more books on it. On it was also kept a Corona 3 typewriter—'Hemingway used one to compose his lost stories'—and a coffee cup full of pencils, regular, blue and red-nibbed; some manuscripts and proofs for comparing and a bottle of Kores whitener. This was his proofreading table. There was a wooden chair with plastic weaving.

There was a small bathroom with a commode and a shower to one side. There was no door to it but a thick plastic black-and-red shower curtain you pulled when you went to take a piss. The odd thing was there was no evidence of women in the flat; surely, Hriday thought, Crown had mentioned a wife and a daughter that night while they were having litties over Dickens.

Crown came up behind Hriday, put his hand on his shoulder and pointed to the stack of books kept within two swan-shaped bookends on the table.

'Those, Hriday Thakur, are the Crown Jewels.'

'Those books?'

'Yes, five of them. One more precious than the other.'

Crown picked up each book and showed them to Hriday, opening each at the title page so that he could read the inscription.

'*The Elements of Style* by Strunk and White, given to me by Samuel Israel when I was at Macmillan in the early seventies.

Hart's Rules for Compositors presented to me by Surya Mathur on the day I completed a month at Oxford University Press. It has his proofreading marks on some pages, where he had found faults with word-breaks and leading. *The Chicago Manual of Style*, look at the inscription "From an Unknown Cricketer to a Master Proofreader". Sujit Mukherjee gave his old copy to me on my farewell at Orient Longman. This is perfect for American books. *Copy-editing* by Judith Butcher. This was given to me by Bhola Varma at Manohar when the new edition came up. I have freelanced for him for a long time. And this, the Viking edition of *The Portable Kipling* was given to me by Zamir Ansari at Penguin when I read the first proofs of *A Suitable Boy* in three weeks. All 1500 pages of it.'

All the volumes, effusively inscribed by these legends of Indian publishing, were testimony to the singular talent and 'hawk-like eyes' (Surya Mathur) of Samuel Aldington Macauley Crown. They went back to the front room and Hriday took in the books in the almirahs and shelves. By that time Dudley Brown, Crown's pianist friend and drinking partner, had joined them and was pouring water out of the samovar. The books were mostly nineteenth century and early twentieth century modern English literature. Dickens, Hardy, Thackeray, Gissing, Stevenson, Walter Scott, Kipling, Yeats, Byron, Swinburne, Auden, Housman, Walter de la Mare and P.G. Wodehouse. Of the Americans, there was Hemingway, Fitzgerald, Hammett and the complete stories of Irwin Shaw. Narayan, Desai, the early, bright Naipauls, Rushdie's *Midnight's Children* represented the Indians. And, of course, Vikram Seth's *A Suitable Boy*, playfully inscribed by the author on the title page.

> *For*
> *The unsinkable Mr. Samuel Crown*
> *Who with nary a frown*
> *Rose up through the words*
> *Alas never to drown.*

Hriday felt a special thrill while reading the inscription as Seth too was a Patna boy and a Xaverian to boot, like him.

Crown obviously read a lot, as he told Hriday, this was his university; he had never gone to college. He was only a matriculate from the Railway High School, Mughalsarai. He had come to Delhi at the age of fifteen and had joined the Liddle Press in Paharganj as an apprentice compositor and had learnt all about printing in the five years he spent there. Among the fonts, Baskerville, Sabon and Goudy Old Style were his favourites. He would set up the type by hand, row upon careful row, make up the slug matter, check the galleys and learn all about leading and breathing the text. By the end of the second year, old man Liddle even trusted Crown to make the final corrections before the formes went to the machine room. In the evenings he would read and get an education. Poor and naturally street smart, he would also now acquire sophistication beyond his class. The first thing he did was to start speaking in English that was wholly picked up from the Wodehouse countryside. That opened quite a few doors for him. He felt a kinship with his Scottish heritage and wanted to visit Scotland, especially Stirling where his great grandfather was born. He wanted to check whether his stone cottage by the side of Allan Water was still standing. He started paying attention to his clothes and would turn out in immaculate fashion for his job at the press, much to the amusement of old Mr Liddle in his baggy khaki shorts made by the same tailor in Jhandewalan who catered to the shakha nearby. Crown would turn up in a white or light blue cotton shirt with steel grey or khaki trousers in the summer and a navy blazer in winters. On his feet were dark-tan brogues with white socks. This uniform which he attained at the age of nineteen and would never forgo was picked up from his hero Salim Durrani, whom he saw one evening at the Maypole Club in Connaught Place sipping Golden Eagle beer standing beside the piano, surrounded by adoring matrons. Durrani, out of the national team yet again, was in

Delhi to play an exhibition match at the Roshanara grounds.

Crown used to sing in the church choir in Mughalsarai and had a strong mellifluous voice and he added Nat King Cole, Sinatra and Dean Martin to his repertoire. He would be asked to sing at the Maypole Club and there one day after he had just finished singing 'Nature Boy' with the band, he had a most fortunate meeting with Ned O'Toole of Oxford University Press, who would recommend him to his friend Gulab Vazirani at Arnold Heinemann and thus Crown entered the world of publishing.

'This is how it works in publishing. O'Toole thought my rendition of Nat King Cole was eccentric enough to recommend me for a job and now your Harris Tweed coat will get you a seat at Proscenium.' Crown promised and that is exactly how it happened the next day after Hriday took the mandatory copy test. Proscenium was a left-of-centre publisher and specialized in monographs on South Asia. The owner, a rich, oncologist cousin of George Tekari, lived in Austin, Texas. Hriday was given a desk and chair outside George Tekari's office and for the first couple of days he catalogued the huge pile of manuscripts which graced the large steel Godrej almirah that was kept near the windows in Mr Tekari's cabin. After that he started with tallying first and second proofs of a volume on the Hungry Movement poets of the 1960s. The movement started by two brothers from Patna—Malay and Samar Roy Chowdhury—would radically change the pitch of Bengali poetry. The volume made for fascinating reading as a substantial part of it was set in Patna and dealt with the early years and influences of the brothers Roy Chowdhury. The volume, by a young American couple, disciples of A.K. Ramanujan, was being done in partnership with the Chicago University Press. Around 3 o'clock each afternoon, Mr Tekari would invite Hriday into his office and give him a sack full of review copies to take to newspaper and magazine offices.

'Do not leave the books at the reception. Always meet the book reviews editor. Make personal contact. Become their friend. Recruit them to the cause. That is field craft.' Hriday liked those trips. Some of the offices were nearby, *The Times of India, Pioneer, Indian Express, Business Standard; Hindustan Times* and *India Today*, a little further in Connaught Place, near Volga, where afterwards Hriday would stop by for a large glass of their draught beer. And then continue on to *The Hindu* in the INA building on Rafi Marg. The review editors were a few years older than Hriday and some were poets and writers of fiction and quickly Hriday made many friends among them. There were others too—far away like *The Asian Age* in South Ex and *Outlook* in Safdarjung Enclave. But most days he was free of his chores by 5.30 in the evening. His salary was now 8,000 rupees and he got two formal trousers, one black and one steel grey, made by Crown's tailor in Jhandewalan, to be paid for at the start of the next month. He also bought a clutch of white shirts and he was all set to storm the publishing world. He already had the Harris Tweed coat. His parents in Patna were relieved and happy for him. Hriday liked his work and by the end of the month George Tekari even trusted him to do some line edits on a history volume by the noted subalternist, Samar Sinha. Samar Sinha, of course, was married to Mira Verma, the novelist, whom Hriday had met long back with Ritwik Ray, his writer friend from Patna. According to George Tekari, who was a friend of Samar Sinha from his Gwyer Hall days in Delhi University, Samar and Mira were now separated and Mira, at that point of time, was based in Dhanbad working on a volume on the great trade union leaders of post-independence India. She was in Dhanbad to interview A.K. Roy of the Marxist Coordination Committee (MCC) and then she would go to Raipur in Madhya Pradesh to research the life of Shankar Guha Niyogi, who was shot dead by an industrial cartel in 1988. Already, she had spent over a month in Jamshedpur for her profile of the legendary Gopal, of Tata Steel, who was killed in 1990.

The volume *Red Harvest: Trade Unionism in Independent India*

1947-2000 would be published in Spring 2001 to strong reviews. *Economic and Political Weekly* of Bombay would call it 'trenchant' and an 'eye-opener'. *Biblio* would, in a review essay entitled 'Profiles in Courage' by the novelist Anjali Nalwa, call it a classic study of how upper-caste liberal democracy feeds off the downtrodden and poor with its skewed economic policies. This would also be the last book that Hriday would copyedit and see through the press before going on to join advertising via a short detour in academia. The pay was much better there. But all this was in the future. In the five months before his death from a massive heart attack Crown taught Hriday as much about the technical side of publishing as he could grasp. Most evenings after work they would catch the same bus for Karol Bagh, from the Golcha Cinema Hall bus stand in Daryaganj. Hriday would get down at Paharganj, Crown continuing onwards for a few more stops.

Crown's marriage had broken up in the early 1990s over his drinking. His wife now lived with her brother in Dilshad Garden and taught English at a Kendriya Vidayalya near Pitampura. The divorce had been amicable to some extent and Joyce met Crown every Sunday morning at St James' Church in Kashmere Gate and provided him news about Portia, who was now in Australia doing a course in Hospital Management. Portia didn't keep in touch with Crown as she blamed him entirely for her parents' shattered marriage. 'She is right, you know,' Crown would say, acknowledging the enormity of his folly in letting the marriage disintegrate.

'The thing is that I do like to drink. Two glasses of Bagpiper Gold at night is what I look forward to. After the day's work, dealing with incompetent proofreaders, prima donna copyeditors just back from two years of eating the air in Oxford, lying, conniving paper dealers who supply you with 80 gsm Natural Shade when you specifically asked for 90 gsm Sunshine and demented house-proud authors for whom "stet" is their favourite four-letter word. I liked nothing more than to come home at 6 p.m. and watch Joyce cook the dinner in the kitchen while Portia did her homework at my desk. Dean Martin on the stereo, the volume turned low, and a tall, coolly sweating tumbler of whisky and ice by my side to complement that sweet baritone. The problem was that after that one glass, feeling happy and secure in my domesticity, I would start telling them about our Scottish legacy, our home in the Highlands. Our descent from Stirling to the native plains. I would get **bold–italic** in my happiness. At the words "native plains" Portia would shut her book and go to her friend's flat on the ground floor and Joyce would burn the egg curry again. They were nationalists, I guess. And invariably I, the Scottish traitor, would be left with my whisky. I lost my family because of my sentimentality. But the fact is that I loved being in Delhi, I loved my life. Hell, I am a nationalist too. I drink Bagpiper Gold.'

But when Hriday would point out, 'Crown, you drink every day even now,' Crown would only say 'no comments from the Soviet press. *Tass*', and a tight mask of displeasure would come over his amiable face.

'I think the problem was that they thought my Scottish legacy was a joke and I made a fool of myself when I drank. Joyce came from solid Bihari-Bengali lower-middle class stock, no one drank in her family. She thought it was sinful and decadent and that one day I would drink them all to penury.'

Hriday would watch Crown at the office and sometimes at home and the utter loneliness of his life would strike him like a hammer. Hriday would realize that family and friends were more important than the artistic life he was striving for. From Crown's despair at the loss of his family and his daily pining for his daughter, Hriday would realize the pain he had caused his own parents by cutting himself off and dropping out of his M.Phil course in Shakespeare Studies. He met his tutor in the M.Phil course and after much pleading got back to his course work. He wouldn't get his room back in Gwyer Hall, of course.

A couple of afternoons in the week Hriday would go over to the Arts Faculty building in the North Campus for his lectures and in the evening, work on his thesis. The work on the novel suffered of course but it was needed. He started calling up his parents once every few days and told them that he now had a job again and was also back to doing his M.Phil. He promised them he would complete it this time round and also sit for the NET examination later in the year. At the university he also tracked down his old friends and resumed contact and would meet them for beer and a Mithun Chakraborty movie at Batra on Sunday afternoons like before.

∽

'I realized I didn't want to be self-contained anymore,' Hriday told Imogen. Clouds had gathered overhead and now a cool breeze was blowing in from the east. The oppressive heat of the afternoon had suddenly dissolved.

'To be a writer you do not need to shut yourself off from the world. Look at me, I am halfway across the world from my home, here in the native plains, hustling the East.'

'Ah, dear old Rudyard. Crown would have loved you. He would have taken you under his wing. He would have proofread you to within an inch of your life. You should let me read your manuscript.' Hriday stretched himself out on a nearby tombstone and looked up at the sky. He could smell the rain, gathering steam near Subzi Mandi, off the grass. He was like a dog when it came to rain and women. And yonder still over the Kargil heights, if he would cock his ears a bit northwards, he could hear the proud recoil of the Bofors guns.

'And what are you doing? Hustling the West?'

'Actually, my job. Acquiring.'

Imogen looked at Hriday stretched out, almost at her feet, and realized that this display of laconic familiarity was all for her benefit. The boy was flirting with her and as she thought about it she realized she was responding. And had been responding for some time now. With a tilt to her neck and deeper lilt to her voice. She noticed his thick wrists, the slender bomb-maker fingers and the small cleft on the chin, which emphasized the openness of his smile. Above all she liked his calmness and his frank interest in her.

'What's the title of your work? Not "Tombstone Blues" I hope?'

'No, I haven't decided yet,' Imogen gave a slow smile and said. 'How about "A Fine and Private Place"?'

'Not bad, but none I think do there embrace.'

'Yes, but there could be exceptions,' Hriday smiled back and offered bluntly.

Unlike many Western girls, Imogen actually found Indian men, if they were well brought-up and had good table manners, fairly attractive. She had had a Bangladeshi boyfriend for a while when she was an undergraduate at the University of Newcastle and he had impeccable manners. But Delhi men on the whole she found to be vainglorious and rude. In her three months' sojourn in Delhi, she had gone out with two men, one a Syrian Christian professor of Sociology at JNU and another her regular Sikh taxi driver, who she later found out was married and had three daughters. She stopped travelling by taxis after the first month. Travelling by the Delhi Transport Corporation buses was cheaper and safer, she realized.

With both the men she had gone out just once, sucked in by their good looks and loneliness. Both of them had taken her out to watch *The Lion King* at Chanakya and with both she had the sensation, with all the furtive groping and fondling as soon as the lights were switched off, that she would get profoundly raped before the night was through. She didn't even say goodbye as they dropped her at her flat on Pusa Road. Even though the hopeful Malayali professor had even suggested 'coffee' with twinkling eyes at her doorstep. Just a quick wave of her hand and a loud 'okey dokey' and off she went, without a backward glance. She shifted to the Hotel Kibbutz in Paharganj after the fiasco with the taxi driver. And now, in a few weeks' time, her Indian adventure would come to an end, and she would be back in Edinburgh in her tiny attic flat with a view of the Holyrood Palace, taking with her no memories of a travel romance. On the other hand, as she looked speculatively at Hriday, she had the feeling of quiet reassurance that many other girls had felt when they met him for the first time. He had a remote quality which spoke of discretion and dark sexual delights and coupled with that scholarly face and head-boy manner, it was frankly disturbing. He could open your bra with two fingers while whispering Andrew fucking Marvell in your ears, Imogen felt. Oh dear.

Samson, the diminutive gravedigger, ambled over and gave Imogen the photostats. She gave him a fifty-rupee tip. Samson did a quick impromptu twist like a young Helen and then ran back into the trees.

'I think I should leave now. It is not hot anymore.' Imogen stood up and extended her hand to Hriday.

'Perhaps we can meet again. I could show you the cemeteries in Agra. Also, take in the Taj Mahal by moonlight.'

'Already done that. But yes, let's do meet. I go away at the end of the month.'

'I would love to read your manuscript. Where are you putting up?'

'Hotel Kibbutz, Paharganj. It is fairly well-known.'

'I have seen it. Had apple strudel at the Vedic cafe there once, the Madhuparka. A long time back, a friend of mine, Jai Shankar Sharma, used to live there.'

'He still does. He is the manager, you know. Decidedly odd if you ask me. He offered to wash my track pants once. Paharganj is so ripe with characters. Come over for some strudel and tea on Saturday evening. The honey-glazed holy cow is to die for, by the way. I should be home. And thank you for telling me the story of Samuel Crown.'

'I am going to pick up the Crown Jewels now. Would you like to come with me? It is a short walk,' Hriday got up, dusted the dirt and grass off his jeans.

In the five months that Hriday worked with Crown, he learnt more about the nuts and bolts of the publishing business than if he had joined as an editorial assistant in one of the bigger and more glamorous firms. His life had stabilized and he was not drinking hard anymore. He worked diligently at the publishing house and he worked hard for his M.Phil. And then three days back when Hriday received a phone call at Proscenium, around 11.30 from Crown's landlady that Crown was not opening the door and that no one had seen him since yesterday evening, Hriday knew something was terribly wrong. George Tekari asked him to go quickly and take a look. Hriday hailed an autorickshaw from Delhi Gate and was outside Crown's door in fifteen minutes. Mrs Chawla, in her orange-and-green-standard-issue Malayali nightie, was standing beside the door. Hriday knocked loudly and called out Crown's name a few times. Mrs Chawla shook her head.

'I am afraid, Mrs Chawla, I will have to kick in the door.' The door gave in at the third try.

'You go in first,' Mrs Chawla said to Hriday. Around that time Dudley Brown arrived from the Maypole Club. Crown was lying unconscious just beyond the choukhat of the door. He was in his white kurta-pyjamas and had crawled from his bedroom to the front door before losing consciousness. Hriday tried reviving him with water and when his eyes fluttered and opened he slipped between his lips a Disprin tablet which he had in his wallet. Hriday had started carrying Disprin tablets since his father's heart attack a few years ago. Crown revived a bit and whispered, 'Portia, do your homework.' Brown ran off to find a taxi.

At LNJP hospital, they confirmed Hriday's diagnosis, Crown had suffered a massive heart attack early in the morning. It was touch and go. He revived in the evening but they kept him in the ICU as they wanted to watch him for the next twenty-four hours. Hriday spent the next afternoon at the hospital with Crown and when George Tekari visited in the evening, Crown gave him Portia's number from his pocket diary but George couldn't get through to Sydney from his cell phone. 'We will try again tomorrow, Sam. Don't you worry. You will be fine in a couple of days. Take a few weeks off. Read Dickens.'

'No, George, I will be back on Monday. I have never taken a break in my life. I am all right. I am still fit.'

'Of course, you are. I will see you tomorrow.' George felt the knot of his tie in an absent-minded manner and walked out of the room, after checking the corridor first for Moscow Centre assassins.

'If I die, Hriday, you can have a selection of my books. The rest can go to the Maypole Club. Dudley can have the stereo and the long playing records. He is a good man. Mrs Chawla can have the rest of my possessions. The bed is hers. Give George the Corona. Here's my Allahabad Bank passbook. Make sure Portia gets everything. She is the nominee.' Hriday was astonished to learn that the account had a little over six lakh rupees in it.

'Crown, you will be fine. Now don't get sentimental on me. I will visit early tomorrow.' Hriday left then as the visiting hours were over and the nurse had loudly knocked twice on the door.

Crown suffered another attack early in the morning and died around 6.30 a.m. When Hriday arrived at around 9.15, he got the news and went up and saw the body. He then came down and called up Tekari and Brown from a phone kiosk run by a paraplegic from his rickshaw outside the front gates of the hospital. Hriday collected the Crown Jewels and a few literary biographies, of Hemingway by Carlos Baker, of Kipling by Carrington and Tolstoy by Troyat. All in the elegant and sturdy Pelican editions from the 1960s. And, of course, *A Suitable Boy*. The rest of the books would go to the Maypole Club. He pointed to the samovar and Imogen Burns picked it up. The solemn Russian women seemed to wave to him, amidst the burning haystacks. They closed the broken door and went upstairs to say goodbye to Mrs Chawla. On the way down Hriday remembered the Corona 3 and picked it up for George.

ACKNOWLEDGEMENTS

Grateful acknowledgement is made to these copyright holders for permission to reprint copyrighted material in this volume:

'Perpetual City' is extracted from *Perpetual City: A Short Biography of Delhi* by Malvika Singh (Aleph, 2013), reprinted by permission of the author; 'Twilight in Delhi' is extracted from *Twilight in Delhi* by Ahmed Ali (Rupa, 2007), reprinted by permission of the publisher; 'A Death in Delhi' by Kamaleshwar is extracted from *A Death in Delhi: Modern Short Stories* translated by Gordon C. Roadarmel (University of California Press,1972); 'Delhi' is extracted from *Delhi: A Novel* by Khushwant Singh (Penguin Books India, 1990), reprinted by permission of Mala Dayal; 'City of Djinns' is extracted from *City of Djinns: A Year in Delhi* by William Dalrymple (HarperCollins Publishers, 1993), reprinted by permission of the author; 'Signs' by Nirmal Verma translated by Pratik Kanjilal, reprinted by permission of the translator; 'The Temple-goers' is extracted from *The Temple-goers* by Aatish Taseer, Copyright © 2010, Aatish Taseer, used by permission of The Wylie Agency (UK) Limited; 'A New Arrival' is extracted from *The Wildings* by Nilanjana Roy (Aleph, 2012), reprinted by permission of the author; 'God's Own Street Food' is extracted from *Korma, Kheer and Kismet: Five Seasons in Old Delhi* by Pamela Timms (Aleph, 2014), reprinted by permission of the author; 'Bhabiji's House' is extracted from *The Writer on the Hill* by Ruskin Bond (Rupa Publications, 2014), reprinted by permission of the author; 'A Bad Character' is extracted from *A Bad Character* by Deepti Kapoor (Penguin Books India, 2014), reprinted by permission of the publisher; and 'Death of a Proofreader' is extracted from *The Patna Manual of Style: Stories* by Siddharth Chowdhury (Aleph, 2015), reprinted by permission of the author.

NOTES ON THE CONTRIBUTORS

Ahmed Ali (1910–1994) was a novelist, poet, critic, diplomat and scholar. He co-founded the All-India Progressive Writers' Movement and Association and was a pioneer of the modern Urdu short story. He attained international acclaim with the publication of his novel, *Twilight in Delhi*. His other works include the novels *Ocean of Night* and *Of Rats and Diplomats*; *The Golden Tradition*, a well-known anthology of Urdu poetry and *Al-Qu'ran*, a contemporary bilingual translation of the Quran.

Ruskin Bond (born 1934) has been writing for over sixty years, and now has over 120 titles in print—novels, collections of stories, poetry, essays and books for children. He has won several awards for his work including the Sahitya Akademi Award.

Siddharth Chowdhury (born 1974) is the author of *The Patna Manual of Style*. His *Day Scholar* was shortlisted for the Man Asian Literary Prize 2009. He works as an editorial consultant with the house of Manohar.

William Dalrymple (born 1965) is a bestselling author of several books including most recently, *Return of a King: An Indian Army in Afghanistan*. He has won the Sunday Times Young British Writer of the Year Award, the Wolfson Prize for History, the Scottish Book of the Year Award and been longlisted three times for the Samuel Johnson Prize. Dalrymple is one of the founders and a co-director of the ZEE Jaipur Literature Festival.

Kamaleshwar (1932–2007) was one of post-Independence India's most prominent Hindi writers, having penned over thirty novels and several short story collections. He won the Sahitya Akademi award in 2003 for his book *Kitney Pakistani* and the Padma Bhushan for Hindi in 2005. He was also editor of *Dainik Jagran, Dainik Bhaskar* and the now-defunct *Sarika* and a scriptwriter for Hindi movies and TV serials.

Pratik Kanjilal (born 1964) is a translator and journalist. He is publisher of *Little Magazine*, an independent publication featuring the best of contemporary South Asian writing. He is Books Editor and leader writer with the *Indian Express*. Earlier, he has worked with the *Economic Times, Business Standard* and *Down to Earth*. He has also been a columnist with the *Hindustan Times, Free Press Journal* and *Time Out*. He was awarded the Sahitya Akademi Translation Prize in 2005 for *The Last Wilderness,* a translation of *Antim Aranya*, Nirmal Verma's last novel. He also received the first New York University Prize for Hyperfiction in 2008.

Deepti Kapoor grew up in north India and attended college in New Delhi. She worked as a journalist for several years. *A Bad Character* is Deepti Kapoor's first novel, which was met with critical acclaim.

Gordon C. Roadarmel (1932–1972) was a pioneer in introducing Hindi literature in the West by translating authors such as Premchand, Jainendra Kumar and Mohan Rakesh. His books include *A Death in Delhi: Modern Hindi Short Stories, A Bibliography of English Source Materials for the Study of Modern Hindi Literature* and *The Gift of a Cow*, a translation of Premchand's *Godaan*.

Nilanjana Roy (born 1971) is an internationally acclaimed journalist, columnist and writer. Her books include *The Wildings*, which won the Shakti Bhatt First Book Award, *The Hundred Names of Darkness* and T*he Girl Who Ate Books: Adventures in Reading*.

Khushwant Singh (1915–2014) was, arguably, India's best-known and most widely read author, columnist and journalist. He was the founder-editor of *Yojana*, and editor of the *Illustrated Weekly of India*, *National Herald* and the *Hindustan Times*. He wrote several books, including the novels *Train to Pakistan*, *I Shall Not Hear the Nightingale* and *Delhi*; his autobiography, *Truth, Love & a Little Malice*; and the two-volume *A History of the Sikhs*. He also translated from Hindi, Urdu and Punjabi.

Malvika Singh is the publisher of *Seminar*, a prestigious monthly magazine of ideas, founded in 1959. She has authored several books, including *Perpetual City: A Short Biography of Delhi*, *Bhutan: Through the Lens of the King*; *New Delhi: Making of a Capital*; and edited many others, including *Delhi: The First City* and *Freeing the Spirit: Iconic Women of India*. She has also worked in theatre and film, and was decorated as a Dame in the civil merit honours list of the King of Spain in 2009..

Aatish Taseer (born 1980) is the author of the memoir *Stranger to History: A Son's Journey Through Islamic Lands* and three novels: *The Way Things Were*, *The Temple-goers*, which was short-listed for the Costa First Novel Award and *Noon*. His work has been translated into more than a dozen languages. He has translated Saadat Hasan Manto's works in *Manto: Selected Stories* and is a contributing writer for the *New York Times*. His most recent book is *The Twice-born: Life and Death on the Ganges*.

Pamela Timms (born 1960) is a Scottish journalist who has written for a wide range of publications. She lives in Edinburgh.

Nirmal Verma (1929–2005) pioneered the Nayi Kahani movement in Hindi literature in the late 1950s with his iconic story 'Parinde'. He wrote five novels, eight collections of short stories and nine volumes of essays and travelogues. A much-loved and well-decorated writer, his honours include India's highest literary award, the Jnanpith in 2000, India's third highest civilian award, the Padma Bhushan in 2003, and the Sahitya Akademi Fellowship for lifetime achievement in 2004.

உள்ளே

	முன்னோட்டம்	/	07
1.	வெள்ளிச் சாணமும் நெருப்பு டிராகன் சட்டையும்	/	13
2.	குழலூதும் ஆட்டிடையன்	/	21
3.	தங்கப் புல்லாங்குழல்	/	28
4.	நுவா	/	34
5.	நாய்முகத் தொப்பி	/	39
6.	புலிமுகச் சப்பாத்துகள்	/	43
7.	சுவர்க்கத்துக்கு ஒரு பயணம்	/	47
8.	மாண்டவள் பெற்ற மைந்தன்	/	53
9.	டோன் யோங்கின் மனைவி	/	56
10.	யாரிடம் பயம்?	/	59
11.	நல்லதும் கெட்டதும்	/	62
12.	தெரியாத விலங்கு	/	65
13.	ஆயிரம் நாளும் போதை	/	67
14.	நாக தேவதை	/	70
15.	சின்னச் சின்னக் கதைகள்	/	74
16.	நதி அரக்கனும் கன்னிப் பெண்களும்	/	77

17.	மலைகளை அகற்ற முனைந்த மனிதன்	/	80
18.	கடவுள்கள், மன்னர்கள்	/	83
19.	உலகம் தோன்றிய கதை	/	91
20.	யாவோ பேரரசன்	/	96
21.	ஷுன் பேரரசன்	/	99
22.	மாமன்னன் யூ	/	105
23.	ஷென்னோங்	/	108
24.	ஸுகுவான்ஸ்க்	/	110
25.	ஷாவோஹோ	/	111
26.	மஞ்சள் பேரரசன்	/	113
27.	மன்னர் குல மரபினர்	/	117
28.	ஷங் மன்னர் பரம்பரை	/	119
29.	ஒற்றைக் கொம்பர்கள்	/	121
30.	பறவைகள் பலவிதம்	/	123
31.	நான்கு	/	125
32.	டிராகன்	/	126

氣

முன்னோட்டம்

நமக்கெல்லாம் இதிகாசம் என்றால் என்ன வென்று தெரியும். நம் நாட்டில் மிக அதிக மாகப் பேசப்பட்ட இதிகாசங்கள் ராமாயணமும் மகாபாரதமும் ஆகும். இந்தக் கதைகளை அறியாதவர்கள் இருக்க முடியாது. ஆங்கிலத்தில் மித்தாலஜி என்ற சொல் தமிழில் தொன்மம் என்று பொதுவாக அழைக்கப்படுகிறது. இருந்தும் இந்தப் புத்தகத்தில் சீன இதிகாசக் கதைகள் என்னும் தலைப்பே எளிமை காரணமாக வைக்கப் பட்டுள்ளது.

பொதுவாக உலகில் பேசப்படுகின்ற மொழிகள் ஒவ்வொன்றும் தமக்கென்று தனித்தன்மையோடு கூடிய வரலாறு, பண்பாடு, இதிகாசங்கள் ஆகியவற்றைக் கொண்டிருக்கின்றன. தொன்மக் கதைகள் ஆதிமனிதர்கள் காலத்திலே தொடங்கி யிருக்கவேண்டும். மனிதனின் அச்சம், ஆசை, ஆற்றாமை, கற்பனை, தனிமை, தன்னிரக்கம் என்றெல்லாம் மனிதச் சமூகம்

காலங்காலமாகக் கொண்டிருந்த உணர்வுகளின் வெளிப்பாடே மனிதனின் சமூக, சமய வரலாற்றை வடிவமைக்கக் காரணமாயிற்று.

எல்லா மொழிகளிலும் உள்ள இதிகாசக் கதைகளைப் போலவே சீன மொழிக் கதைகளிலும் கற்பனை வளம், ஆற்றல், யதார்த்தத்தை உதைத்துக் கொண்டு துள்ளி எழுகின்ற மனித மனத்தின் ஆர்வ ஜாலங்கள், அமானுஷ்ய நிகழ்வுகள், வினோத கதாபாத்திரங்கள் ஆகியவை நிரம்பியுள்ளன. வாய்மொழி கதைகளாகத் தொடங்கி தலைமுறைகளைத் தாண்டி, இன்று வரை இவை பேசப்படுகின்றன. சீன இதிகாசம் உலகில் மிகத் தொன்மையானது என்பதற்கு அதன் தொடக்கம் கி.மு. 12ம் நூற்றாண்டு என்று கணிக்கப்பட்டுள்ளதி லிருந்து தெரிய வருகின்றது.

ஆயிரக்கணக்கான ஆண்டுகளாக, எழுத்து வடிவத்தை எட்டாமலே மொழிதல் இலக்கியமாகத் தொடர்ந்து பின்னர் சற்றேறக்குறைய மூவாயிரம் ஆண்டுகளுக்கு முன்னர் எழுத்து வடிவில் இந்தக் கதைகள் உருப்பெற்றுள்ளன. தொடக்கத்தில் எழுத்தில் வடிக்கப்பட்ட நூல் 'ஷன்-ஹாய்-ஜிங் என்பதாகும்.

சீன நாட்டில் பல்வேறு பகுதிகளில் பேசப்பட்ட மொழிகளின் தன்மைக்கேற்ப அங்கங்கே வட்டார வழக்கிலும் மொழிதல் இலக்கியம் வளர்ந்து, பின்னர் இவை நாட்டுப்புற மற்றும் நாடோடிப் பாடல்களாகவும், நாடகங்களாகவும் உருப்பெற்றன இவையாவும் பிற்காலங்களில் எழுத்தில் பதிவு செய்யப்பட்டன.

மகாபாரதத்தைப் போன்று நீண்ட கதைகளை ஊர் ஊராகச் சென்று கதைச் சொல்லிகள் இசைக் கருவிகளை இசைத்து சொல்லி இருக்கிறார்கள். ஊருக்கு ஊர், ஆளுக்கு ஆள், காலத்துக்குக் காலம் ஒரே கதையே அனேக மாற்றங்களுடன் உருவாகியுள்ளன. இவ்வாறு உருவாக்கப்பட்ட கதைகளே பின்னர் சீன இலக்கியத்தின் பண்டைய இலக்கியங்களாக இடம் வகித்துள்ளன. சில குறிப்பிட்ட சீன இனக் குழுக்களின் பங்களிப்பில் இத்தகைய இலக்கியங்களின் பெரும் பகுதி வெளிப்பட்டுள்ளன. இவற்றின் வழியாக சீன நாட்டின் வரலாறு, மன்னராட்சி வரலாறு, சமய நம்பிக்கைகள், சமூக நடைமுறைகள், மாயா விநோதங்கள் ஆகியன நீள் கதைகளாகப் படைக்கப்பட்டு மக்களிடையே வைக்கப்பட்டன. இத்தகைய மக்கள் இலக்கியம் கதைகளாக ,வாய்மொழியாகச் சொல்லப்பட்டும், நாடகங்களாக நடத்தப்பட்டும் நிலைகொண்டன.

முதல் முதலாக நெடுங்கதை வடிவில் கி.மு.பத்தாம் நூற்றாண்டளவில் ஹேய்யான் சுவான் என்ற பெயரில் (கார் இருட்டிலே என்பது

இதற்குப் பொருள்) ஒரு காப்பியம் இயற்றப்பட்டது. ஹன் தேசிய இனத்தின் ஒரே காப்பியம் இது. அவர்களுடைய வாழ்விடமாக அமைந்த ஷென்னோன்ங்கியா என்ற மலையகப் பகுதியின் நிகழ்ச்சி களை, அந்தக் காலக்கட்டத்தில் வாழ்ந்த மனிதர்களின் இயல்புகளை, கற்பனை வளர்ச்சியை எடுத்துக்காட்டக் கூடியதாக இது விளங்குகின்றது.

மேலும் சில படைப்புகள் பற்றிய ஒரு சுருக்கமான அறிமுகம்.

1. செய்யுள் வடிவில் அமைந்த லிசாவ்; இதனை சு என்ற பகுதியைச் சேர்ந்த க்யூ யுஆன் என்றவர் புனைந்தார்.

2. ஃபெங் ஹென் யான்யி என்ற பெயரில் ஷுௌ இனத்தினர் உருவாக்கிய கடவுளின் கதைகள். இவை மிகவும் விறுவிறுப் பானவை என்று அறியப்பட்டவை.

3. சீனாவிலிருந்து இந்திய நாட்டுக்குப் புனிதப் பயணம் செல்வதைக் கூறும் நெடுங்கதை. கதையின் தலைப்பு,மேற்கு நோக்கிய பயணம் என்பதாகும். இதை எழுதியவர் யூ சென்ஜென் என்பவர். ஸுவான்ஜாங் என்ற ஊரிலிருந்து மலைகளையெல்லாம் கடந்து இந்தியாவுக்குப் புனிதப் பயணம் மேற்கொள்கின்றபோது எதிர்கொள்ளும் நிகழ்ச்சிகள், அச்சமூட்டும் பேய்கள், பூதங்கள், அதிசய வினோதக் காட்சிகள் போன்றவை இதில் உள்ளன.

4. ஓர் அற்புதமான காதல் கதையும் சீன இதிகாசத்தில் தலையாய இடம் வகிக்கின்றது. அது பாய்ஷி ஷுவான். இதனை உருவாக்கியவர் ஹாங் ஷுவு. இந்தக் கதையில் ஒரு பாம்பு மனித உருவில் பெண்ணாக மாறி ஒரு மனிதனைக் காதலிக்கும். சாகசங்கள், அறைகூவல்கள் அச்சுறுத்தல்கள், அமானுஷ்ய நிகழ்வுகள் அனைத்தும் இதில் உள்ளன.

நுவா உலகில் ஏற்பட்ட ஊழிப் பெருவெள்ளத்திலே தப்பிப் பிழைத்த ஒரே பெண். இவளுடன் மிஞ்சி இருந்த இன்னொரு மனித உயிர் இவளுடைய சகோதரன். ஒரு தாய் வயிற்றுப் பிள்ளைகள் இருவருமாக மீண்டும் மனித இனத்தைப் பூமியிலே நிலைபெறச் செய்யவேண்டும் என்று விரும்புகின்றனர். எனவே இவர்கள் திருமணம் செய்துகொள்கின்றனர்.

மண்ணிலே மனிதர்களும் விலங்குகளும் பறவைகளும் வேகவேக மாகப் பெருகவேண்டும். அப்பொழுதுதான் உயிரினங்களின் எண்ணிக்கை அதிகரிக்கும் என்று கருதி, நுவா களிமண்ணைக்

கொண்டு மனிதர்களை, விலங்குகளை, பறவைகளைப் படைக்கின்றாள். கடவுள் அவற்றை உயிர்பெறச் செய்கின்றார்.

ஒரு பிரளயத்தை ஒட்டி இப்படி ஒரு கதையைப் புனைந்தனர். கி.மு ஏழாம் நூற்றாண்டளவில் இந்த நுவா கதை தோன்றியுள்ளது. இந்தக் கதை த்ரீ ஆகஸ்ட் ஒன்ஸ், ஃபைவ் எம்பெரரஸ் ஆகிய சீன இதிகாசங்களில் சொல்லப்படுகின்றன. நுவா கதை மற்றும் இந்த இரண்டு இதிகாசங்களும் ஜியா வம்ச ஆட்சிக்காலத்தில் (கிமு2850 - கிமு 2205) தொகுக்கப்பட்டுள்ளன.

‘உலகம் தோன்றிய கதை’ என்பது பான்-கூ என்பவனைப் பற்றிக் கூறுவது. உலகத் தோற்றம் குறித்த சுவையான கதைகள் சொல்லப் பட்டுள்ளன. மன்னர்களைப் பற்றிச் சொல்லப்பட்ட கதைகள் வரலாற்றை அடிப்படையாகக் கொண்டவை. அவை ஹுவாங்ட்டி, யூ-ஹுவாங், ஷென்நாங், ஷாஹுவா, யாவோ, ஷன், யூ போன்ற பேரரசர்களின் கதைகள்.

இந்தக் கதைகளில் மன்னர்கள் கடவுளுடன் நேரடியாகத் தொடர்பு கொள்வார்கள். சில மன்னர்கள் கடவுளாகவே இருந்துள்ளனர். ஜாட் என்ற மன்னன் மூவுலகங்களுக்கும் அதிபராக இருந்து நியாயத் தீர்ப்பு வழங்குவதாகச் சொல்லப்படுகின்றது.

பல நூறு ஆண்டுகள் ஒரே மன்னர் குலம் ஆட்சி புரிந்துள்ளதும் தெரியவருகிறது. அப்படி ஆண்ட மன்னர் குல ஆட்சிகள் : ஜியா வம்சத்தினர் மற்றும் ஷாங் வம்சத்தினர்.

சீனாவில் மிகப்பழமையான மன்னர்களாகவும், மிகவும் போற்றத்தக்க வகையில் தூய்மையான அரசை நடத்தியவர்களாகவும் தங்களின் மைந்தர்களை அரச பாத்யதைக்கு உரியவர் ஆக்காமல், வெளியிலிருந்து ஆட்சி நடத்துகின்ற தகுதியுடையவர்களைத் தேர்ந்தெடுத்து ஆட்சி உரிமையை அவர்களுக்கு அளித்தவர் களாகவும் இருந்த மாமன்னர்கள் முப்பெரும் வேந்தர்கள் என்று அழைக்கப்படுகின்றனர். அவர்கள் பேரரசர் யாவோ, பேரரசர் ஷுன், பேரரசர் யூ ஆகியோராவர். ஆனால் மூன்றாவது பேரரசர் யூ மனம் மாறி, அவர் தேர்ந்தெடுத்தவர் தகுதியற்றவர் என்று தெரிந்தபிறகு தன் மைந்தனையே தன் வாரிசாகத் தேர்ந்தெடுக்கிறார். இவையாவும் வரலாற்று நிகழ்ச்சிகள். சீன இதிகாசக் கதைகளில் இவை இடம் பெற்றுள்ளன.

இந்த மூன்று மன்னர்களோடு மேலும் இரு மன்னர்களைச் சேர்த்து ஐந்து பேரரசர்கள் என்று அழைத்து அவர்கள் பெருமை கதைகளாக

உருப்பெற்றுள்ளன. சில மாயவிநோதங்கள் இவற்றில் சுவைக்காகச் சேர்க்கப்பட்டுள்ளன.

மன்னர் கதைகளில் டிராகன்கள் வருகின்றன. அந்த டிராகன்கள் வகை, வகையாகப் பிரிக்கப்பட்டுள்ளன. பல விநோதப் பறவைகளும் விலங்குகளும் வருகின்றன. 'சீனாவின் பெருந்துயரம்' எனப்படும் பெருவெள்ளப் பேரிடர் அடிக்கடி கதைகளில் வருகின்றது.

மொத்தத்தில் வரலாற்று வாசனை இல்லாத கதைகள் என்று எதுவும் சீன இதிகாசங்களில் இல்லை. அதனால்தான் பல கதைகள் நிகழ்ந்த காலகட்டத்தை வரலாற்றாசிரியர்களால் கணிக்கமுடிந்திருக்கிறது. ஐந்தாயிரம் ஆண்டுகளுக்கு முன்பே வரலாற்றுக்கு சீனர்கள் அளித்துள்ள முக்கியத்துவத்தை இதிலிருந்து புரிந்துகொள்ள முடிகிறது.

கி.பி. 220-420 வரையிலான காலக்கட்டத்தில் தாவோ சமயத்தவர்களும், பௌத்தர்களும் கதைகளில் அதிக தாக்கம் செலுத்துகின்றனர். அவர்களுடைய மாய மந்திரங்கள், ஆவிகள் பற்றிய கற்பனைகள் ஆகியவை கதைகளில் பதிவாகியுள்ளன. இதே காலகட்டத்தில் கிழக்கத்திய மற்றும் மேற்கத்திய கடல் தொடர்புகள், கடல் பயணிகளின் அனுபவங்களுடன் கூடிய கற்பனைக் கதைகள் பல படைக்கப்பட்டுள்ளன. மேலும் ரசவாதிகளின் கண்டுபிடிப்புகள் பற்றிய யூகங்களும் உண்மைகளும்கூடக் கதைகளாக உருவாகியுள்ளன.

டாங் பரம்பரை ஆட்சிக்காலத்தில் கதைப் படைப்பதில் படைப்பாளிகளின் முன்னேற்றம் தெளிவாகப் புலப்படுகின்றன. அப்போதுள்ள கதைகளில் (செய்யுள் நடைகளிலும்கூட) மனித வாழ்வைப் பிரதிபலிக்கின்ற நிகழ்வுகள், சமூக வாழ்க்கையின் நேர்க்காட்சிகள், மனித உறவுகள், பண்புகள், கயமைகள் என்று பல்வகைப் பொருள்கள் கதையின் தளங்களாக இடம்பெற்றுள்ளன.

அறிவுரை கூறும் எளிய கதைகளிலும்கூடக் கதைக்களமும் கதாபாத்திரங்களின் இயல்பும் தெளிவாக வரையறுக்கப்பட்டுள்ளன. இதிகாசங்களில் இருந்து முன்னேறி அடுத்த கட்டமாக இலக்கியப் போக்குடன் கூடிய கதைகள் புனையப்பட்டன. பிறகு ஒரு கட்டத்தில் மீண்டும் இதிகாசத்துக்குக் கதைகள் திரும்பின. இதிகாசத்தின்மீது சீனர்களுக்கு அசைக்கமுடியாத ஆர்வம் இருந்ததை இந்தப் போக்கு உணர்த்துகிறது.

யுவான், மிங், கிங் ஆகிய மன்னர் பரம்பரையினரின் ஆட்சிக் காலத்தில் பேர்பெற்ற பல காவியங்கள். புனைக்கதைகள்

கிளைமொழிகளில் தோன்றின. அவற்றில் குறிப்பிடத்தக்கவை, மூன்று ராஜாக்களின் காதல் கதை, நீர்க்கரைகள், மேற்கு நோக்கிப் புனிதப் பயணம், பண்டிதர்கள், சிவப்பு மாளிகைக் கனவு ஆகியவை.

இந்தக் கதைகளைப் படைத்தவர்கள் சாமானியர்களாகவும் இருக்கலாம், பண்டிதர்களாகவும் இருக்கலாம். அவர்கள் எப்படி இருந்தாலும் அவர்களுடைய படைப்புகளின் அடிநாதம், மனித உணர்வுகள். அதனாலேயே இந்தக் கதைகள் சீனர்களுக்கு மட்டுமின்றி மனிதகுலம் முழுவதற்கும் சொந்தமானவை.

வெள்ளிச் சாணமும் நெருப்பு டிராகன் சட்டையும்

*மு*ன்னொரு காலத்தில் கிராமம் ஒன்றில் ஒரு பெரிய மிராசு இருந்தான். இரண்டு மூன்று கிராமங்களின் விளைநிலங்களுக்கு அவன் சொந்தக்காரன். இந்த உலகத்தில் பணத்தைவிட வேறு எதுவும் பெரிதல்ல என்று வாழ்பவன். ஒரு சல்லிக்காசு கூட யாருக்கும் தர்மம் செய்ததில்லை. ஒரு மணி தானியத்தைக்கூட விரையமாக்காது காசாக்கிவிடுவான்.

அந்தக் கிராமத்தில் வாழ்பவர்களெல்லாம் ஏழை விவசாயிகள். இவன் பண்ணைகளில் கூலிக்கு வேலை செய்து பிழைப்பவர்கள். இவனுடைய நிலத்தை நம்பியே வாழ்பவர்கள். இவன் கொடுக்கும் கூலிப்பணம் குறைவென்றபோதிலும் வேறு வழியின்றி வாழ்பவர்கள்.

ஒரு சமயம் அவர்களது நிலப்பகுதியில் பஞ்சம் ஏற்பட்டுவிட்டது. சாதாரணப் பஞ்சம் அல்ல: மூன்று நான்கு ஆண்டுகள் மக்களை, ஏழை விவசாயிகளை அது பாடாய்படுத்தியது. கால் நடைகள் மடிந்தன: மரங்கள்கூடக் காய்ந்த விறகு களாக மாறி நின்றன.

உணவுக்காக எல்லோரும் படாதபாடு பட்டார்கள். ஆனால் இந்தக் கஞ்ச மிராசு மட்டும் வற்றாமல் வாடாமல் சற்றும் குறைவில்லாமல் இருந்தான். ஆண்டுதோறும் அறுவடையின்போது அவன் நிலத்தில் விளையும் தானியங்களுக்கு ஒரு குறிப்பிட்ட விலை அவனுக்குக் கிடைத்துவிடும். ஆம், இந்தக் கஞ்சனுக்குப் பஞ்சகாலத்திலும் அறுவடைதான். காரணம் அவனுடைய தானியக் களஞ்சியத்தில் ஆறெழு ஆண்டுகளுக்கு வேண்டிய தானியங்களை அவன் தன்னுடைய நிலங்களிலிருந்து முன்கூட்டியே சேமித்துவைத்துவிட்டான். அவனுக்கு இப்போது பஞ்சத்தின்மூலம் பெரும் அதிர்ஷ்டம் அடித்து விட்டது. வழக்கத்தைவிட மூன்று, நான்கு மடங்கு விலை வைக்கலாம் அல்லவா?

ஊரைச் சேர்ந்தவர்கள், இவனது நிலத்தில் பணியாற்றியவர்கள், ஏன் சொந்த பந்தங்களுக்குக்கூட இவன் உதவி செய்யமறுத்துவிட்டான். கல்லான மனத்தோடு விலையைக் கறாராகக் கறந்துவிடுவான். அது மட்டுமா? களஞ்சியத்தில் வீணாகின்ற தானியங்களைக்கூட யாருக்கும் கொடுக்க அவனுக்கு மனம் வரவில்லை. எந்த நேரமும் பணம் பணம் என்று அலையும் இந்த மனித மிருகத்துக்கு எப்படி யாவது பாடம் புகட்டவேண்டும் என்று விவசாயிகள் முடிவெடுத் தார்கள். கடைசியில் ஓர் எண்ணம் தோன்றியது. அதன்படி திட்டம் ஒன்றைத் தீட்டி, ஊரிலே எதையும் அதிகமாகப் பேசுகின்ற பெரியவாய் அண்டப்புளுகனிடம் பேசினார்கள்.

அண்டப்புளுகனின் திறமை அலாதியானது: அவன் இல்லாத பொருளைக்கூட இருக்கிறது என்று தன் பேச்சால் நம்பவைத்து விடுவான்; எதையுமே பெரிதாகக் காட்டிக் கொள்வான்; பெரிதாகப் பேசிக் கொள்வான். இப்படிப்பட்டவனைப் பிடித்துத்தான் ஒரு தந்திர நாடகத்தை நடத்த முன்வந்தார்கள் அந்த ஊர் மக்கள்.

இந்தத் தந்திர நாடகத்துக்குக் கொஞ்சம் செலவும் பண்ண வேண்டியிருந்தது. சிறிய மீனைப் போட்டுத்தானே பெரிய மீனைப் பிடிக்கமுடியும். கொஞ்சம் வெள்ளித் துண்டுகளை வாங்கினார்கள். கொஞ்சம் பஞ்சும் தேவையாக இருந்தது. அதன் பின்னர் ஊரிலே யாரிடமோ இருந்த அல்லது எங்கிருந்தோ பிடித்து வந்த ஓர் இளம் குதிரை குட்டியைக் கொண்டு வந்தார்கள். அதன் மலங்கழிக்கும் பின் துவாரத்திலே மூன்று அல்லது நான்கு தோலா எடையுள்ள வெள்ளித் துண்டுகளை உள்ளே செலுத்தினார்கள்: அதிலே பஞ்சைக் கொஞ்சம் மொத்தமாக கயிறு போல திரித்து உள்ளே திணித்தார்கள். இப்பொழுது அண்டப்புளுகனிடம் ஒப்படைத்தார்கள்.

அண்டப்புளுகன் அந்தக் கஞ்ச மகாப் பிரபுவின் பெரிய மாளிகைக்குச் சென்றான். அந்த மாளிகை ஒரு பெரிய நிலப்பரப்பில் அமைந் திருந்தது. மரங்கள் அடர்ந்திருக்கும் தோப்பில், வீட்டைவிட்டுச் சற்று தூரத்தில் தானியக் களஞ்சியங்களைக் கொண்டிருக்கும் கட்டடங்கள் அமைந்திருந்தன. அருகில் குதிரை லாயங்கள் இருந்தன. அண்டப்புளுகன் அந்தத் தோப்பில் நுழைந்து கஞ்சமகாப் பிரபுவின் கண்ணில் படும் வகையில் அவன் மாளிகையின் முன் வாசலுக்கு நேரே தன் அருமை குதிரைக் குட்டியுடன் போய் நின்றான்.

எலும்புகள் துருத்திக் கொண்டு இரண்டு அடி எடுத்து வைக்கக்கூடத் திராணி இல்லாதது போல, பார்க்கக் கொஞ்சம் அருவருப்பானதாகத் தோன்றுகின்ற அந்தக் குதிரைக் குட்டியையும், அதைப் பிடித்துக் கொண்டு நிற்கின்ற அண்டப்புளுகனையும் பார்த்தவுடனே கஞ்ச மகாப்பிரபுக்கு எரிச்சல் வந்தது. ''யாருய்யா அது? உனக்கு இங்கே என்ன வேலை? எதுக்காக இங்கே வந்தாய்?'' என்று கத்தினான். அண்டப்புளுகன் பேச முயன்றான். ''ஏய்... என்னுடைய பண்ணை வீட்டை அசிங்கம் பண்ண வந்திருக்கிறாயா... ஓடி விடு'' என்று கஞ்ச மகாப்பிரபு சத்தம் போட்டான்.

அண்டப்புளுகன் தெனாவட்டாக அப்படியே நின்று அவனைப் பார்த்தான். ''யோவ் முதலாளி, எதுக்காக இப்படிக் கத்தி என் அருமைக் குதிரைக்குட்டியைப் பயப்பட வைக்கிறாய். நீ என் குதிரைக் குட்டியைப் பயமூட்டினால் அது மலங்கழிக்கும். அதைக் கொண்டு பணம் பார்க்கலாம் என்று நினைக்கிறாயா?'' என்றாள்.

அண்டப்புளுகன் என்ன பேசுகிறான் என்பது ஒரு கணம் கஞ்ச மகாப்பிரபுக்கு புரியவில்லை: இருந்தாலும் 'பணம்' என்று ஏதோ சொல்கிறானே, என்னவென்றுதான் கேட்போம் என்று நினைத்து அருகில் சென்றான். அண்டப்புளுகன் சொன்னான். ''இது என்ன சாதாரண குதிரைக் குட்டின்னு நினைச்சியா? இது போடும் சாணம் அவ்வளவும் வெள்ளி, தெரியுமா? சில சமயம் தங்கம்கூட வரும்''.

கஞ்ச மகாப்பிரபுவுக்கு மயக்கமே வரும் போலிருந்தது. இது உண்மையாக இருக்குமா? எப்படி குதிரை தங்கமும் வெள்ளியுமாகச் சாணம் போடும்? இருந்தும் மனமில்லாமல் கேட்டான். ''எங்கிருந்து இந்தக் குதிரைக் குட்டியைப் பிடிச்சுட்டு வந்தே? நீ சொல்வதை எப்படி நம்புவது?'' என்றான்.

அண்டப் புளுகன் 'அளக்க' ஆரம்பித்தான்! ''ஒரு நாள் என் தூக்கத்தில் நீண்ட வெள்ளைத் தாடியோடு கூடிய பெரிய மகான் ஒருவரைப் பார்த்தேன். பணக்கடவுளுக்கு வான மண்டலத்தில் தங்கம், வெள்ளி

எல்லாம் சுமந்து போகும் குதிரை இது: இப்பொழுது வயசானதாலே இதை வேண்டாம் என்று பூமிக்கு அனுப்பி விட்டார்கள். மேலோகத்திலே இருந்ததால் இது சாணம் போட்டால் அது அசிங்கமல்லவா? அதனால் தங்கமும் வெள்ளியும் வருவதுபோல் தேவலோகவாசிகள் மாற்றிவிட்டார்கள். இதைப் பற்றி அந்த வெண்தாடி மகான் சொல்லி, என் தூக்கத்திலிருந்து எழுப்பி அதைப் பிடித்துக்கொண்டு போகச் சொன்னார். நான் நம்பால் தூங்கி விட்டேன். மறுபடி சாமியார் கனவில் வந்து, ''தாமதிக்காதே மகனே... நீ அந்தக் குதிரையைப் பிடித்துக் கொள்ளாவிட்டால் வேறு யாராவது கொண்டுபோய் விடுவார்கள்'' என்றார். நான் உடனே எழுந்து வெளியில் சென்றேன். ஏகாந்த மலையருகே ஒரு நெருப்புப் பந்தம் போல் ஏதோ தெரிந்தது. அதன் அருகே நான் போனேன். போகப் போகத்தான் தெரிந்தது அது தகதகக்கும் குதிரைக் குட்டி! அதைப் பிடித்துக்கொண்டு வந்தேன். இந்த உலகத்துக்கு வந்த பின்னர் அது கொஞ்சம் சாதாரண குதிரைபோல் ஆகிவிட்டது. மறுநாள் குதிரைக்குக் கொஞ்சம் சாம்பிராணி போட்டு எடுத்துக் கொண்டு போனேன். சட்டியில் இருந்த நெருப்பை ஊதி சாம்பிராணி போட்டவுடன் உடனே இது ஒரு துள்ளு துள்ளி சாணம் போட்டது. சாணமா அது? தங்கமும் வெள்ளியும்தான் வந்தது.'' என்றான்.

பேராசை பிடித்த அந்தக் கஞ்ச மகாப்பிரபுவின் வாய் ஆச்சரியத்தில் பிளந்துவிட்டது. ''நீ இங்கேயே இரு. இன்னொருமுறை எனக்காக சாணம் போடச்செய்'' என்றவாறு வீட்டுக்குள் ஓடி, ஒரு சிறிய கனப்புச் சட்டியில் கொஞ்சம் நெருப்பும் சாம்பிராணியும் கொண்டு வந்தான் அந்தக் கஞ்ச சாம்பிராணி!

கஞ்ச மகாப்பிரபு வீட்டுக்குள் போன உடனேயே அண்டப்புளுகன் குதிரைக் குட்டியின் ஆசன வாயில் திணிக்கப்பட்டிருந்த பஞ்சு உருளையை இழுத்துவிட்டான்.

இப்போது சாம்பிராணியைக் குதிரைக் குட்டிக்கு அருகில் கொண்டு சென்று காட்டினார்கள். குதிரை உடனே கழுதையைப் போலச் செருமி கனைத்தது. அப்பொழுது அதன் சாணம் வெளியே வந்து விழுந்தது. ஏற்கெனவே திணிக்கப்பட்டிருந்த வெள்ளி வெளியே வந்து கொட்டியது.

கஞ்ச மகாப்பிரபுவுக்கு சொல்லமுடியாத ஆச்சரியமும் பேராசையும் ஏற்பட்டது. அண்டப்புளுகனிடம் அவன் கேட்டான், ''ஏனய்யா. ஒரு நாளைக்கு இது சாணமாக எவ்வளவு போடும்?''

''என்ன? என்னை மாதிரி ஆசாமி என்பதால் ஒரு நாளைக்கு மூணு அல்லது நாலு தோலா வெள்ளியைக் கழிக்கிறது. உங்களை மாதிரி, பெரிய எஜமானர் என்றால் ஒரு நாளைக்கு முப்பது அல்லது நாற்பது தோலா வரைக்கும் கழிக்கும்; அந்தச் சாமியார் அதைத்தான் சொன்னாரே!'' என்றான்.

கஞ்ச மகாப்பிரபு கணக்குப் போட ஆரம்பித்தான்: ஒரு நாளைக்கு முப்பது தோலாவா, சரி இருபது தோலாவாக இருந்தால்கூட ஒரு மாதத்துக்கு 600 தோலா. அப்படியானால் ஓர் ஆண்டுக்கு 7200 தோலா ஆகிறது. மலைத்துவிட்டார் அந்த மகாபிரபு. எப்படியாவது, என்ன விலை கொடுத்தாவது இந்தக் குதிரைக் குட்டியைத் தன்வசப்படுத்திக் கொள்ள வேண்டுமென்ற முடிவுக்குக் கஞ்ச மகாப்பிரபு வந்து விட்டான். எனவே அண்டப்புளுகனிடம் பேச்சைத் தொடங்கினான்.

ஆனால் அண்டப்புளுகன் உடனடியாக அந்தக் குதிரைக் குட்டியை விற்பதற்கு உடன்படவில்லை. முரண்டுப் பிடித்தான். கஞ்ச மகாப்பிரபு திரும்பத் திரும்ப அவனிடம் பேசினான். உண்மையில் சொல்லப்போனால் மன்றாட ஆரம்பித்துவிட்டான். உடனே அண்டப்புளுகன் முகத்தை வாட்டமாக வைத்துக் கொண்டு, ''சரி, உங்கள் பேச்சுக்கு மதிப்பு கொடுக்கணுமே. எனக்குக் கொடுப்பினை இவ்வளவுதான் போலும். சரி, உங்களுக்கே விற்றுவிடுகிறேன். இதுவரை இந்தக் குதிரைக் குட்டி எனக்குக் கொடுத்த பொன்னும் வெள்ளியும் இன்னும் பத்து தலைமுறைக்குப் போதும்! ஒன்று செய்யுங்கள், எனக்குத் தானிய மூட்டைகளை இதற்குப் பதிலாகக் கொடுத்துவிடுங்கள். முப்பது வைக்கோல் வண்டி கொள்ளுமளவுக்கு தானிய மூட்டைகளைக் கொடுத்தால் போதும்'' என்றான்.

கஞ்ச மகாப்பிரபுக்கு மிகவும் சந்தோஷமாகிவிட்டது: தான் நினைத்ததைவிட மிகவும் மலிவாகவே விலை சொல்கிறானே என்று நினைத்து, உடனே ஒப்புக் கொண்டார். முப்பது வைக்கோல் வண்டி நிரம்பும் அளவுக்குத் தானியங்களைக் கொடுக்கச் சொல்லிவிட்டு குதிரைக் குட்டியை வாங்கிக்கொண்டார். பிறகு குதிரையை எங்கே கட்டி வைத்தால் பத்திரமாக இருக்கும் என்று ஒவ்வொரு இடமாகச் சென்று பார்த்துவிட்டு, கடைசியில் தான் வாழும் மாளிகையில், அதுவும் ரத்தினக் கம்பளம் விரித்த தன் படுக்கை அறையில் குதிரைக் குட்டியைக் கட்டிப்போட்டான். அதையே பார்த்துக்கொண்டு இடத்தைவிட்டு அசையாமல் இருந்தான். அவன் குடும்பத்தினரும், குதிரைக் குட்டி சாணமாகத் தங்கத்தையோ, வெள்ளியையோ போடப்போகிறது என்ற ஆவலுடன் காத்துக்கிடந்தனர்.

சாம்பிராணி சட்டியை எடுத்துக்கொண்டு போய் குதிரைக் குட்டிக்கு 'தூபம்' போட்டான். நடு இரவு வரை ஒன்றும் நடக்கவில்லை: திடீரென்று குதிரை செருமியது. ஒரு குதி குதித்துத் தன்னுடைய வாலைத் தூக்கிக் கொண்டது. ஆஹா! கஞ்சன் குதிரையின் வால் பக்கமாகப் போய் உற்றுப் பார்த்தான். அவ்வளவுதான்! குதிரை சாணத்தைப் பீய்ச்சியடித்தது. அவன் அணிந்திருந்த பட்டு உடைகள் எல்லாம் அசிங்கமாகிவிட்டது. அவன் தலை, முகம் முழுவதும் சாணம் மூடியிருந்தது. ஒரே நாற்றம். ரத்தினக் கம்பளமும் பாழ்!

கஞ்ச மகாப் பிரபுவின் படுக்கையறை குதிரை லாயத்தைவிட மோசமாக இப்போது காட்சியளித்தது. அவன் வெட்கத்தாலும் வேதனையாலும் துடித்தான். அவனுடைய மனைவியும் மக்களும் பெரும் அவமானத்துக்குள்ளானது போல் காட்சியளித்தனர்.

அண்டப்புளுகனைக் கொன்று போடவேண்டுமென்று அவனுடைய ஆள்கள் அவனை ஊரெங்கும் வலைவீசித் தேடினர். அண்டப்புளுகன் எங்கே போய் பதுங்கினான் என்றே யாருக்கும் தெரியவில்லை. அவனை ஊர்மக்கள் பாதுகாப்பாக மறைத்து வைத்திருந்தார்கள்.

ஊர் முழுவதும் கஞ்ச மகாப்பிரபு குதிரையின் கழிச்சல் குறித்து கேலி பேசப்பட்டது. இந்நிலையில், தலை மறைவாக எங்கோ இருந்த அண்டப்புளுகன் ஒரு பனிக் காலத்தில் கஞ்ச மகாப் பிரபுவின் ஆள்களிடம் பிடிபட்டுவிட்டான். அவனைப் பிடித்து இழுத்து வந்து கஞ்ச மகாப் பிரபுவின் மாளிகை முன் நிறுத்தினர் அவனைக் கஞ்ச மகாப்பிரபுவும் அவன் ஆட்களும் கடுமையாகத் தாக்கினர். அவனைப் பிடித்து இழுத்துப் போய் திறந்த வெளியில் இருந்த அரிசி ஆலையில் நடுப்பகுதியில் வைத்து அவன் அணிந்திருந்த உடைகளை எல்லாம் உரித்தெடுத்தார்கள். ஒரேயொரு பருத்தி சட்டை மட்டுமே எஞ்சி யிருந்தது. இரவு முழுவதும் அங்கே இருந்தால் பனிக் காற்றில் உறைந்து செத்துவிடுவான் என்று கணக்குப்போட்டு வெளியேறினார்கள்.

அண்டப்புளுகன் தவியாகத் தவித்தான். திடீரென்று ஒரு எண்ணம் தோன்றியது. உடம்பைச் சூடாக வைத்துக் கொள்ள பின்னோக்கி நடந்து கொண்டே இருக்கவேண்டும் என்று யாரோ சொன்னது நினைவுக்கு வந்தது. அந்த ஆலையைச் சுற்றி பின்னோக்கி நடக்கத் தொடங்கினான். அவன் உடலில் கொஞ்சம் கொஞ்சமாக வெப்பம் ஏற்பட்டது. அவன் ரத்த நாளங்களில் இப்பொழுது சீரான ரத்த ஓட்டம் பாய்ந்தது. வேகமாகவும் பிறகு கொஞ்சம் வேகத்தைக் குறைத்தும் என்று பின்னோக்கி நடந்தபடியே இருந்தான். இரவு எப்படியோ கழிந்தது.

அண்டப் புளுகனின் இறந்த உடலைக் காண வந்த கஞ்ச மகாப்பிரபுவும் அவனுடைய ஆள்களும் திகைத்துப் போனார்கள். வியர்வை வடிய உயிரோடு அவன் நின்றுகொண்டிருந்தான். அது மட்டுமா? கஞ்ச மகாப் பிரபுவைப் பார்த்தது, "முதலாளி, மிகவும் கொதிக்கிறது. காற்று இல்லாவிட்டால் நான் செத்தே விடுவேன். காற்றோட்டமான இடத்துக்கு உடனே என்னைக் கூட்டிச் செல்லுங்கள்" என்று கெஞ்சினான்.

"இந்தக் கடும் குளிரில் உனக்கு மட்டும் எப்படி வியர்க்கிறது?" என்று கேட்டான் கஞ்ச மகாப்பிரபு.

"இதோ நான் அணிந்துள்ள இந்தச் சட்டைதான் என்னை இந்தக் கடும் குளிரில் இருந்து காப்பாற்றியது. இது விலைமிக்க ரோமத்தால் ஆன பின்னலாடை" என்றான்.

"நீ என்ன தான் சொல்லுகிறாய்... கொஞ்சம் விளக்கமாகச் சொல்; சட்டை எப்படி உனக்கு வெப்பம் ஏற்படுத்தும்! புரியாத புதிராய் உள்ளதே!" என்றான் கஞ்ச மகாப்பிரபு.

"முதலாளி, இது நெருப்பு டிராகனின் ரோமத்திலிருந்து எடுத்து நெய்யப்பட்டது. இது சாதாரணமாக யாருக்கும் இங்கே கிடைக்காது. ஒரு நாள் மேலோகத்தில் சொர்க்க ராணிக்கு அதிகம் குளிரடித்தது. அப்போது டிராகன்களின் தேவன் அங்கே சென்றான். அவனை ஒரு போடு போட்டு, அவன் தோலை உரித்து இந்த மேல் சட்டையைத் தயார் செய்தார்கள். அதனால்தான் எனக்கு ஒரே உஷ்ணமாக இருக்கிறது" என்றான்.

அண்டப்புளுகன் தொடர்ந்தான்.

"எப்படியோ என் மூதாதையர்கள் மூலமாக இது என் கைக்கு வந்து சேர்ந்தது. அது எப்படி என் மூதாதையர்களிடம் வந்து சேர்ந்தது என்பதற்குப் பல கதைகள் சொல்லப்படுகின்றன. சரி, அதெல்லாம் இப்போது எதற்கு? எப்படியோ என் உயிர் பிழைத்ததே" என்றான்.

கஞ்ச மகாப்பிரபுவால் அமைதியாக இருக்கமுடியுமா? உடனே பேரம் பேசத் தொடங்கிவிட்டார்.

"சரி, நான் உன்னை விட்டுவிடுகிறேன். எனக்கு இதைக் கொடுத்து விடு. நான் அடிக்கடி பனி இரவுகளில் பயணம் செய்கிறேன். எனக்கு இது உபயோகமாக இருக்கும்" என்றான்.

"அதெப்படி, இது என் பரம்பரைச் சொத்து அல்லவா?" என்றான் அண்டப்புளுகன்.

"உனக்குத் தேவையான பணம் தருகிறேன்."

அண்டப்புளுகன் ரொம்பவும் பிகு செய்துகொண்டான். முகத்தை மிகவும் சோகமாக வைத்துக் கொண்டான். கடைசியில் கஞ்ச மகாப் பிரபு தன்னுடைய விலையுயர்ந்த நரித் தோலால் ஆன நீண்ட ஃபர் அங்கியை அவனுக்குக் கொடுத்தான். அண்டப்புளுகன் தன்னுடைய மங்கிய சட்டையை ஒப்படைத்தான்.

கஞ்ச மகாப்பிரபு உடனே யோசிக்கத் தொடங்கிவிட்டார். மாமனார் பிறந்த நாள் விழா வரப்போகிறது. இந்த டிராகன் சட்டையைப் போட்டுக்கொண்டு எல்லாரையும் அசத்திவிட வேண்டியதுதான். வழக்கமாகக் குளிர் ஆடைகள் அனைத்தையும் விட்டுவிட்டு இதை மட்டும் அணிந்துகொண்டார்.

பயணம் ஆரம்பமானது. மாமனாரின் ஊர் மிகத் தொலைவில் இருந்தது. வழியில் எங்கேயும் தங்கிச் செல்வதற்கு சத்திரங்களோ சாவடிகளோ கிடையாது. கொட்டும் பனி. கடுமையான குளிர். கஞ்ச மகாப்பிரபுக்கு உடல் நடுங்கத் தொடங்கிவிட்டது. தாக்குப்பிடித்து முன்னேறினார். முடியவில்லை. ஒரு மரத்தடியில் ஒதுங்கினார். பலனில்லை. சிறிது நேரத்தில் இதயம் நின்றுவிட்டது.

மீண்டும் அண்டப்புளுகன் ஏமாற்றிவிட்டான் என்று அனைவரும் பேசிக்கொண்டார்கள். அவனைக் கொல்லவேண்டும் என்று கோபம் கொண்டார்கள். ஒரு நாள் அவனைப் பிடிக்கவும் செய்தார்கள்.

அண்டப்புளுகன் இதற்கெல்லாம் பயந்துவிடுவானா? சாவகாசமாகச் சொன்னான்.

"நீங்கள் எப்படி என்னைக் குற்றம் சொல்லமுடியும்? நான் கொடுத்த சட்டையைப் போட்டுக் கொண்டு மரத்தடியில் நின்றிருக்கிறார். சட்டையில் வெப்பம் அதிகரித்திருக்கிறது. அப்படியே தொடர்ந்து நின்றுகொண்டிருந்ததால் வெப்பம் அதிகரித்து மரத்தில் தீ பற்றிக்கொண்டுவிட்டது. இவர் இறந்திருக்கிறார். அதோ, பாதி எரிந்து கிடக்கும் அந்த மரத்தைப் பாருங்கள்."

என்ன சொல்வது என்று ஒருவருக்கும் தெரியவில்லை. சரி போ என்று விட்டுவிட்டார்கள்.

குழலூதும் ஆட்டிடையன்

ஒரு காலத்தில் சீனாவில் முஸ்லிம்கள் வாழும் பகுதியான உய்கர் என்ற மாகாணத்தில் ஒரு நிலச்சுவான்தார் ஆடுகள் மேய்க்கவும் பண்ணையில் எடுபிடி வேலைகளைப் பார்ப்பதற்காகவும் ஒரு ஆட்டிடையனை வேலைக்குச் சேர்த்துக் கொண்டான். அந்த ஆட்டிடையனின் பெயர் அனீஸ். பார்ப்பதற்கு மிகவும் துடிப்பாகவும் துருதுருப்பாகவும் இருப்பான். அவன் கையில் ஒரு மூங்கில் குழல்! வேலைகளை முடித்துவிட்டு அவன் குழலிசைப்பான். அவன் இசையிலே எல்லோரும் மயங்கிவிடுவார்கள். பண்ணையில் வேலை செய்பவர்கள், பண்ணைக்கு வந்து போகிறவர்கள், பறந்து வரும் பறவைகள், பால் சுரக்கும் கறவைகள் என்று எல்லா ஜீவன்களையும் அவன் இசை சுண்டி இழுக்கும். ஒரு சுகலயத்தில் அவர்களை எல்லாம் கட்டிப்போடும்!

ஒரு சாண் அளவுள்ள மூங்கிலில் எப்படித்தான் இன்ப ஒலி எழுப்புகின்றானோ, என்ன இது வித்தை என்று எல்லோரும் வியந்தார்கள். அவனைப் பாராட்டினார்கள்; அன்பு மழைப் பொழிந்தார்கள். ஆனால் ஒரே ஒருவர் மட்டும் அவனைக் கண்டு எரிச்சலுற்றார். அவனது வேணுகானத்தை

வேண்டாம் என்றே வேம்பாக வெறுத்தார். அவனை அதற்காகக் கடித்துக்கொண்டார்.

ஆட்டிடையன் அனீசுக்கு எப்பொழுதெல்லாம் வேலை இல்லாமல் இருக்குமோ அப்பொழுதெல்லாம் தன் வேய்க்குழலை எடுத்து ஊதுவான்; அதைக் கேட்பதற்காக ஒரு கூட்டம் காத்திருக்கும்; அவன் குழல் ஊதப் போகின்றான் என்று தெரிந்தால், அவர்கள் அவனைச் சுற்றி வட்டமாக அமர்ந்துகொள்வார்கள்; அனீஸ் தானாகக் கற்ற கலையை, தன்னுயிர் இயற்றிய இசையை, தேனாகக் காதுகளிலே பாய்ச்சுவான். கேட்டவர்கள் எல்லாம் கிறங்கிக்கிடப்பார்கள்!

நாளுக்குநாள் இதனால் எரிச்சலடைந்த நிலச்சுவான்தார் அனீஸ் மீது ஆத்திரம் கொண்டான். அவனை எத்தனையோ தடவை எச்சரித்தும் கூட, அவன் மாறவில்லை; குழலூதுவதை அவன் விட்டுவிட வில்லை. அதே சமயம், தன் வேலைகளில் எதையும் அனீஸ் குறை வைக்கவுமில்லை. தனக்கிட்ட பணிகளைக் கொஞ்சம் அதிகமாகவே செய்துவிடுவான். அதன் பிறகுதான் அவன் குழலெடுப்பான்; இசைத் தொடுப்பான்! எனவே நிலச்சுவான்தாரால் அவனுடைய வேலையில் குறை எதுவும் கண்டுபிடிக்க முடியவில்லை, என்றாலும் அவனை, அவன் குழலை ஒழித்தே ஆக வேண்டுமென்ற ஒரு வெறியோடு, வெஞ்சினத்தொடு வெகுண்டெழுந்தான்.

அனீஸை நோக்கி, ''அட கேடு கெட்டவனே... உன்னிடம் எத்தனை முறை உன் ஊதுகுழலை ஊதாதே என்று எச்சரித்திருப்பேன்.. நீ பண்ணை வேலைக்கு வந்தாயா... பண்ணிசைக்க வந்தாயா? உன்னுடைய திமிரை அடக்கவேண்டும். என் பேச்சைமீறி நீ நடந்து கொண்டாய்... உன்னைச் சும்மாவிடப் போவதில்லை'' என்று சொல்லிக்கொண்டே அங்கிருந்த கோலை எடுத்து பலமாகச் சாடினான்; தன் கோபம் தீருமட்டும், கை சலிக்கும்வரை அந்தக் கோலால் அனீஸின் உடலெங்கும் தாக்கினான். அனீஸ் வலிப் பொறுக்க மாட்டாமல் துடியாகத் துடித்தான். கண்களிலிருந்து கண்ணீர் பெருக்கெடுத்து ஓடியது. அனீஸ் வைத்திருந்த அவனது வேய்க்குழலை பறித்து ஒடித்து வீசினான். அனீசைத் தனது பண்ணையிலிருந்து துரத்தி அடித்தான்.

அனீஸ் தன் அழுகையை அடக்கமுடியாமல் தெருவிலே கால் போன திசையிலே நடந்துபோனான். வெள்ளை உள்ளத்தில் வீரிட்ட வேதனையும், உடலின் வலியும் அவனைத் தள்ளாடச் செய்தது; அப்பொழுது அங்கு வந்த ஒரு வயோதிகர், அன்பான குரலோடு அவனை அழைத்தார்.

''இளைஞனே... உனக்கு என்ன நிகழ்ந்தது? இங்கே ஏன் வந்தாய்? எதற்காக அழுகிறாய்... உன் தாய் தந்தையர்கள் யார்?'' என்று கேட்டாய்.

''தாத்தா! நானொரு ஏழை ஆட்டிடையன். என் பெயர் அனீஸ்! பண்ணை முதலாளி என்னை அடித்து விரட்டி விட்டுவிட்டார். அவன் இட்ட ஏவல்களை, பணிகளைச் சரியாகச் செய்தேன். குற்றம் குறை செய்தேனில்லை. ஆனால் நான் செய்தது எல்லாம் ஓய்வு நேரத்தில் வேய்ங்குழல் இசைப்பது. அதற்காக அவர் கோபப்பட்டார்; என்னைத் தாக்கித் துரத்தியடித்துவிட்டார். அந்தத் துயரிலே நான் அழுதேன். என்னுடைய வேய்ங்குழலைத் துண்டு துண்டாக ஒடித்து எறிந்துவிட்டார்'' என்றான்.

''கலங்காதே அனீஸ்....'' என்று அவன் முதுகில் வாஞ்சையோடு தடவிக் கொடுத்து விட்டு, ''நீ என்னோடு வந்துவிடு; என்னுடனே தங்கிக் கொள்ளலாம்; உன்னுடைய குழலூதும் ஆசைக்கு இனித் தடையில்லை; அதைக் கொண்டே நீ உன் பண்ணை முதலாளியை பழி தீர்த்துக் கொள்ளலாம்'' என்றார். அனீஸ் ஒப்புக் கொண்டான்.

இப்பொழுது முதியவரின் வீட்டிலே அனீஸ் தங்கலானான். அங்கு அந்த முதியவர் அனீசுக்கு நீண்ட மூங்கில்களால் ஆன குழல்களில் குழலூதக் கற்றுக் கொடுத்தார். இதுவரை அனீஸ் தனக்குத் தோன்றியவாறு இசையைக் குழலில் எழுப்பினான். இப்பொழுதோ இசைப் பயிற்சியை முறையாகக் கற்றுக்கொண்டான். வேணுகான வித்தையிலே வேந்தனானான். அவன் குழலை எடுத்து ஊதினால், மனிதர்கள் முதல் எல்லா உயிரினங்களும் அவனிடம் வந்து இசை லயிப்பில், லாகிரியில் ஆழ்ந்துவிடுகின்றன. பறவைகளும் விலங்கினங்களும் அவனுடைய இசையைக் கேட்க ஓடிவரும். இப்படி வருகின்ற பறவைகளும் சரி, விலங்கினங்களும் சரி, அவனிடம் நெருங்கிப் பழகலாயின. அனீஸின் சொல்லுக்குக் கீழ்படிந்து நின்றன.

காலம் ஓடியது... ஒரு நாள் அந்த நிலச்சுவான்தார் கனவு ஒன்றைக் கண்டான். அக்கனவிலே வெண்பனியால் செய்தது போன்ற வெள்ளை வெளேர் முயலொன்று தோன்றியது. அதன் தலை அழகான கரும்புள்ளிகளோடு காட்சி அளித்தது! அதன் அழகிலே நிலச்சுவான்தார் உள்ளத்தைப் பறிக் கொடுத்தான். எப்படியாவது கனவிலே கண்ட முயலைக் கண்டுபிடித்து தமக்குச் சொந்த மாக்கிக்கொள்ள வேண்டுமென்ற அவா அவன் உள்ளத்தில் எழுந்தது.

கண்விழித்தவுடன் தன் மைந்தர்களை அழைத்தான். தான் கண்ட கனவை எடுத்துக் கூறி, அப்படிப்பட்ட முயலை அவர்களில் யாராவது

ஒருவர் பிடித்துவந்தால் தனது சொத்து முழுவதற்கும் சொந்தக் காரனாகலாம் என்றான்.

"தந்தையே... கனவில் கண்டதை எப்படி நேரிலே போய் பிடிக்க முடியும்? அதை எங்கு போய் தேடுவது? அது எந்தக் காட்டிலே இருக்கும்?" என்றான்.

"எனக்கு அந்த முயல் வேண்டும். அதை எப்பாடுப்பட்டாவது பிடித்து வாருங்கள். அதை விட்டுவிட்டு வீண்பேச்சு வேண்டாம்."

மூத்த மகன், முழுச் சொத்தும் தன் தந்தைக்குப் பின்னர் முறையாகத் தனக்குத் தான் வருமென்று அறிவான். ஆயினும் தன்னுடைய தம்பிமார்களில் யாரேனும் ஒருவன் அந்த முயலைப் பிடித்து வந்து விட்டால் என்ன செய்வது என்று நினைத்து அந்த முயலைத் தானே பிடிக்க பக்கத்து காட்டுக்குப் புறப்பட்டுச் சென்றான்.

போகும் வழியிலே அவன் அந்த முதியவரைப் பார்த்தான். தான் புறப்பட்ட காரியத்தைச் சொன்னான்.

அதற்கு அந்த முதியவர், " அப்படியா. சரி நீங்கள் காட்டில் உள்ளே போங்கள், அங்கே என்னுடைய செம்மறிகளை மேய்த்துக் கொண்டு 'அனீஸ்' என்ற என் ஆள் ஒருவன் இருப்பான். அவனிடம் சொன்னால் பிடித்துத் தருவான்" என்றார்.

புறப்பட்ட காரியம் இத்தனை எளிதாக நடக்கக் கூடுமென்று மூத்தமைந்தன் நினைக்கவே இல்லை. மகிழ்ச்சியோடு, புதிய வேகத் தோடு அவன் காட்டுக்குள் சென்றான். விரைவில், அனீஸை கண்டுப் பிடித்து விட்டான். தன் தந்தையின் ஆசையையும் அவர் வர்ணித்து விளக்கிய முயலையும் பற்றிக் கூறி, வழியில் ஒரு முதியவர் தன்னை அவனிடம் அனுப்பிய விவரத்தையும் கூறி நின்றான்.

அனீஸ் அந்த நிலவுடமையாளரின் மூத்தப் பிள்ளைக்கு உதவுவதாக வாக்களித்தான். குறிப்பிட்ட அடையாளங்களைக் கொண்ட வெள்ளை முயலைப் பிடித்துத் தருவதாகவும், அப்படி அவனிடம் ஒப்படைத்தால் தனக்கு ஓராயிரம் ஸ்டிரிங்ஸ் தொகை தரவேண்டும் என்றும் அனீஸ் நிபந்தனை விதித்தான்.

அனீஸ் கேட்ட தொகை அதிகம்தான். ஆயினும் தன்னுடைய தந்தை யிடமிருந்து தனக்கு வரப்போகின்ற சொத்தையும் செல்வத்தையும் கணக்கிட்டுப் பார்த்தால், இத்தொகை மிகவும் சொற்பம் என்பதால் ஒப்புக்கொண்டான்.

அனீஸ், அவனை அன்று மாலை நேரத்தில் வரச் சொன்னான்.

மாலை வந்தது, காடுகள் மாலை நேரத்தில் தான் மிக அழகாகத் தோற்றமளிக்கும். இரவானால் அச்சத்தை வரவழைக்கும். பொன் அந்தி மாலைப் பொழுதில் அனீஸ் இசைப்பது வழக்கம். அவன் வாசிப்பை நிறுத்தினால்தான் விலங்குகளும் பறவைகளும் தத்தம் நிலைகளுக்குத் திரும்பும்! இதை உணர்ந்திருந்த அனீஸ் வழக்கம்போல் தன் புல்லாங் குழலை எடுத்து வாசிக்கலானான். பறவைகளும் விலங்குகளும் கூடிக் குவிந்தன. வாசித்துக் கொண்டே அவன் எங்கோ கூர்ந்து பார்த்தான். பார்த்த இடத்திலே பனியை உருட்டிச் செய்தாற்போல ஒரு வெள்ளை முயல் குறுகுறு என்று நின்றது. அதன் தலையில் அழகுக்கு அழகுக் கூட்டும் கருமையான புள்ளிகள் இருந்தன.

அனீஸ் உடனே தன் வேய்ங்குழலை கீழே வைத்தான். சட்டென்று அந்த முயலை நோக்கிச் சென்றான். அதன் நீண்ட காதுகளைப் பிடித்துத் தூக்கி, அதை அப்படியே அந்த மூத்தச் சகோதரனிடம் அளித்தான். ''இதோ, நீங்கள் தேடிய முயல், மிகவும் எச்சரிக்கையாகப் பிடித்துக் கொள்ளுங்கள். பத்திரமாக எடுத்துச் செல்லுங்கள் இது உங்களை விட்டுத் தப்பி ஓடிவிட்டால் அதற்கு நான் பொறுப்பாக முடியாது'' என்றான். அந்த மூத்த சகோதரன் மிகவும் பணிவாக நன்றிகளைக்கூறி ஆயிரம் ஸ்டிரிங் பணத்தையும் அளித்துவிட்டு அந்த முயலை இறுகப் பற்றியபடி அந்த இடத்தைவிட்டு அகன்றான்.

கொஞ்சம் நேரம் ஓடியதும், அனீஸ் மீண்டும் தன் குழலை எடுத்தான். காற்றைக் குழலில் ஊதி ஊதி, ஓசைக்கு உருவம் கொடுத்தான். அது மறுபடியும் எல்லா உயிரினங்களையும் ஓடிவரச் செய்தது. அந்த ஒலி, காற்றிலே கலந்து மூத்தச் சகோதரன் எடுத்துச் சென்ற முயலின் நீண்ட காதுகளிலே போய் விழுந்தது. அவ்வளவுதான். அது ஒரு துள்ளல் துள்ளியது. கயிற்றை அறுத்துக் கொண்டு ஓடுகின்ற கன்றுக்குட்டிப் போல ஒரே பாய்ச்சலில் மறைந்துவிட்டது.

மூத்த சகோதரன் செய்வதறியாது தவித்தான். கணநேரத்தில் தன்னுடைய வாழ்வின் நற்பேறுகள் எல்லாம் முயலுடன் ஓடி விட்டது போல உணர்ந்தான்; இனி என்ன செய்வது? அனீஸிடமே மீண்டும் திரும்பினான்.

அனீஸைப் பார்த்து, ''அந்த வெண்முயல் என்னைவிட்டு ஓடி விட்டது. அதை எப்படி மீண்டும் பிடிப்பது?'' என்றான்.

''நான் அப்பொழுதே எச்சரித்துவிட்டேன். நீங்கள் தான் மிகக் கவனமாகப் பிடித்துக் கொண்டு போயிருக்க வேண்டும் இதற்கு நான் பொறுப்பாக முடியாது, அது என் வேலை அல்ல!'' என்றான்.

மூத்த சகோதரன் பாவம், கனத்த உள்ளத்தோடும் வெறும் கையோடும் வீடு திரும்பினான்.

இப்பொழுது அந்த நிலச்சுவான்தாரின் இரண்டாவது மகனின் முறை. அவன் தன் தந்தையிடம் சென்று, ''தந்தையே... கவலையை விடுங்கள்.... நான் போய் கையோடு அந்த முயலைப் பிடித்து வருகின்றேன்'' என்று கூறிச் சென்றான். அவனும் தன் அண்ணனைப் போன்றே அதே முதியவரைச் சந்தித்து, பிறகு அவர் சொன்னபடி அனீஸைப் பார்த்து அதே ஆயிரம் ஸ்டிரிங்ஸ் தருவதாகப் பேசினான். அனீஸ் குழல் ஊத, முயல் வந்து சேர, அதை அவன் பிடித்துக் கொடுத்தான். மீண்டும் அதேபோல் அனீஸ் இன்னொருமுறை குழல் ஊத, முயல் திரும்பவும் ஓடிவந்துவிட்டது.

பிறகு, வீட்டிலிருந்த கடைசி சகோதரன் புறப்பட்டான். அவனுக்கும் அதே போலத்தான் எல்லாம் நடந்தது. அவனும் துயரத்தோடு வீடு திரும்பினான்.

நிலச்சுவான்தார் ஆவேசம் கொண்டான். ''அட முட்டாள்களே! உங்களால் எதுவும் முடியாது. ஒரு சிறு பூச்சியைக்கூட உங்களால் பிடித்து வர முடியாது. மூன்று நாட்களில் மூவாயிரம் ஸ்டிரிங்ஸ் இழந்ததுதான் மிச்சம்'' என்று சாடினான். பின் தானே அந்த முயலைப் பிடித்து வருவதற்காக காட்டுக்குப் புறப்பட்டான்.

காட்டில் நுழைந்த தன் பழைய எஜமானை அனீஸ் இனங்கண்டு விட்டான். அவன் நெஞ்சிலே அவனையும் அறியாமல் ஒரு வெறுப் புணர்ச்சி ஏற்பட்டது. தன்னிடம் முன்பு நடந்துகொண்டதற்கு தக்க தண்டனையைத் தர வேண்டும் என்று நினைத்தான். ஆனால் அனீஸை அடையாளம் காணமுடியாத நிலச்சுவான்தார், முயலைக் கண்டு பிடிக்கும் கோரிக்கையை அவனிடமே வைத்தார்.

அனீஸ் குழலெடுத்து இசைக்கத் தொடங்கினான். அவ்வளவுதான், காட்டிலுள்ள கொடிய மிருகங்களான ஓநாய்கள், நரிகள், கரடிகள், நச்சுமிக்க பாம்புகள், குத்திக் கிழிக்கத் துடிக்கும் பயங்கரமான பறவைகள் என்று அனைத்தும் சூழ்ந்துகொண்டன. எந்த நேரமும் அவை நிலச்சுவான்தார் மேல் பாய்ந்து தாக்கலாம் என்ற நிலை ஏற்பட்டுவிட்டது. உடலெங்கும் வியர்வை ஓட, உடல் கிடுகிடுக்க வாய் உதற அனீஸின் கால்களிலே அவன் விழுந்தான்.

காலில் விழுந்தவனைத் தூக்கிவிட்டு, ''ஐயா பெரியவரே! என்னை யார் என்று தெரிகிறதா? பாருங்கள்'' என்றான் அனீஸ். ''நான்தான் ஆட்டிடையன் அனீஸ், என்னை அன்றொருநாள் அடித்து

விரட்டிவிட்டீரே, அதே அனீஸ். குழலூதக் கூடாதென்று தடுத்து என் புல்லாங்குழலை ஒடித்து எறிந்தீரே. அதே ஏழைச் சிறுவன்…''

ஒருவழியாக எச்சிலை விழுங்கி, ஆசுவாசப்படுத்திக் கொண்டு நிலச்சுவான்தார் பேசத் தொடங்கினான். ''ஐயா… உங்களிடம் நான் நடந்துகொண்டது போல என்னை நடத்திவிடாதீர்கள். ஐயோ நான் பெரிய பாவி, எத்தனை பெரிய கொடுமையை உங்களுக்குச் செய்தேன். அதற்குப் பழிவாங்க என்னைப் பலியாக்காதீர்கள். இனிமேல் நான் திருந்திவிடுகிறேன். நீங்கள் சொல்கிறபடி நடப்பேன்.''

''எத்தனையோ ஏழைகள் இங்கே ஒரு வேளை சோற்றுக்குத் தவியாய் தவிக்கின்றார்கள். நீ அவர்களை வேலை வாங்கிவிட்டுக் கூலி கொடுக்காமல் அடித்து விரட்டி இருக்கிறாய். பாவம் அவர்கள் பசியோடு இருந்தார்கள். ஆனாலும் உன்னை ஒன்றும் செய்யவில்லை. இதோ இங்குள்ள மிருகங்களும் பறவைகளும்கூடப் பசியோடுதான் உள்ளன. ஆனால் இவை உன்னைக் கொல்லாமல்விடாது.'' என்றான்.

''நீங்கள் என்ன சொன்னாலும் கேட்கிறேன். என் உயிருக்கு ஈடாக என்ன வேண்டுமானாலும் தருகிறேன்! தயவு செய்து என்னைக் காப்பாற்றுங்கள்'' மறுபடியும் காலில் விழுந்து கதறினான் நிலச்சுவான்தார்.

''இனிமேலாவது திருந்து. ஏழைகளின் மேல் இரக்கம் காட்டு. நான் இந்தக் கொடிய மிருகங்களையும் பறவைகளையும் உன்னைவிட்டுப் போக வைக்கிறேன். அதற்கு ஈடாக நீ உமது சொத்துக்களில் பாதியை ஏழைகளுக்குத் தானமாக வழங்க வேண்டும்.'' என்றான் அனீஸ்.

நிலச்சுவான்தார் ஒப்புக்கொண்டான். அவனைவிட்டு கொடிய மிருகங்களும் பறவைகளும் விலகிச்சென்றன. வீட்டுக்குச் சென்றவுடன் முதல் வேலையாக அவன் ஏழைகளுக்கு சொத்து மதிப்பில் பாதியை அள்ளி அள்ளி வழங்கி அவர்கள் வாட்டம் போக்கினான். அனீஸ் தான் கற்ற வித்தையால் ஒரு கொடுமைக் காரனைத் திருத்தினான். பழிவாங்க வேண்டுமானால் இப்படித்தான் பழிவாங்க வேண்டும்!

தங்கப் புல்லாங்குழல்

மலைக்கிராமத்திலே ஒரு பெண்ணும் அவளுடைய மகளும் இருந்தார்கள். அவர்கள் தங்களுடைய சிறிய நிலத்தில் வேலைகள் செய்வது வழக்கம். விதை தூவுவது, நடுவது, தண்ணீர் பாய்ச்சுவது, அறுவடைக் காலத்தில் அறுப்பது, கதிர் அடிப்பது என்று எல்லா வேலைகளையும் அவர்களே செய்வார்கள். அந்தப் பெண்ணின் மகள் சிவப்பு நிற உடைகளே அணிவாள். அதுவே அவளுக்குப் பிடிக்கும். அதனால் அவளை எல்லோரும் 'சிவப்புச் சின்னவள்' என்று அழைத்தார்கள்.

ஒருநாள் அந்தக் கொடுமை நடந்தது. 'சிவப்புச் சின்னவள்' தங்கள் கழனியிலே ஏதோ வேலையாக இருக்கும்போது, ராட்சச டிராகன் ஒன்று வானிலே பறந்து வந்தது. அது வந்தபோது அதன் இறக்கைகளின் அசைவிலே காற்று வேகமாக வீசியது. அதனால் மரங்களெல்லாம் ஆடின. மேகங்கள் கூடக் குலுங்கின. பார்ப்பதற்கு மிகவும் மூர்க்கமான, கோரமான, கடுஞ்சீற்றம் கொண்டதாக இருந்தது. வானிலே பறக்கும் பருந்து திடீரென்று பூமியில் பாய்ந்து கோழிக் குஞ்சைக் கவ்வுவது போல, சிவப்புச் சின்னவளை அப்படியே தன் கால்களால் அள்ளிக் கொண்டு போய்விட்டது.

சிவப்புச் சின்னவளின் அவலக்குரல் அழுதுகொண்டே ஒலித்தது. அதைத்தான் அவளுடைய அம்மாவால் கேட்க முடிந்தது.

அம்மா என்னருமை அம்மா... பொறுத்திரு, பொறுத்திரு.

சகோதரனே சகோதரனே என்னை வந்து மீட்டுவிடு!

பெற்ற தாயின் கண்கள் கலங்கின; அவளின் ஆற்றாமையின் அழுத்தம் அவள் இதயத்தைப் பிசைந்தது. ''பாவம், குழந்தை! அவளைப் போய் அந்த ராட்சசப் பேய் டிராகன் தூக்கிக்கொண்டு போய்விட்டதே! என்ன செய்வேன்? யாரிடத்தில் போய் கேட்பேன்! சிவப்புச் சின்னவளோ, சகோதரனே சகோதரனே என்னை வந்து காப்பாற்று என்றாளே! அவளுக்கு ஏது சகோதரன்! எனக்குப் பிறந்தது இவள் மட்டுந்தானே! பயத்திலே அப்படி உளறி இருக்கிறாள் போலும்'' என்று நினைத்தாள். இப்படியெல்லாம் நினைத்து, தள்ளாடிக் கொண்டே வீட்டை நோக்கித் திரும்பினாள்.

திரும்பும் வழியிலே பாதி தூரம் வந்தபோது அவளுடைய நரைத்த தலைக் கூந்தலை யாரோ பிடித்து இழுப்பதுபோல இருந்தது. சாலை ஓரத்தில் இருந்த புன்னை மரக் கிளை அது. காற்றில் ஆடித் தாழும்போது இவள் கூந்தல் மாட்டிக்கொண்டது போலும். வேறு வழியில்லாமல் கூந்தலை அறுத்தெடுத்துக் கொண்டு நடக்கின்ற போது, நன்றாகச் சிவந்த சிவப்பு பெர்லி பழங்களைப் பார்த்தாள். கொஞ்சம் பறித்து எடுத்துக்கொண்டு நடந்தாள். அந்தச் சிவப்பு பெர்ரியைச் சுவைத்தாள்.

வீட்டுக்கு வந்து சேர்ந்தாள். வீட்டுக்கு வந்தவுடனே அவளுக்குப் பிரசவ வலி ஏற்பட்டது. அவள் சாப்பிட்ட சிவப்பு பெர்ரிப் பழம் அவளைக் கருக்கொள்ள வைத்தது. ஒரு நாளின் சில மணிகளிலே அவள் கர்ப்பம் முதிர்ந்து குழந்தையும் பெற்றெடுத்தாள். அது ஓர் ஆண்குழந்தை அதற்கு ''சின்ன பேபரி'' என்று பெயரும் சூட்டினாள். குழந்தையும் வட்டமான தலையுடனும் சிவந்த கன்னங்களுடன் பேபரி போலவே இருந்தான்.

சின்ன பேபரி பிறந்த சில நாட்களுக்குள்ளேயே வளர்ந்து ஓர் இளைஞனாக ஆகிவிட்டான். பதினான்கு அல்லது பதினைந்து வயதுக்காரனைப் போலத் தோற்றம் தந்தான். அவனைப் பார்க்கும் போதெல்லாம் அவனுடைய தாய்க்கு ராட்சச டிராகன் தூக்கிச் சென்ற அவளின் மகள் சொன்ன வாக்கியங்கள் தான் நினைவுக்கு வந்தது.

''சகோதரனே சகோதரனே என்னை மீட்பாயாக''

பெற்றவளோ அதை அவளிடம் சொல்லத் தயங்கினாள். சொல்வதற்கு வாய் வரும். ஆனால் மனம் தடுத்துவிடும். இவனுக்கு ஏதாவது விபரீதம் நேரிட்டால் என்ன செய்வது? இதனால் தான் அவள் வாய் மௌனிக்கும், கண்களோ கலங்கும்!

ஒரு நாள் ஒரு காகம் அவள் வீட்டின் கூரையில் அமர்ந்து, பின் அங்கிருந்து இறங்கி, கூரை இறக்கத்தில் இருந்து கொண்டு, ''உனது தமக்கை துன்பத்தில் கிடக்கிறாள்; அவளைத் துன்பத்திலிருந்து மீட்டு வருவாயாக! டிராகன் பூதத்தின் குகையில் மடிகிறாள். வெற்றுக் கைகளால் குகையைச் சுரண்டி சுரண்டித் தவிக்கிறான். அதனால் அவளது உடைகளிலும் ரத்தக் கறைகள் இருக்கிறது. உடனே சகோதரனே, உன் சகோதரியை மீட்டு வா''

இதைக் கேட்டவுடன் சின்ன பேபரிக்கு ஆச்சரியமாக இருந்தது. ''அம்மா... எனக்கு அக்கா இருக்கிறாளா? எங்கே போனாள்? ஏன் என்னிடம் மறைத்து விட்டாய்?'' என்று கேட்டாள்.

''ஆமாம் மகனே... உன் அக்காவை ராட்சச டிராகன் தூக்கிக் கொண்டு போய்விட்டது. அந்த டிராகன் பலரைத் தூக்கிக் கொண்டு போய் சாப்பிட்டு விட்டது!'' என்றாள்.

பேபரி உடனே ஒரு பெரிய உலக்கைப் போன்ற ஒரு தடியை எடுத்துக் கொண்டாள், ''அம்மா... இதோ இப்பொழுதே போய் என் தமக்கையை மீட்டெடுக்கப் போகிறேன்... ராட்சச டிராகனை இந்தத் தடியால் அடித்துக் கொன்று விடுவேன்... இனிமேல் அவன் யாருக்கும் தீங்கு செய்யமுடியாத அளவுக்குச் செய்துவிட்டு வருகிறேன்.'' என்று சொல்லிப் புறப்பட்டான்.

அவனது தாய் கண்ணீரில் மறைத்த பார்வையோடு, கதவின் இடைவெளியிலே அவன் போவதைப் பார்த்துக் கொண்டிருந்தாள். அவள் உள்ளத்தில் மகிழ்ச்சியும் அச்சமும் ஒருங்கே எழுந்தன.

பேபரி, வெகு தொலைவுகள் நடந்தான். நடந்து, நடந்து எப்படியோ ஊர்க் கோடியிலுள்ள ஒரு மலைச் சாலையின் முடிவுக்கு வந்து விட்டான். அதன் பிறகு சாலையின் தொடர்ச்சி இல்லை. ஆனால் மிகப்பெரிய பாறாங்கல் ஒன்று பாதையை அடைத்தது போல் நின்றிருந்தது.

இந்தப் பாதையைக் கடந்து போக வேண்டுமானால் அந்தப் பாறையைத் தாண்டிக் குதிக்க வேண்டும். அப்படிக் குதித்தால் ஒரு காலடி தவறினால் கூட மலைக்குக் கீழே அதள பாதாளத்துக்குள்

போய் விழ வேண்டும். யாரும் அவ்வளவு பெரிய முயற்சி எடுப்ப தில்லை. ஆனால் பேபரி அந்த பாறாங்கல்லை நகர்த்தி விட்டால் போதுமென்று நினைத்தான்.

பேபரி தான் எடுத்து வந்த கோலை அந்த பாறாங்கல்லின் அடியில் நுழைத்து, தன் பலங்கொண்ட மட்டும் அந்தக் கல்லை உயர்த்திடப் பார்த்தான். அவன் கொண்டு வந்த தடி இரண்டாக உடைந்தது. என்ன செய்வது? உடனே தன் இரு கைகளையும் பாறாங்கல்லின் அடியில் கொடுத்து அதை உருட்டப் பார்த்தான். எங்கிருந்துதான் அவனுக்கு அந்தப் பலம் வந்ததோ, ஆம் பாறாங்கல் அசைந்து கொடுத்தது, அவன் தன் பலத்தால் இயன்ற அளவு உயர்த்திக் கொண்டு அப்படியே பின்னால் தள்ளினான். பாறாங்கல் உருண்டு ஓடிப் பள்ளத்தாக்கில் போய் விழுந்தது.

அதே நேரம் அந்தப் பாறாங்கல் இருந்த இடத்திலே தகதகத்துக் கொண்டிருக்கும் தங்கப் புல்லாங்குழல் ஒன்று இருந்தது. பேபரி அதைக் கையிலெடுத்தாள். அதைத் துடைத்து விட்டு குழலில் காற்றை ஊதினான். அதில் ஓசை எழுந்தது. அதை மீண்டும் ஊதினான். அவ்வளவுதான் அந்த மலையிலே, மலைச்சாலையிலே உள்ள புழு பூச்சிகளும் தவளைகளும், பல்லிகளும் நாட்டியமாடத் தொடங்கின. புல்லாங்குழலை வேகமாக ஊதினால் வேகமாக ஆடின. ''ஓ.... இது போதும், இதை வைத்தே அந்த ராட்சச டிராகனை ஒரு கை பார்த்து விடலாம்'' என்று நெஞ்சத் துணிவோடு நிமிர்ந்து நடந்தான்.

கொஞ்ச தூரம் நடந்து போனதும், பெரிய மலைப்பாறை தெரிந்தது. அவன் கஷ்டப்பட்டு அந்தப் பாறையின் மேல் ஏறிக்கொண்டான். அங்கிருந்து பார்த்தால் ஒரு குகையின் வழியை முழுதும் அடைத்துக் கொண்டு அந்த ராட்சச டிராகன் அமர்ந்திருந்தது. டிராகனைச் சுற்றிலும் எலும்புகள் குவியலாகக் கிடந்தன. எல்லாமே மனிதர் களைச் சாப்பிட்டுவிட்டுப் போட்ட எலும்புகளே.

அவனுக்கு அடுத்து ஒரு பெண் கண்ணீரோடு அமர்ந்திருப்பது தெரிந்தது. டிராகன் தன் நீண்ட கூரிய நகங்களால் அவளின் முதுகைக் கீறிக் கீறி கொடுமைப்படுத்திக் கொண்டிருந்தது. ''அட நன்றி கெட்ட சிவப்புப் பெண்ணே! நீ என்னோடு இருக்கும் வரைக்கும் யாரும் உன்னைத் தொடமுடியாது. திருமணம் செய்துகொள்ளமுடியாது. எத்தனை நாளானாலும் சரி, எத்தனை குன்றுகளைத் தாண்டி வந்தாலும் யாரும் உன்னை என்னிடமிருந்து கைப்பற்ற முடியாது. அப்படி வந்தால் உன்னைச் சாகடித்து மண்ணுக்குள் போட்டிடுவேன்'' என்று கூறிக் கொண்டிருந்தான்.

பேபரிக்கு அவள்தான் தன்னுடைய உடன் பிறந்தவள் என்று தெரிந்து விட்டது. உடனே தானிருந்த இடத்திலிருந்து குரல் கொடுத்தான்.. ‘‘அடே கெட்ட புத்தி ராட்சசனே! என் அக்காவைக் கொடுமைப் படுத்தியதற்குத் தண்டனைக் கொடுக்க நான் வந்துவிட்டேன். இந்தப் புல்லாங்குழலை ஊதி வாசித்தே உன்னை ஒரு வழி பண்ணப் போகிறேன்... உன் கதை முடிந்தது. உன் உயிர் இப்பொழுது என் கையில்’’ என்று சொல்லிவிட்டு புல்லாங்குழலை ஊதினான். வேக வேகமாக ஊதினான்.

அவன் புல்லாங்குழலை ஊத ஊத, தனது பெருத்த உடலைத் தூக்கிக் கொண்டு ராட்சச டிராகன் ஆட ஆரம்பித்துவிட்டது. தன்னை மீறிய ஆட்டம். எது நடந்தாலும் என்ன செய்தாலும் உணர முடியாத ஆட்டம்!

இதுதான் தக்க தருணமென்று ‘சிவப்புச் சின்னவள்’ மெல்ல குகையை விட்டு வெளியே வந்தாள். வெளியில் நின்று ராட்சச டிராகன் போடும் ஆட்டத்தைப் பார்த்தாள். அதன் கண்கள் செருகி இருந்தது. தன்னை மறந்த நிலையில் அது ஆடிக் கொண்டிருந்தது. அதன் கண்களிலிருந்து நெருப்பு ஜுவாலை வீசியது. மூச்சுக் காற்றாகக் கொதிக்கின்ற ஆவி வெளிவந்தது. வாயைத் திறந்து திறந்து மூடி மூச்சு வாங்கியது. தன் தம்பியிடம் பேச சிவப்புச் சின்னவள் முயன்றாள். பேபரி கையால் சாடைக் காட்டினாள். அவன் புல்லாங்குழல் வாசிப்பதை நிறுத்தினால், அவனையும் அவளையும் அவன் உயிரோடு கொன்று சாப்பிட்டுவிடுவான். எனவே அவன் புல்லாங்குழலை ஊதிக்கொண்டே இருக்க டிராகன் மூச்சு வாங்க ஆடியது, அதனால் இப்பொழுது முடியவில்லை. பெரிய வயிற்றைத் தூக்கிக் கொண்டு ஆட ஆட அதற்கு அது ஏதோ வேதனையாக இருந்தது. எனவே பேபரியிடம் கெஞ்சத் தொடங்கியது.

‘‘தம்பி... புல்லாங்குழல் வாசிப்பதைக் கொஞ்சம் நிறுத்து.. நீ ஆற்றல் வாய்ந்தவன் என்பதை ஒப்புக்கொள்கிறேன். இனிமேலும் என்னால் தாங்க முடியாது. ஐயோ, இந்த இம்சையைப் பொறுக்கமுடிய வில்லை. புல்லாங்குழல் ஓசையைக் கேட்டு ஆடாமல் இருக்க முடியாது. அதுபோல ஆடிக் கொண்டே இருக்கவும் முடியாது. கொஞ்சம் இரக்கம் காட்டு, உன் சகோதரியை விட்டு விடுகிறேன்.’’ என்றது டிராகன்.

ஆனால் அவன் நிறுத்துவதாக இல்லை. தன் அக்கா சொல்லியபடி இதே இடத்திலே இவனை விட்டு வைக்கக் கூடாது, அப்படி விட்டு வைத்தால் மறுபடி மனிதர்களைத் தூக்கிக்கொண்டுபோய் கொன்று தின்பான். இவனிடம் இரக்கம் காட்டக்கூடாது என்று நினைத்து,

பேபரி மெல்ல நடந்துகொண்டே புல்லாங்குழலை வாசித்தான். அவள் தமக்கை அவனோடு சேர்ந்து நடந்தாள். பின்னாடியே, ராட்சச டிராகன் ஆடிக்கொண்டே வந்தது. அதுவும் இவன் வேகமாக வாசிக்க வாசிக்க அது நிலைக்கொள்ளாமல் ஆடிக்கொண்டே வந்தது. வழியில் ஒரு பெரிய குளம் இருந்தது. ராட்சச டிராகன் ஒன்றும் முடியாமல் நேராகக் குளத்தில் போய் விழுந்து ஆசுவாசப்படுத்திக் கொண்டது. குளத்தில் அது விழுந்தவுடன் பல அடி தூரத்துக்கு நீர் மேலேழுந்து அடித்தது. குளமே கொந்தளித்து வழிந்தது. அதே நேரம் ராட்சச டிராகனின் கண்களிலிருந்து நெருப்பு ஜுவாலை வீசியது, மூக்கிலிருந்து சுவாசக் காற்றாகக் கொதிக்கும் நீராவி வந்தது. வாயிலிருந்து மூச்சு சீறி சீறி எழுந்தது.

அது பேபரியிடம் கெஞ்சியது; "ஐயா, பெருமகனே... இதோடு வாசிப்பை நிறுத்தி விடுங்கள். இதே இடத்திலே நான் கிடந்து விடுகிறேன்..." என்றது.

"சரி... நீ யாருக்கும் துன்பம் இழைக்கக்கூடாது. கேடு புரியக்கூடாது. அப்படியானால் வாசிப்பை நிறுத்துவேன்" என்றான் பேபரி.

ராட்சச டிராகன் அதற்கு ஒத்துக்கொண்டது. அக்காவும் தம்பியும் வீடு திரும்பினார்கள். தாய் மகிழ்ச்சியில் தத்தளித்தாள்.

சில நாட்களுக்குப் பின்னர் ராட்சச டிராகன் இருக்கின்ற குளத்திலே குளிக்கப் போனவர்கள் காணாமல் போனார்கள். அடி ஆழத்திலிருந்து மேலெழுந்து வந்து டிராகன் குளிக்க வருகிறவர்களைத் துன்புறுத் தலானது. சிலரைத் தூக்கிக் கொண்டு அடி ஆழத்துக்குச் சென்றது.

இதைக் கேள்விப்பட்டவுடன் பேபரி மறுபடியும் குழலுடன் குளத்தருகே வந்தான். குழலை வேக வேகமாக வாசித்தான். இப்படி ஏழு நாட்கள் வரை செய்தான். தண்ணீருக்குள் ராட்சச டிராகன் கிறுகிறுவென்று சுற்றிவந்து ஆடியது. ஆடி, ஆடி, களைத்து வீழ்ந்தது. கடைசியில் செத்தும் போனது.

தமக்கையும் தம்பியும் மனநிறைவோடு வீடு திரும்பினார்கள். டிராகனின் மேல் தோலை எடுத்து வீடு கட்டிக் கொண்டனர். டிராகனின் எலும்புகளைத் தூண்களாகவும் கூரையைத் தாங்கும் வாரைகளாகவும் அமைத்துக்கொண்டனர். டிராகனுடைய கொம்பை வெட்டி எடுத்து அதை நிலத்தில் உழவுக்குப் பயன்படுத்திக்கொண்டனர்.

இவ்வாறு அக்காவும் தம்பியுமாக டிராகனின் உடலிலிருந்து பலவகையில் பயன் பெற்றனர்.

நுவா

சீனப் பெரு நிலமெங்கும் பல்வேறு இனக் குழுக்களிலும் மொழிச் சமூகங்களிலும் (சீன நாடு நம் நாட்டைப் போன்று பல்வேறு இனங்கள், மொழிகள் கொண்ட நாடு) நுவாவின் கதை பன்னெடுங்காலமாகச் சொல்லப்பட்டு வருகிறது. கதை மட்டுமின்றி, பாடல் வடிவிலும் நுவா பிரபலமான ஒரு பெயர். சீன இலக்கியத்தில் மறக்கமுடியாத ஒரு கதாபாத்திரமும்கூட.

உலகமெங்கும் ஓர் ஊழிப் பெருவெள்ளம் ஏற்பட்டது என்று கேள்விப்பட்டிருக்கிறீர்களா? நோவா என்ற இறைத் தூதர் காலத்தில் ஏற்பட்ட இந்தப் பெருவெள்ளம் கடவுளின் சீற்றத்தால் ஏற்பட்டது. மனிதர்கள் மிருகங்களைவிடத் தாழ்ந்தவர்களாக, கேவலமானவர்களாக, கொடியவர்களாக, கயவர்களாக மாறிவிட்டதைத் தொடர்ந்து கடவுள் கோபம் கொண்டு வெள்ளத்தை ஏற்படுத்தினார். ஓயாத பெருமழையால் உலகம் முழுவதையும் மூழ்கடித்து மனித இனத்தையே முற்றிலும் அழிக்கச் செய்தான் கடவுள். அதிலே சில நல்லவர்கள், இறைத்தூதர் நோவாவின் முன்னெச்சரிக்கை அறிவுறுத்தலை ஏற்று நோவா

கட்டிய கப்பலில் தப்பிப் பிழைத்தார்கள். பின்னர் இவர்களிடம் இருந்துதான் மனித இனம் மீண்டெழுந்தது.

இதே ஊழிவெள்ளம் நுவாவின் கதையிலும் நடக்கிறது. வானம் உடைந்தது போல மழை பெய்துகொண்டே இருந்தது. பகலா இரவா என்று அறிந்துகொள்ள முடியாத அளவுக்கு இருள் சூழ்ந்து கொண்டது. ஒருவருடைய முகம் இன்னொருவருக்குத் தெரிய வில்லை. எங்கிருக்கிறோம், எங்கு போகிறோம் எதுவும் புரிய வில்லை. மழையோடு காற்றும் சேர்ந்து பேயாட்டம் ஆடுகிறது. வெள்ளச் சுழலில் மனிதர்கள் சிக்கி இறந்தார்கள்.

வெள்ளம் கொஞ்சம் கொஞ்சமாக வடிந்தது. உயிர்கள் அனைத்தும் அழிந்துவிட்ட நிலையில், தூரத்திலே மலை உச்சியில் கைகளைக் கோர்த்தவாறு இரண்டு பேர் செல்கிறார்கள். அவர்கள், நுவா, அவள் அண்ணன் ப்யுக்ஸி. எப்படியோ இந்த இருவர் மட்டும் உயிர் தப்பிவிட்டார்கள்.

அண்ணனும் தங்கையுமாக குன்லுன் என்ற மலைப் பகுதியில் அவர்கள் இருக்கிறார்கள். ஒருவர் முகத்தை ஒருவர் பார்த்துக்கொள் கிறார்கள். வேறு மனிதர்கள் இல்லை. உயிரின் வாசனையே இல்லை.

வேறு துணை கிடைக்காததால் அண்ணன், தம்பி இருவரும் தங்களுக்குள் திருமணம் செய்துகொள்ள நினைக்கிறார்கள். ஆனாலும் ஒரு குற்றவுணர்வு. அண்ணனும் தங்கையும் எப்படி மணம் செய்து கொள்வது? இது முறைகேடல்லவா?

ஊழிவெள்ளம் ஏற்படுவதற்கு முன்னர் அவர்கள் தாங்கள் வாழ்ந்த வாழ்க்கையை நினைத்துப் பார்க்கின்றனர். தந்தையோடும் தாயோடும் உடன்பிறப்புகளோடும் பாசத்தில் திளைத்து பரவசத்தில் மிதந்த அந்தச் சின்னஞ்சிறு பருவத்தை நினைக்கும்போதெல்லாம், இழந்த சொந்தங்களை எண்ணும்போதெல்லாம் அவர்கள் கண்களில் மற்றொரு வெள்ளம் பெருக்கெடுக்கும். அந்தச் சின்னஞ்சிறு பருவத்தைக் கடக்கும் முன்னே இயற்கை அவர்களை வஞ்சித்து விட்டது. உறவுகள் இன்றி அவர்கள் தனிமைப்பட்டுப்போனார்கள்.

தனிமை அவர்களைக் கொல்லாமல் கொன்றது. இந்நிலையில்தான் திருமணம் செய்துகொள்ள முடிவெடுத்தார்கள். குழந்தைகள் பிறந்தால் தனிமை தொலையும் அல்லவா? இந்த நினைப்பை முதலில் யார் சொல்வது? தங்கையிடம் சொல்ல அண்ணன் தயங்கினான். அண்ணனிடம் தலையாட்ட தங்கை கூசினாள். மௌனப் போராட்டம் தொடர்ந்தது. கடைசியில் அண்ணன்

எப்படியோ தங்கையிடம் சொல்லிவிட்டான். அதற்குப்பின் வான் உலகத்திலுள்ள கடவுளிடம் அனுமதி வாங்கவேண்டும் என்பது நியதி. இருவரும், கடவுளிடம் அனுமதி வாங்கிவிட்டு திருமணம் புரிய உறுதி பூண்டார்கள்.

ஒரு நாள் அண்ணன் தன் தங்கையை அழைத்துக்கொண்டு குன்லுன் மலை மேல் சென்று கடவுளிடம் தங்கள் கோரிக்கையை முன்வைத் தான். ''கடவுளே, உலகில் இப்பொழுது அண்ணன் தங்கையாகிய நாங்கள் மட்டும் மிஞ்சி இருக்கின்றோம். எங்கள் மனித இனம் பெருகவேண்டும். எங்களுக்குத் துணையாக மனிதர்கள் இருக்க வேண்டும். அதற்கு நாங்கள் இருவரும் மணம் புரிந்துகொள்ள வேண்டும். அதன்மூலம் எங்களுக்குக் குழந்தைகள் பிறக்கும். எங்கள் இனம் தழைக்கும். எங்கள் வாழ்வு சுவைக்கும். ஆகவே உன்னுடைய அனுமதியை வேண்டி நிற்கின்றோம். எங்கள் திருமணத்துக்கு நீ அனுமதி அளித்தால் அதற்கு அடையாளமாக நாங்கள் மூட்டும் புகைமூட்டம் அடர்ந்து கலையாமல் இருக்கவேண்டும். காற்றிலே பரவிப்போகாமல் இருக்க வேண்டும். உன் அனுமதி இல்லை யென்றால் அந்தப் புகைமூட்டம் கலைந்து போகட்டும்'' என்றான்.

புகை கலையவில்லை. நெடுநேரம் ஆகியும் காற்றில் கலக்க வில்லை. இருவரும் மகிழ்ந்தனர். கடவுளின் அனுமதி கிடைத்து விட்டது என்று குதூகலித்தனர். மகிழ்ச்சி பொங்கும் முகங்களோடு அவர்கள் மலையிலிருந்து இறங்கி வந்தனர். நுவா அங்கேயே கோரைப் புற்களால் ஒரு விசிறி செய்தாள். திருமண வெட்கம் அவளுக்கு ஏற்பட்டது. அதனால் அந்த விசிறியைக் கொண்டு முகத்தை மறைத்துக்கொண்டு ப்யுக்சியோடு சேர்ந்து நடந்தாள். திருமண நாளின்போது மணப்பெண் ஒரு விசிறியைக் கொண்டு முகத்தை மறைத்துக்கொள்ளும் மரபு இதற்குப் பிறகே தொடங்கியது.

நுவாவும் ப்யுக்சியும் தம்பதிகள் ஆகிவிட்டனர். குழந்தைகள் பெற்றுக்கொள்ள ஆசைப்பட்டனர். ஓராண்டு ஓடியது. ஒரு குழந்தை பிறந்தது. இன்னொரு ஆண்டு ஓடியது. மற்றொரு குழந்தை பிறந்தது. ஆனால் இந்த வேகம் அவர்களுக்குப் போதவில்லை. அவர்களுக்கு ஒரு எண்ணம் தோன்றியது. களிமண்ணால் மனிதர்களையும் மனிதர்களுக்கு உதவக்கூடிய மிருகங்களையும், மனிதர்களோடு பழக பறவைகளையும் படைத்தால் என்ன? நுவா களிமண்ணால் இப்பொழுது உருவங்களை வடிக்கத் தொடங்கினாள்.

நுவா முதல் நாளில் கோழிகளைப் படைத்தாள்.

இரண்டாவது நாளில் நாய்களைப் படைத்தாள்.

மூன்றாவது நாளில் செம்மறி ஆடுகளைப் படைத்தாள்.

நான்காம் நாள் பன்றிகளைப் படைத்தாள்.

ஐந்தாவது நாள் பசுக்களைப் படைத்தாள்.

ஆறாவது நாளில் குதிரைகளைப் படைத்தாள்.

ஏழாவது நாளில் அவள் மஞ்சள் களிமண்ணைக் கொண்டு மனிதர்களைப் படைத்தாள்.

இப்படியே நூற்றுக்கணக்கில் களிமண் உருவங்களைச் செய்து குவித்தாள். இந்தப் பணியின் பளுவிலே அவளுக்குக் களைப்பு ஏற்பட்டது. ஆனால் உற்சாகம் குன்றவில்லை.

களிமண் உருவங்கள் உறுதியாக இல்லை. ஈரம் உலருமுன் அவை வழிந்து உட்கார்ந்தன. எனவே அவற்றை மறுபடி சீர்செய்து, நிமிர்த்தி, வழிந்து உட்காராமல் இருக்க சின்னஞ்சிறு கயிறுகளால் சுற்றி வைத்தாள். மனித உருவங்களில் சில கீழே சாய்ந்துவிட்டன. அப்படி சாய்ந்துவிட்ட உருவங்கள் பொதுமக்களாக, ஏவலர்களாக பின்னர் மாறின. நிமிர்ந்து நிலைத்து நின்றவை பிரபுக்களாக, அதிகாரம் செலுத்துபவர்களாக ஆயின.

இப்படியாக, நூற்றுக்கணக்கில் மனிதர்கள், மிருகங்கள், பறவைகளின் உருவங்களைத் தாங்கிய களிமண் பொம்மைகளுக்கு உயிர் கொடுக்கும்படி நுவா இறைவனை வேண்டிக்கொண்டாள். கடவுளுக்கு அவளது வேலை பிடித்திருந்தது. எனவே கடவுள் அந்தக் களிமண் உருவங்களுக்கு உயிர் கொடுத்துவிட்டான். ஆம் அவை உயிர்பெற்று எழுந்தன. மஞ்சள் களிமண்ணால் படைக்கப்பட்ட மனித உருவங்கள் இப்பொழுது மஞ்சள் நிற மனிதர்களாக மாறிவிட்டார்கள்.

ஒரு வழியாக மனிதர்களும் மிருகங்களும் பறவைகளும் பெருகிவிட்டன. நுவா மகிழ்ந்தாள். ஒவ்வொரு உயிரிடத்திலும் பாசத்தைப் பொழிந்தாள். அந்த உயிர்களும் நுவாவையும் அவள் கணவனையும் தங்களுடைய தாய் தந்தையாகப் போற்றினர். அவர்களை ஜென்ஹூவாவ் என்று அழைத்தனர். இதற்கு மனித குலத்தின் பெற்றோர் என்பது பொருளாகும்.

ஒரு சமயம் சீனர்களின் கடவுள்களுக்கிடையே பெரும் சண்டை மூண்டது. ஒண்டிக்கு ஒண்டியாக இரண்டு கடவுளர்கள் மோதிக்கொண்டார்கள். தண்ணீருக்கான கடவுள் நீர் தேவன் எதிரியிடத்தில் தோற்கப்போகும் நிலைக்கு உள்ளானான். எனவே அவன் வெறி

கொண்டான். அந்த வெறியோடு தனது தலையை புஷாவ் மலையில் மோதினான். அவ்வளவுதான், மலை கிடுகிடுத்தது. ஆட்டம் கண்டது. இந்த மலைதான் வான மண்டலத்தைத் தாங்கி நின்ற தூண்களில் ஒன்றாகும். இப்படித் தூணாக இருந்த மலை அவன் மோதியதால் குப்புற விழுந்தது. அதனால் வானம் வட மேற்காகத் தாழ்ந்தது. பூமி தென் கிழக்காகச் சாய்ந்துபோனது. இதனால் எத்தனையோ பேரிடர்கள் பூமியிலே நிகழலாயிற்று.

நாட்டிலும்கூடக் காட்டுத்தீ போலத் தீப்பிடித்துக்கொண்டது. இன்னொரு புறத்திலே வெள்ளம் பெருக்கெடுத்து ஊர்களை மூழ்கடித்தது. மூர்க்கமான அரக்கர்கள் தோன்றி பெரிய மிருகங்களைக்கூட விழுங்கினார்கள். கொடிய சீற்றங்கொண்ட கோரமான விலங்குகள் மக்களைத் தாக்கின. வானத்திலே அச்சந்தரும் பறவைகள் ஆலவட்டம் போட்டன.

நுவா வானத்தில் உடைப்பைச் சரிசெய்ய எண்ணினாள். சாய்ந்து போன வானப்பகுதியை நிமிர்த்தவும், உடைந்து போன வான முகட்டினை மீண்டும் ஒட்டவும் முயற்சித்தாள். ராட்சத ஆமைகளின் கால்களை வெட்டி, முட்டுக்கொடுத்து, சாய்ந்து கிடந்த வானத்தைக் கொஞ்சம் நிமிர வைத்தாள். வானமுகட்டிலே காணப்பட்ட ஓட்டையை ஏழு வகையான நிறங்களைக் கொண்ட கற்களைக் கொண்டு மூடினாள். (இது முதல் தான் ஏழு வண்ணங்களில் வானவில் தோன்றியதாம்). ஆனாலும் அவளால் வானத்தை முழுமையாகச் சரிசெய்ய முடியவில்லை.

ஏனெனில் சூரியனும் சந்திரனும் நட்சத்திரங்களும் போகின்ற பாதை வடமேற்கு. எனவே அதை முழுதும் மறைக்கும்படி சுவர் வைத்து விட்டால். இவற்றுக்குப் பாதை இருக்காது. மேலும் சீனாவில் பாய்கின்ற நதிகள் எல்லாம் தென்கிழக்குப் பகுதியிலிருந்து புறப்படுகிறது. எனவே நுவா முகடுவரை ஏறி வடமேற்கிலிருந்து, தென்கிழக்கு வரை தன்னுடைய உடலால் அந்த ஓட்டை ஏற்பட்ட இடைவெளியை மறைத்தாள். கட்டுக்கடங்காமல் பெருக்கெடுத்த வெள்ளத்தைத் தடுத்தாள். இதன் நினைவாக ஆண்டுதோறும் ஒரு தினத்தை ஒருவர்மீது ஒருவர் தண்ணீரைப் பீய்ச்சியடித்துக் கொண்டாடுகிறார்கள். நுவாவை வானத்தின் திருமகளாக நினைத்து இன்றுவரை வழிபடுகின்றனர். சீன மக்கள்.

நாய் முகத் தொப்பி

சீனாவில் நாட்டுப்புறப் பகுதிகளில் சிறுவர்கள் அணிகின்ற தொப்பி அது. ஆனால் கொஞ்சம் விசித்திரமானது, வேடிக்கையானது. அந்தத் தொப்பியைக் குழந்தைகள் அணிவதற்கு என்ன காரணம்?

சீன மக்கள் அனைவருக்கும் அந்தக் கதை தெரியும். வெகு காலத்துக்கு முன்னர் ஒரு ஊரில் இரண்டு சகோதரர்கள் வாழ்ந்து வந்தார்கள். இருவருக்கும் திருமணம் முடிந்து, இருவரும் மகிழ்ச்சியுடன் வாழ்ந்து வந்தார்கள். இதிலே மூத்த சகோதரரும் அவரது மனைவியும் நேர்மையானவர்களாகவும், நிதானமும் பொறுமையும் கொண்டவர்களாகவும், தாராள நெஞ்சுடையவர்களாகவும் இருந்தார்கள். ஆனால் அவர்களுக்கோ குழந்தை கிடையாது. அக்காலத்தில் சீன மக்கள் குழந்தைப்பேறு இல்லை யென்றால் பெரிய குறையென்று கருதுவார்கள். வாழ்க்கை பொருளற்றது என்று நினைத்து வருந்து வார்கள். இந்தத் தம்பதியரும் அதே போல் வாட்ட முற்றார்கள். குழந்தையில்லா வெறுமையிலே கவலை கொண்டார்கள். தன்னுடைய குடும்பத்தில் ஒரு குழந்தையைத் தத்து எடுத்துக் கொள்ளலாம் என்று நினைத்தார்கள்.

மூத்த சகோதரரின் தம்பிக்கு இரண்டு பிள்ளைகள் இருந்தார்கள். இந்த இருவரில் ஒரு பிள்ளையைத் தத்து எடுத்துக்கொள்ளலாம் என்று முடிவு செய்தார்கள். ஒரு பிள்ளை அண்ணன் குடும்பத்துக்கும் இன்னொரு பிள்ளை தம்பி குடும்பத்துக்கும் வாரிசாகத் திகழ்வார்கள் அல்லவா? இந்த எண்ணத்தைத் தன்னுடைய தம்பியிடம் தெரிவித்து அவனது ஒப்புதலைப் பெறலாம் என்று எண்ணினார் அண்ணன்.

ஒருநாள் அண்ணன் தனது தம்பியிடமும் தம்பி மனைவியிடமும் தன்னுடைய தத்து எடுக்கின்ற எண்ணத்தை வெளிப்படுத்தினார். தம்பி அதை விரும்புவான், ஏற்றுக்கொள்வான் என்று அண்ணன் நினைத்தார். ஆனால் நேர்மாறாகத் தம்பியும் தம்பி மனைவியும் தங்கள் விருப்பமின்மையைச் சொல்லாமல் சொல்லிப் போனார்கள். தம்பியின் போக்கு அண்ணனுக்குப் புரியவில்லை. எதனால் அவர்கள் மறுக்கிறார்கள் என்று அவர் குழம்பிப்போனார்.

நீண்ட காலத்துக்குப் பிறகு தம்பி ஒரு நாள் திடீரென்று மரண மடைந்தான். அவருடைய மனைவியால் தன் இரண்டு குழந்தைகளை வளர்க்கமுடியாமல் போனது. வருமானம் இல்லாமல் போனதால் அவள் திண்டாடினாள். இந்த நிலைமையை அறிந்த மூத்த சகோதரர் திரும்பவும் அவளிடம் சென்று அவன் குழந்தைகளில் ஒன்றைத் தான் தத்து எடுத்துக்கொண்டு வளர்க்க விருப்பம் என்று கூறினார். அப்பொழுதும் அவள் மறுத்துவிட்டாள். இப்போதும் காரணம் தெரியவில்லை.

ஆண்டுகள் ஓடின. தம்பி, மனைவி எப்படியோ கஷ்டப்பட்டு தன் பிள்ளைகளை வளர்த்து வந்தாள். ஆச்சரியமூட்டும் வகையில், அண்ணனின் மனைவி கர்ப்பம் தரித்தாள். அண்ணன் மிகவும் மகிழ்ச்சியடைந்தார். தன் மனைவியை மிகவும் கவனமாகப் பார்த்துக்கொண்டார். அக்காலத்தில் ஊருக்கு ஒரு மருத்துவச்சிதான் இருப்பாள். அவளை மனைவியின் பேறு காலத்துக்கு முன்கூட்டியே சொல்லி வைத்தார். அதே நேரத்தில் தன்னுடைய வியாபார தொடர்பு காரணமாக அடிக்கடி வெளியூர்களுக்கு அவர் செல்லக்கூடியவர் என்பதால் பிரசவ நேரத்தில் தான் வெளியூருக்குச் செல்ல நேரிட்டால் என்ன செய்வது என்று கவலையும் கொண்டார். ஆனால் அவருக்கு ஆறுதலாக தம்பியின் மனைவி தானாக முன்வந்து அவர் இல்லாத போது அவளைக் கவனித்துக் கொள்வதாகக் கூறினாள்.

பேறுகாலம் வந்தது. அண்ணன் வியாபார விஷயமாக வெளியூரில் இருந்தார். இடுப்பு வலி எடுத்தவுடன், தம்பி மனைவி ஓடோடிப் போய் மருத்துவச்சியை அழைத்து வந்தாள். உண்மையில் தம்பியின்

மனைவி இப்படியெல்லாம் உதவிகரமாகச் செயல்பட்டதற்கு ஓர் உள்நோக்கம் இருந்தது. தன் கணவனின் அண்ணனுக்கு வாரிசு இல்லாமல் போகவேண்டும், அவர்களுடைய முழுச் சொத்தும் தன் கைக்கு வரவேண்டும் என்பதுதான் அவளுடைய கெட்ட எண்ணம். இதனைச் செயல்படுத்த இது ஒரு நல்ல வாய்ப்பு அல்லவா? பிரசவத்துக்கு உதவுவதுபோல நடித்து எப்படியாவது குழந்தையைத் தொலைத்துக்கட்டிவிடுவது என்று முடிவெடுத்தாள்.

தன் பிள்ளைகளில் ஒன்றைத் தத்துக்கொடுக்க அவள் மறுத்ததற்குக் காரணமும் அதுதான். தத்து கொடுத்த குழந்தை அவர்களோடு போய் விட்டால் சொத்தை அனுபவிக்கமுடியாதே! இப்போது அவளுடைய திட்டம், பிரசவம் பார்க்கும் மருத்துவச்சியைக் கையில் போட்டுக் கொண்டு, குழந்தையை அப்புறப்படுத்துவது.

எதிர்பார்த்தபடியே ஒரு நாள் குழந்தை பிறந்தது. பெற்றெடுத்தவள் சற்று நேரம் மயக்கமுற்றாள். இந்த வாய்ப்பைப் பயன்படுத்திக் கொண்டு இருவரும் அந்தக் குழந்தையைத் தூக்கிக்கொண்டுபோய் ஊருக்கு ஒதுக்குப்புறத்தில், யாரும் காணாத இடத்தில் போட்டு விட்டுத் திரும்பிவிடுகின்றனர். இரண்டு கண்கள் இதையெல்லாம் உன்னிப்பாகப் பார்த்துக்கொண்டிருந்ததை அவர்கள் கவனிக்க வில்லை. திரும்பியவுடன் ஒரு குட்டி நாயைப் பிடித்துத் தோலை முழுமையாக உரித்து அதைத் துணியிலே நன்றாகச் சுற்றிக்கொண்டு வந்து மயக்கமாக இருக்கும் பெண்ணுக்கு அருகில் வைத்து விடுகிறார்கள். சின்னஞ்சிறு நாய், தோல் உரித்தெடுத்தப் பின்னர் குறை மாதக் குழந்தையைப் போலத் தோன்றும் போலும்.

மயக்கம் தெளிந்து எழுந்தவள், தனது அருமைக் குழந்தையைக் காணும் ஆவலுடன் திரும்பினாள். பேரதிர்ச்சியடைந்தாள். துயரத்தில் மூழ்கி கண்ணீர் வடித்தாள். கதறி அழுதாள். குழந்தை பிறந்த செய்தி கேட்டு வீடு திரும்பிய கணவனும் உடன் சேர்ந்து அழுது தீர்த்தான். பாவம், இருவரும் உடைந்துபோனார்கள்.

அந்தத் துயரமான வேளையில் அவர்கள் வீட்டு வாசலிலே ஒரு பழுப்பு வண்ண நாய் வந்து நின்றது. துயரில் தலை கவிழ்ந்து கிடந்த கணவனுடைய அருகில் சென்று தன் முன் கால்களால் அவனைப் பற்றி இழுத்தது. அது அவனை வெளியே கூப்பிடுகிறது என்று தெரிந்து அவனும் அதன் கூடவே சென்றான். நாய் அவனது வீட்டுக்குப் பக்கத்திலே உள்ள ஒரு தோப்பின் இடையில் உள்ள தன் தங்குமிடமான ஒரு மர இடுக்கின் இடையில் ஓடியது. அங்கே ஓர் அழகிய குழந்தை கை, கால்களை ஆட்டி உதைத்து

அழுதுகொண்டிருந்தது. அண்ணன் ஆசையுடன் அந்தக் குழந்தையை எடுத்துக்கொண்டான். அவனுக்கு உண்மைப் புலப்பட்டுவிட்டது. தன் குழந்தையைத் தன் தம்பி மனைவியும், மருத்துவச்சியும் சேர்த்து சதி செய்து போட்டு விட்டிருக்கிறார்கள். நாய்தான் அதைக் கண்டெடுத்து காப்பாற்றியிருக்கிறது.

வீடு திரும்பினான். தானும் தன் மனைவியும் எப்பொழுதாவது சிறிதளவு உணவு கொடுக்கும் அந்த நாயை நினைத்து நன்றியால் கண்கள் வழிந்தான். நாலு கால் பிராணிக்கு உள்ள நேயமும் நேர்மையும் தன் தம்பி மனைவிக்கு இல்லையே என்று கொதித்தான். ஊர் நாட்டாண்மையிடம் சென்று புகார் உரைத்தான். ஊரே இதைக் கேட்டு அதிர்ச்சி அடைந்தது. அவளையும் மருத்துவச்சியையும் தண்டிக்கக் குரல் கொடுத்தது. அவர்கள் இருவரும் தண்டிக்கப் பட்டார்கள். நன்றியுடன் குழந்தையை மீட்டெடுத்துக்கொடுத்த அந்த நாயை ஆச்சரியத்துடன் போற்றிப் புகழ்ந்தார்கள்.

குழந்தை மறுபடி கிடைக்கப்பெற்ற தாயின் மகிழ்ச்சிக்கு அளவே இல்லை. தங்கள் குடும்பத்துக்கு ஒரு வாரிசு வந்துவிட்டது. தங்கள் வீட்டில் ஓர் ஒளிவிளக்கு ஒளிரத் துவங்கிவிட்டது. தங்கள் வாழ்க்கையில் இதுவரை இருந்துவந்த இருளும் இறுக்கமும் மறைந்து விட்டது என்று மகிழ்ந்தாள். அனைத்துக்கும் காரணமான அந்த நாயை நினைத்து நினைத்து நெகிழ்ந்தாள். அந்த நாய்க்கு தான் காட்டும் நன்றியின் அடையாளமாகத் தன்னுடைய குழந்தைக்கு ஒரு தொப்பி செய்தாள். அந்தத் தொப்பியின் வடிவம் நாய்முகத் தோற்றத்தில் அமைந்திருந்தது. அந்தத் தொப்பியை அணிந்த அந்தப் பிள்ளை எங்கு சென்றாலும் அதைப் பார்த்தவர்கள். "அதோ... நாய் மீட்டெடுத்த குழந்தை" என்று கூறுவார்கள்.

பின்னர் அக்குழந்தை அணிந்த தொப்பிக்கு 'மவுசு' ஏற்பட்டு விட்டது. எல்லாக் குழந்தைகளும் அதைப் போன்ற தொப்பியை அணிய ஆசைப்பட்டனர். எல்லாக் குழந்தைகளும் இப்பொழுது "நாய்த் தொப்பியை" அணிந்து கொண்டு மகிழ்ச்சியோடு உலா வருகின்றார்கள். நாயின் நன்றியுணர்ச்சிக்கு நன்றி தெரிவிக்கும் அடையாளமாக இன்று அந்தத் தொப்பி மாறிவிட்டது.

புலிமுகச் சப்பாத்துகள்

புலிமுகச் சப்பாத்துகளை சீனாவின் கிராமங்களில் சிறுவர்கள் அணிந்துசெல்வதை இப்பொழுதுகூட நாம் பார்க்கலாம். இந்தச் சப்பாத்துகள் துணியினால் செய்யப்படுபவை. ஆனால் அதன் முகப்புப் பக்கம் அதாவது கால் விரல்கள் வைக்குமிடத்தின் வெளிப்புறத் தோற்றம் தோலினால் புலிமுகத்தைப் போன்று வடிவமைக்கப்பட்டிருக்கும். இந்தச் சப்பாத்துகளுக்கு அவ்வளவு கிராக்கி. இதற்குப் பின்னால் விறுவிறுப்பான கதை ஒன்று இருக்கிறது.

முன்னொரு காலத்தில் சீனாவில் பிரபலமாக அறியப்பட்ட சீமைகளில் ஒன்று யாங்ஷு. பழமை யான இந்த நகரத்தில் பிங்யாங் என்ற படகோட்டி வாழ்ந்து வந்தான். அவன் மிகவும் பெருந் தன்மையும் பிறருக்கு உதவும் உள்ளமும் கொண்டவன். ஒரு தடவை தன் படகில் பயணம் செய்த பெண் பயணி ஒருத்தி அவனுக்கு அன்பளிப் பாக ஓவியம் ஒன்றைக் கொடுத்துச் சென்றாள். அந்த ஓவியம் மிகவும் அழகாக வரையப்பட்டிருந்தது.

அச்சித்திரத்தில் பேரழகியான ஒரு பெண், ஒரு புலிமுகச் சப்பாத்துக்கு அதன் முகத்தை

உருவாக்குவது போல வரையப்பட்டிருந்தது. படகோட்டி இந்த ஓவியத்தைத் தன் படுக்கையறையில் தன் தலைக்கு நேராக மாட்டி வைத்துக் கொண்டான். காலையில் கண் விழிக்கும்போது, அன்பு மனைவியைப் பார்ப்பது போல அந்த ஓவியத்திலுள்ள பெண்ணைக் காதல் ததும்பப் பார்ப்பான். அவன் நெஞ்சில் ஆசை அலைகள் எழும்பும். வேலை முடித்து வீடு திரும்பியதும் அச்சித்திரத்தைப் பார்ப்பான். உறங்கும்போதும் அந்தச் சித்திரத்தைப் பார்த்துக் கொண்டே உறங்குவான்.

ஒரு நாள் இரவு கவிந்த வேளையில் பிங்யாங் வீட்டிலே ஓய்வாகத் தன் படுக்கையிலே படுத்த வண்ணம் அந்த ஓவியத்தைப் பார்த்துக் கொண்டிருந்தான். அப்பொழுது ஓவியப் பெண் உயிர் பெற்று வந்தாள். பிங்யாங் வியப்பிலும் உவகையிலும் ஆழ்ந்தான். அந்தப் பெண் அவனருகே வந்தாள். பனி கொட்டும் பூவைப் போல இருந்தாள். தண்ணீரில் மீன்கள் புரள்வது போல அவள் கண்கள் புரண்டன. நீண்ட கூந்தல் ஒரு பேரலையைப் போல எழுந்து அவனைப் புரட்டிப்போட்டது. அவன் காமச் சாகரத்தில் அடித்துச் செல்லப் பட்டான்.

ஒவ்வொரு நாள் இரவும் அவள் ஓவியத்திலிருந்து எழுந்து வருவாள். இரவு முழுவதும் அவனோடு இருந்து அவனை ஆட்கொண்டாள். புதிதாக அரிந்தெடுத்த அத்திப் பழ இதழ்களால் அவள் முத்தங்கள் பதிப்பாள். அவன் அவளின் ஒவ்வொரு அசைவிலும் ஆலிங்கத்திலும் ஒரு குழந்தையைப் போல மகிழ்வான். தன்னை மறந்து உறங்கி போவான்! காலை விடிவதற்கு முன்பு அவளும் இவனிடமிருந்து பிரிந்து மீண்டும் ஓவியத்தில் போய் அமர்ந்து விடுவாள்.

இருவரின் இன்ப உறவில் ஓவியப் பெண் கர்ப்பம் தரித்தாள். ஓர் அழகிய ஆண் குழந்தையைப் பெற்றுக்கொடுத்து, பிங்யாங்கை வளர்க்கச் செய்தாள். இரவு வந்தால் ஓவியப் பெண் வந்து தன் குழந்தையைக் கொஞ்சுவாள், சீராட்டுவாள். குழந்தை தன் தாயோடு ஒட்டிக்கொண்டு மகிழ்ச்சியுறும்; தன் தாயின் முகம் பார்த்து குதூகலிக்கும். இவ்வாறு காலங்கள் ஓடின. குழந்தையாய் இருந்தவன் இப்பொழுது இளஞ்சிறுவன் ஆகிவிட்டான்.

அவர்களுடைய இன்ப வாழ்க்கையில் ஒருவன் குறுக்கிட்டான். அவன் அந்த நகரத்தில் அதிகாரம் கொண்ட அதிகாரி. பிங்யாங் ஓவியம் பற்றிக் கேள்விப்பட்டு அதை அவன் கைப்பற்றிக் கொண்டான். பாவம், பிங்யாங் மிகவும் துயரப்பட்டான். தன் ஆசை மனைவியை இழந்து தத்தளித்தான். அவனுடைய அருமை மகனும்

தாயைப் பிரிந்து துடியாய் துடித்தான். தனது தாயைக் கண்டுபிடித்துத் தீரவேண்டுமென்று பிடிவாதம் பிடித்தான். அம்மா வெளியூர் சென்றிருக்கிறாள் என்று சொல்லிப் பார்த்தான். ஆனால் மகன் விடுவதாகயில்லை. சரி, எதையாவது சொல்லி வைப்போமென்று அவள் மேற்கு எல்லைக்குப் போனதாகச் சொன்னான் பிங்யாங்.

மகன் உடனே தன் தாயைப் பார்ப்பதற்கு மேற்கு எல்லைக்குப் புறப்பட்டுச் சென்றான். மிக நீண்ட பயணம். பல பகல்கள், இரவுகள் கழிந்தபிறகு, எத்தனையோ ஊர்களை, நதிகளை, வயல்வெளிகளை, காடுகளைக் கடந்தபிறகு மேற்கு எல்லையில் ஒரு காட்டுப்பகுதிக்கு வந்து சேர்ந்தான். அங்கே தன் தாயை அவன் கண்டுகொண்டான். ஆம், அவள் அங்குள்ள தாமரைக் குளத்தில் அவளைப் போன்ற தேவதை பெண்களுடன் நீராடிக் கொண்டிருந்தாள்.

தன் தாயிடம் ஓடோடிச் சென்றான். தன் தாயை அப்படியே தழுவிக் கொண்டாள். தாயும், ''என் அருமை மகனே என்னைத் தேடி எவ்வளவு பெரிய பயணத்தை மேற்கொண்டு இங்கே வந்திருக் கிறாய்?'' என்றாள். இதைச் சொல்லும்போது அவளையறியாது அவள் கண்களில் கண்ணீர் வழிந்தோடியது. அது மகனின் கன்னங்களில் உருண்டது.

''மகனே. . . . நீ ஊருக்குப் புறப்பட்டுப் போ. உன்னைப் பிரிந்திருப்பது எனக்கு எவ்வளவு துன்பமானது என்பதை நீயறிவாய். நாம் மறுபடியும் சேரவேண்டுமானால் நான் சொல்கிறபடி நடந்து கொள்'' என்றார். மகனும் ''அம்மா. . . என்ன செய்ய வேண்டும்... சொல்லுங்கள்'' என்றான்.

''நீ நேராக அந்த அதிகாரியின் படுக்கையறைக்குச் செல். அங்கு தான் அந்த ஓவியம் உள்ளது. அந்த ஓவியத்தில் நான் உனக்காகச் செய்து வைத்த ஒரு ஜோடி சப்பாத்துகள் இருக்கும். அவற்றை நீ எடுத்து அணிந்துகொள். அதுவரை நீ என்னை பார்க்கமுடியாது. இப்பொழுது நீ உன் கண்களை மூடிக்கொள். வீட்டுக்கு உன்னை அனுப்பி வைக்கிறேன்'' என்றாள்.

மகன் கண்களை மூடி நின்றான். மீண்டும் கண்களைத் திறந்தபோது வீட்டில் இருந்தாள்.

அதன் பிறகு, அவன் அந்த அதிகாரிக்குச் செய்தி அனுப்பினான். அவனால் அந்த ஓவியத்திலுள்ள அழகுப் பெண்ணை உயிர் உருவமாக எழுப்பச் செய்ய முடியும் என்று கூறினான். இதைக் கேட்ட அந்த அதிகாரி ஆர்வத்தோடு அவனை அழைத்து வரச் சொன்னான்.

அந்த அதிகாரியின் வீட்டுக்கு மகன் நுழைந்து நேராக அவனுடைய படுக்கையறைக்குச் சென்றான். அங்கே அந்த ஓவியம் இருந்தது. அந்த ஓவியத்தில் காட்சியளித்த தன் தாயைப் பார்த்தான். பின்னர் தன் தாய் செய்து வைத்திருந்த சப்பாத்துக்களை கை நீட்டி எடுத்துக் கொண்டான். தாமதமின்றி அணிந்துகொண்டான். தன் தாயின் உயிர்ச்சித்திரத்தையும் பார்த்து, ''அம்மா, வாங்க, போய் விடலாம்'' என்றான். அவனது தாய் அந்த ஓவியத்திலிருந்து எழுந்து வந்தாள்.

அதிகாரி அவளைப் பார்த்ததும் அப்படியே மலைத்துப் போனான். உடனே அவர்களைத் தடுத்து நிறுத்தினான். மங்கையும் மகனும் அவனிடமிருந்து விலகிச் செல்ல முயன்றனர். அவனுக்கு ஆத்திரம் ஏற்பட்டது. வலுக்கட்டாயமாக அவளைப் பற்றி இழுத்திடப் பாய்ந்தான். ஆனால், அவளது மகனோ, அவனைக் குப்புறத் தள்ளி விட்டான். சின்னஞ் சிறியவன் தன்னை என்ன செய்யமுடியுமென்று திமிரோடு அந்த அதிகாரி எழுந்தான். மகனைத் தாக்கினான். மகன் அணிந்திருந்த மாய சப்பாத்துகள், ஆம் அந்தப் புலிமுக சப்பாத்துகள் அவனுக்கு இந்தச் சண்டையில் மிகவும் ஆச்சரியப்படத்தக்க வகையில் உதவின. சப்பாத்துகள் சட்டென்று பெரிய உருவ மெடுத்தது. சிறுவனுடைய கால்களுக்குக்கீழே ஒரு பெரிய புலி கர்ஜனை செய்தபடி அந்த அதிகாரி மேல் பாய்ந்தது. அவ்வளவுதான், அந்த அதிகாரி வீழ்ந்தான்.

நகரம் முழுவதும் அந்த அதிகாரி உதவி கேட்டு கெஞ்சிய ஈனக்குரலும், புலியின் பயங்கரமான உறுமல் ஓசையும் கேட்டது. மக்கள் திகைத்தனர். திகிலோடு ஓடி வந்தனர். உண்மையைத் தெரிந்து கொண்டார்கள். பெண்ணைக் காப்பாற்றிய அந்தப் புலியை அவர்கள் புகழ்ந்தார்கள்.

இருவரும் வீடு திரும்பினார்கள். பிங்லாங் தனக்கு மிகவும் வினோத ஆற்றல் வாய்ந்த மனைவியும், பராக்கிரம மகனும் கிடைத்திருக் கிறார்கள் என்ற மகிழ்ச்சியில் திளைத்தாள்.

அதுமுதல் அந்த நகரத்து மக்கள் புலி முகம்கொண்ட சப்பாத்துகளை அணியலானார்கள். அப்படி அணிவதால் தங்களின் குடும்பத்துக்கு, குடும்பப் பெண்களுக்குப் பாதுகாப்பு ஏற்படும் என்று நம்பினார்கள்.

சுவர்க்கத்துக்கு ஒரு பயணம்

சீனாவில் ஏதோ ஒரு காலத்திலே, எங்கோ ஒரு ஊரில் மூன்று பேர் இருந்தார்கள்; இந்த மூன்று மனிதர்களின் பெயர்களும் ஒன்றே! ஆம், மூவரின் பெயரும் ஜென்ஜியா என்பதாகும்!

ஒரு ஜென்ஜியா அங்குள்ள தொல்குடியினரின் தலைவன். அடுத்தவன் அவன் வீட்டு சமையற்காரன். இன்னொருவன் அந்த ஊர் தச்சன்! தச்சனுக்கு வாய்த்த மனைவியோ பேரழகி. குணத்திலும் அவள் தங்கம்! ஒழுக்கத்தை உயிராக நினைக்கும் உத்தமி!

இந்தப் பேரழகி, சமையற்காரன் ஜென்ஜியா கண்ணிலே எப்படியோ பட்டுவிட்டாள். அவளை நினைத்தே இரவும் பகலும் ஏங்கினான் அந்தச் சமையற்காரன். ஆனால் அவள் அவனை அலட்சியம் செய்தாள். தான் உண்டு தன் வேலையுண்டு என்று இருந்தாள்.

சமையற்காரனுக்கு வழி ஒன்றும் புலப்படவில்லை. அந்தத் தச்சனை ஒழித்தால்தான் இந்தப் பேரழகியை நெருங்கமுடியும் என்று நினைத்தான். அதற்காக வாய்ப்புக்காகக் காத்திருந்தான்!

ஒருநாள் தொல்குடித் தலைவனான ஜென்ஜியாவின் தந்தை மரண மடைந்தான். அவனுக்குச் செய்யவேண்டிய இறுதிக் கடமைகளை, மறுஉலகத்துக்கு ஏற்பாடுகளை எல்லாம் தலைவன் ஜென்ஜியா மிகவும் உருக்கமாகச் செய்துகொண்டிருந்தான். அப்பொழுது திருமறைச் சுவடிகளை எல்லாம் சமையற்கார ஜென்ஜியா அடுக்கி வைத்துக் கொண்டிருந்தான். அந்த காலத்து திருமறை வசனங்களைப் படிப்பதில் இவனுக்குத் திறமை இருந்தது. தூய சீனமொழியிலே அமைந்த வாசகங்கள் பேச்சு சீன மொழிபோல் இருக்காது! நம் சங்கத் தமிழ் போல் தூய்மையாக இருக்கும்! இதில் ஒரு ஏட்டை அவன் எடுத்தபோது அவனுக்கொரு யுக்தி தோன்றியது.

ஆம், பண்டைய சீனமொழி நடையில் தொன்குடித் தலைவனின் இறந்துபோன தந்தை எழுதுவது போல எழுதி, அடுக்கி வைத்த திருமறைச் சுவடிகளில் வைத்துவிடவேண்டும். பிறகு அதை எடுத்து தலைவனிடம் காட்ட வேண்டும். அதை வைத்து அந்தத் தச்சனை மாட்டிவிட வேண்டும் என்பது அவன் திட்டம்!

இறந்துபோன தந்தை தன் மகனுக்கு எழுதுவதுபோல் எழுதியிருந்தான்.

"அருமை மகனே... நான் இறந்த பிறகு என்னைச் சுவர்க்க உலகுக்கு அழைத்துப்போனார்கள். நான் உலகில் வாழ்ந்திருந்தபோது செய்த நன்மைகளால் என்னைச் சுவர்க்க உலகில் ஓர் அதிகாரியாக நியமித்திருக்கிறார்கள். ஆனால் எனக்கு அலுவலக மாளிகை கிடைக்கவில்லை. அலுவலக மாளிகையை நிர்மாணிக்க இங்கே கொத்தனார்கள் இருந்தாலும் கதவுகள், ஜன்னல்கள் செய்யவும், அலுவலகத்துக்கு வேண்டிய மேஜை, நாற்காலிகள், மற்றும் நான் தங்கும் இடத்தில் சாப்பாட்டு மேஜை, கட்டில் என்று எதுவும் செய்ய ஆள் இல்லை! என்னவோ தெரியவில்லை, தச்சர்கள் யாருமே சுவர்க்கத்துக்கு வருவதில்லை போலும்! அதனால் என் அருமை மகனே, எனக்காக நமது ஊர் தச்சன் ஜென்ஜியாவை இங்கே அனுப்பி வை, வேலை முடிந்ததும் திருப்பி அனுப்பிவிடுகிறேன்." என்று அந்த ஏட்டில் எழுதி வைத்தான்.

ஒருநாள் சமையற்காரன் தலைவன் ஜென்ஜியாவிடம் "ஐயா, நான் இந்தத் திருமறை ஏடுகளை அடுக்கி வைத்துக் கொண்டிருந்த போது புதியது போலத் தோன்றிய ஏடு ஒன்றும் இருந்தது. ஆனால் அதன் மொழிநடை புரியவில்லை. ஏதேனும் முக்கியமாக இருக்குமோ என்று உங்களுக்குக் காட்ட வந்தேன்" என்றான்.

தலைவன் ஜென்ஜியா அதை வாங்கிப் பார்த்தான். தொல்சீர் மொழி நடையில் இருந்ததால் அவனுக்குப் புரியவில்லை. சரி, இதன் பொருள் என்னவென்று தெரிந்துகொள்ள இதையெல்லாம் படிக்கத் தெரிந்த தன் செயலாளருக்கு அனுப்பி வைத்தான். அவர் இவனிடம் வந்து வரிக்கு வரி, சொல்லுக்குச் சொல் பொருள் கூறி இந்தக் கடிதத்தை ஒப்படைத்தார்.

தலைவன் ஜென்ஜியாவுக்கு மகிழ்ச்சி ஏற்பட்டது, தன்னுடைய தந்தை சுவர்க்க உலகில் நல்ல நிலையில்தான் உள்ளார் என்பதை அறிந்துகொண்டதிலும், அவர் தன்னிடம் ஒரு தச்சனை அனுப்ப கோரிக்கை விடுத்ததிலும் உற்சாகம் கொண்டான். உடனே அந்த ஊரிலேயே இருந்த ஒரே தச்சனான ஜென்ஜியாவை அழைத்துவரச் சொன்னான். அவனிடம் தனது தந்தையின் அழைப்பின்படி சுவர்க்க உலகுக்கு அவன் செல்லவேண்டும் என்று கட்டளை இட்டான்.

தச்சன் ஜென்ஜியா ஆடிப் போய்விட்டான். அதே சமயம் தங்கள் தலைவன் சொல்வதைத் தட்டவும் முடியாது. என்ன செய்யலாம்? கொஞ்ச நாள் அவகாசம் கேட்டு வைக்கலாம். அதற்குள் ஏதாவது செய்தாக வேண்டும் என்று நினைத்துக் கொண்டு, தலைவனான ஜென்ஜியாவிடம், "ஐயா... உங்கள் உத்தரவை எப்படி மறுப்பேன்... அதுவும் உங்கள் தந்தையாருக்குப் பணிசெய்வதற்குத் தயங்கு வேனோ? இல்லை... எனக்குக் கொஞ்சம் அவகாசம் தேவைப் படுகிறது. ஏழு நாள்கள் மட்டும் பொறுங்கள். அதற்குள் என் குடும்பத்துக்காகச் செய்ய வேண்டிய வேலைகளை முடித்துவிட்டு வருகிறேன். ஏழு நாட்கள் கழிந்த பின்னர் நமது ஊரில் வழக்கமாகப் பலி கொடுக்கின்ற இடத்தில் என்னை சுவர்க்கலோகம் அனுப்பு வதற்கு நெருப்பு மூட்டுவதற்காக விறகுகளைத் தயார் செய்யுங்கள்; வந்து விடுகின்றேன்" என்றான். தலைவனும் அவன் பேச்சில் திருப்தியுற்று அவனை ஒரு வாரம் கடந்ததும் வரச்சொல்லி அனுப்பி விட்டான்.

ஜென்ஜியா வீட்டுக்கு வந்தான். தன் மனைவியிடம் நடந்ததைச் சொன்னான். யாரோ தனக்கெதிரானவரின் சதியாகவே இதை நினைத்தான். இது பற்றித் துப்பறிந்தான். அவனுக்குக் கிடைத்த செய்தியில் அவன் மனைவிமேல் சமையற்காரன் பித்துப்பிடித்துக் கிடப்பது தெரிந்தது. தன்னை ஒழித்துக்கட்ட அவனே இந்தச் சூழ்ச்சியைச் செய்திருக்கிறான் என்பதை ஜென்ஜியா தெரிந்து கொண்டான். ஆபத்திலிருந்து தன்னைக் காப்பாற்றிக்கொள்ள திட்டம் வகுத்தான்.

தன் மனைவியிடம் ஜென்ஜியா திட்டத்தை விவரித்தான். தன் வீட்டிலிருந்து பலி கொடுக்கும் இடம் வரை ரகசியமாக ஒரு சுரங்கவழியைத் தோண்ட வேண்டும். அதற்கே இந்த ஒரு வாரம் ஓடிவிடும். அதன் பின் பலிகொடுக்கும் இடத்தில் புகை அடர்த்தியில் யாரும் சரியாகப் பார்க்கமுடியாத நிலையில் இவன் அதே இடத்திலுள்ள ரகசியமான சுரங்கவாயிலில் நுழைந்து அதை அடைத்துவிட்டு வீட்டுக்கு வந்துவிடவேண்டும். வீட்டிலும் தங்கி விடாமல் வீட்டின் கீழ் உள்ள சுரங்கப் பகுதியிலே அடைப்பட்டுக் கிடக்க வேண்டும். ஓராண்டுக்குப் பிறகு மற்றதைப் பார்த்துக் கொள்ளலாம் என்றான்.

திட்டமிட்டப்படி அவனும் அவன் மனைவியும் அவர்கள் படுக்கை அறையின் தரைப் பகுதியிலிருந்து தோண்டி மண்ணை எடுத்து, வழி ஏற்படுத்தினார்கள். சரியான திசையில் சுரங்கம் தோண்டப்பட்டது. மிகச் சரியாக ''பலிகொடுக்கின்ற இடம்'' வரை சுரங்கம் தயார் ஆனது.

பலி கொடுக்கின்ற நெருப்பு வளர்க்கின்ற பெரிய குழி இருக்கும் பகுதியில் சற்று தள்ளி புதர்கள் மண்டிக் கிடந்தன. அந்தப் புதர்கள் உள்ள இடத்தில்தான் இவன் சுரங்கத்தின் ஒரு வாயிலை ஏற்படுத்தி யிருந்தான். புதர்களின் மறைவில் அந்தக் குழி தெரியவில்லை!

குறிப்பிட்ட தினம் வந்தது. சமையற்காரனிடம் எச்சரிக்கையாக நடந்துகொள் என்று தன் மனைவியிடம் கூறிவிட்டு தலைவன் ஜென்ஜியாவிடம் வந்தான். தலைவன் ஜென்ஜியா அவனை அன்புடன் வரவேற்றான். தன் தந்தைக்காக 'சுவனம்' செல்பவன் என்று அவனை எண்ணித் தழுவிக்கொண்டான். பின்னர் இருவரும் ஊர் மக்கள் திரண்டிருந்த பலி கொடுக்கும் இடத்துக்கு வந்தார்கள். அங்கே சமையற்காரன் ஜென்ஜியாவும் இருந்தான். அவன் கண்களில் மகிழ்ச்சி தென்பட்டது.

விறகுகள் கொழுந்துவிட்டு எரிந்தன. மேலோகம் போவதற்காக 'சுலோகங்கள்' சொல்லப்பட்டன. தலைவன் ஜென்ஜியா தச்சு வேலைக்குரிய கருவிகள் கொண்ட பெட்டியைத் தச்சன் ஜென்ஜியாவிடம் கொடுத்து அவன் தோளிலே மாட்டிக்கொள்ளச் சொன்னான். இன்னொரு பையிலே அவனது ஆடைகளை வைத்து கையிலே எடுத்துக்கொள்ளச் சொன்னான். பின் பற்றி எரிகின்ற விறகு களினிடையே அமைக்கப்பட்ட இருக்கையில் போய் படுக்கச் சொன்னான்.

சுற்றி எரியும் நெருப்பைப் பார்த்தபடி கொஞ்சம் பயத்தோடு தச்சன் ஜென்ஜிஜா முன்னேறினான். இப்பொழுது மந்திரங்கள் வேகமாக

முழங்கின. விறகுகளைக் கொண்டுவந்து நெருப்பில் போட்டனர். நெருப்பு திகுதிகு என்று எரிந்தது. புகை அடர்த்தியாகப் பரவியது. ஒவ்வொருவரும் கண் எரிச்சலில் கண்களைக் கசக்கிக்கொண்டனர். தச்சன் ஜென்ஜியா யாரும் அறியாமல் சட்டென்று அந்த இடத்தை விட்டு அகன்றான். புதரில் போய் படுத்தான். அப்படியே உருண்டு கொண்டே சுரங்கக் குழியில் விழுந்தான். அவனை யாருமே பார்க்கவில்லை!

நெருப்புக்கொழுந்துகள் நீண்ட நாக்குகளை நீட்டி நீட்டி உயர்ந்தன. யாருமே எட்டிப்பார்க்கக்கூட முடியாத அளவுக்கு வெப்பமும் நெருப்பின் உக்கிரமும் இருந்தது. சமையற்காரன் தயாராக இருந்தான். ஒருவேளை தச்சன் அழுது புலம்பி தன்னை விட்டு விடும்படி கேட்டுக்கொண்டால் என்ன செய்வது என்று முன்னெச்சரிக்கையுடன் அவன் ஒரு திட்டம் போட்டு வைத்திருந்தான். அவன் அழுகையோ குரலோ கேட்கமுடியாதபடி முரசுகளை ஓங்கி ஒலிக்கச் சொன்னான். அவனோ மேலுலகம் செல்கிறான். அவனுக்கு அப்படித்தான் ஒரு மரியாதை செய்யவேண்டும் என்று அங்குள்ள கூட்டத்தாரிடம் விளக்கம் சொன்னான்.

நின்றெரிந்த நெருப்புத் தணிந்தது. நெருப்பை அணையவிட்டு அந்த இருக்கையை ஓடிப்போய் பார்த்தார்கள். இருக்கை முழுச் சாம்பலாக இருந்தது. சரி... தச்சன் சுவர்க்கம் போய்விட்டான் என்று மக்கள் நம்பி வீடு திரும்பினர். சமையற்காரன் ஜென்ஜிஜா முழு உற்சாகத்தோடு, தன் திட்டம் வெற்றிபெற்ற மகிழ்வில் வீடு சென்றான்.

திட்டப்படி, தச்சன் ஜென்ஜிஜா சுரங்க அறையில் பதுங்கியிருந்தான். அவன் மனைவி அவனுக்குச் சமைத்து எடுத்துக்கொண்டு போய் தங்களின் படுக்கையறைக்குக் கீழுள்ள சுரங்கப் பகுதியில் தன் கணவனுக்கு உணவளிப்பாள். யாரும் இதை அறியவில்லை. இப்படியே ஓராண்டுகள் ஓடின.

இந்த ஓராண்டில் சமையற்காரன் பலமுறை தச்சன் பெண்டாட்டியைத் தேடிச் சென்றான். பசப்பு வார்த்தைகள் பேசினான். பாசத்தைக் கொட்டினான். சில சமயங்களில் காதல் மொழிகளையும் பேசினான். ஆனால் அவளோ தொடர்ந்து அவனை வெறுத்து ஒதுக்கி வந்தாள். சில சமயம், தொந்தரவு கொடுக்கின்ற கோழிகளையோ வாத்துக்களையோ மிரட்டுவதாக பாவனை பண்ணிக்கொண்டு, ''என்கிட்டே ஏதாவது வச்சிக்கிட்டே உன் தலையை அறுத்துப்புடுவேன்'' என்று அரிவாளைக் காட்டுவாள்!

ஓராண்டு முடிந்த பிறகு ஒரு நாள் தச்சன் ஜென்ஜியா ஊர்த் தலைவன் ஜென்ஜியாவிடம் சென்றான். சுரங்கத்துக்குள்ளேயே ஓராண்டு முழுவதும் இருந்ததால் வெளியே சென்று வேலைகள் எதுவும் செய்யாததனால் இப்பொழுது தச்சன் ஜென்ஜியா வெயில் படாமல் வெளுத்திருந்தான். சதைப் போட்டு ஜம்மென்று இருந்தான். ஊர்த் தலைவன் ஜென்ஜியா அவனிடம், ''உங்கள் தகப்பனாருக்கு குறை எதுவுமில்லை. நன்றாக இருக்கின்றார். நான் அவருடைய வீட்டுக்கு ஆக வேண்டிய எல்லாத் தச்சு வேலைகளையும் செய்து கொடுத்து விட்டேன். ரொம்பவும் திருப்தி என்றார். ஆனால் என்ன குறை யென்றால். அவர் உங்கள் வீட்டு சாப்பாட்டுக்காக ஏங்குகிறார். அங்கே அதுபோல சமைக்க ஆளில்லை. உங்களிடத்தில் சொல்லி ஒரு சமையற்காரனை, அட நம்ம சமையல் ஜென்ஜியாவை அனுப்பி வைக்கச் சொன்னார்'' என்றான்.

தலைவன் ஜென்ஜியாவுக்கும் சமையற்காரன் ஜென்ஜியாவுக்கும் அவன் சொல்வது உண்மையாகப்பட்டது. தச்சன் ஜென்ஜியா தளதளவென்று தக்காளி மாதிரி வந்திருக்கிறான். சுவர்க்கத்தின் புஷ்டி உணவும் வானிலையும் காரணமாக இருந்திருக்குமோ?

எப்படியோ, சமையல்காரன் ஜென்ஜியாவை அனுப்ப முடிவெடுத் தான் தலைவன் ஜென்ஜியா. முன்பு போலவே ஒரு நாள் குறிக்கப் பட்டது. தாரை தப்பட்டங்கள் முழங்கின. விறகுகள் நெருப்பைக் கக்கின. புரண்டெழுந்த நெருப்பு ஜுவாலைகளுக்கிடையே சமையற் காரன் ஜென்ஜியா போனான். சில விநாடிகள்தாம். பலி இருக்கையில் எரிந்த சமையற்காரனின் எலும்புகள் கரியாகிக் கிடந்தன!

சமையற்காரன் ஓராண்டில் திரும்பிவிடுவான் என்றுதான் எல்லோரும் நினைத்தனர். ஆனால் அவன் வரவேயில்லை. தச்சன் தன் மனைவியுடன் பழையபடி மகிழ்ச்சியுடன் வாழ்ந்துவரத் தொடங்கினான்.

மாண்டவள் பெற்ற மைந்தன்

ஹான் மன்னன் பரம்பரை ஆட்சிக் காலத்தில் 'டான்' என்பவர் இருந்தார். அவர் ஒரு படிப்பாளி. நாற்பது வயது ஆகியும் திருமணம் புரிந்துகொள்ள வில்லை! அவர் அடிக்கடி அந்நாட்டு காதல் பாடல்களை விரும்பிப் படிப்பது வழக்கம். தனிமை வாழ்வின் தவிப்பை அப்போது அவர் உணர்வார்!

ஒருநாள் நட்ட நடு இரவில் ஓர் அழகிய இளம்பெண் அவர் முன்னே தோன்றினாள். பளபளப்பான ஆடைகள் அணிந்திருந்த அந்தப் பெண் சற்று தடுமாறிய நிலையில் தன் முகத்தை நேரடியாகக் காட்டமல் நின்றுகொண்டிருந்தாள். ''என்னைத் திருமணம் செய்துகொள்ளுங்கள்'' என்றாள் அவள். முகத்தையும் உருவத்தையும் தெளிவாகப் பார்க்க முடியாததால் டான் தயங்கினார். ஆனாலும், வயதான காலத்தில் வலிய வரும் திருமண விண்ணப்பத்தை ஏன் தட்டிவிடவேண்டுமென்ற எண்ணமும் அவருக்கு ஏற்பட்டது.

அப்போது அந்தப் பெண் பேசினாள். ''ஒரே ஒரு நிபந்தனை. அதை நீங்கள் மீறக் கூடாது. என்மீது விளக்கின் வெளிச்சத்தைக் காட்டக்கூடாது. என்

உருவத்தை எக்காரணத்தைக் கொண்டும் பார்த்துவிட முயலக் கூடாது. இந்த நிபந்தனை முதல் மூன்று ஆண்டுகளுக்கு மட்டுமே!'' என்றாள்.

டான் இதற்கு ஒப்புக்கொண்டார். இருவரும் திருமணம் புரிந்து கொண்டனர். ஓர் ஆண் குழந்தையும் பிறந்தது. குழந்தை பிறந்த இரண்டு ஆண்டுகளுக்குப் பிறகு 'டான்' தன் மனைவியை எப்படியாவது பார்க்கவேண்டும் என்று ஆர்வம் கொண்டார்.

ஒரு நாள் இரவு, அவள் உறங்கிக்கொண்டிருந்த வேளையில், டான் மெழுகுவர்த்தியை எடுத்து, அவள் உருவத்தைப் பார்த்தார். ஐயோ, கொடுமை! இடுப்புக்கு மேலே பொலிவுடைய பெண் ஒருவரைக் கண்டார்! ஆனால், இடுப்புக்குக் கீழே வெறும் எலும்புகளே இருந்தன. அவர் அதிர்ச்சியுற்று அசைவற்று நின்றபோது அதே நேரம், அவள் கண்விழித்தாள். ''நிபந்தனையை மீறிவிட்டீர்களே. இன்னும் ஓராண்டு பொறுத்திருந்திருக்கக்கூடாதா? அப்படி இருந்திருந்தால் இடுப்பு வரை கொஞ்சம் கொஞ்சமாக வளர்ந்த உடலின் தசைகள் இடுப்புக்குக் கீழே கால்களிலும் வளர்ந்திருக்கும்! நானும் முழுப் பெண்ணாக ஆயிருப்பேன். இப்போது எல்லாம் நாசமானது'' என்றாள்.

டான் அவளிடம் மன்னிப்புக் கேட்டான். தன்னுடைய தேவையற்ற அவசரம் இப்படியோர் நிலைக்குத் தள்ளிவிட்டதே என்று வருந்தினான்.

''இதை மன்னிக்கமுடியாது. இனிமேல் நாம் நிரந்தரமாகப் பிரிந்து விட வேண்டியதுதான். என்றாலும் நான் பெற்ற என் செல்வத்துக்காகப் பணவசதி செய்துதர வேண்டும். ஆகவே என்னுடன் நான் செல்கின்ற இடத்துக்கு வாருங்கள். அங்கே நீங்களும், என் மகனும் வாழ்வதற்காக ஒரு ஏற்பாட்டைச் செய்து தருகின்றேன்.'' என்றாள்.

அவ்வாறு அவள் அவனை ஒரு பெரிய மாளிகைக்குக் கூட்டிச் சென்றாள். முத்துக்களைக் கொண்டு அலங்கரிக்கப்பட்டிருந்த விலை உயர்வான கவுனை எடுத்து அவனிடம் தந்தாள்.

''இதோ இதை வைத்துக் கொள்ளுங்கள். உங்கள் இருவரின் முழு வாழ்க்கைக்கும் தேவையான பொருள் இந்த கவுனை விற்றால் கிடைத்துவிடும்.'' என்றாள்.

பின் அவன் அணிந்திருந்த மேல் சட்டையின் கையோடு கொஞ்சம் உடல் பகுதியையும் கிழித்தெடுத்துக்கொண்டு சட்டென மறைந்துபோனாள்.

டான் அந்த கவுனை எடுத்துக்கொண்டு கடைவீதிக்குச் சென்றான். அங்கே அந்த வேலைப்பாடு மிக்க கவுனை சுய்யாங்கைச் சேர்ந்த குறுநிலத் தலைவன் வாங்க் என்பவருக்காக ஒருவர் விலை கொடுத்து

வாங்க வந்தார். அவர் பெருமளவு பொற்காசுகளைக் கொடுத்து அந்த கவுனைப் பெற்றுக் கொண்டார். டான் மிகவும் மகிழ்ச்சியோடு வீடு திரும்பினான்.

வாங்க் அந்த கவுனை பார்த்தவுடனே, ''ஆ, இது என் மகளின் கவுன்; அவளுடைய சவ அடக்கத்தின்போது இதைத் தான் அணிவித்து அடக்கம் செய்தோம். இதை விற்றவன் ஒரு புதைக்குழியைத் தோண்டித் திருடக்கூடிய மாபாதகனாக இருக்கவேண்டும். உடனே அவனைப் பிடிக்க ஏற்பாடு செய்யுங்கள்'' என்றான்.

அந்தக் குறுநிலத் தலைவனின் கட்டளைப்படி காவலர்கள் டானை உடனே பிடித்து வந்தார்கள். டான் குறுக்கு விசாரணை செய்யப் பட்டான். டான் எவ்வளவோ சொல்லியும் வாங்க் அவனை நம்பவில்லை. இருந்தாலும் இவன் சொல்வதைச் சோதித்துப் பார்த்து விடலாம் என்று கருதி தன் மகளின் புதைகுழியைத் தோண்டிப் பார்ப்பதற்காகப் புறப்பட்டான். டானும் வாங்க்கும் நின்று கொண்டிருக்க புதைகுழி தோண்டப் பட்டது. என்ன ஆச்சரியம், அவன் மகளின்சடலம் டானின் கையுடன்கூடிய சட்டைப் பகுதியைக் கையிலே வைத்திருந்தது. வாங்க் உண்மையிலே அசந்துவிட்டான். ஆனாலும் இன்னும் ஒரு சோதனையாக டானின் மகனை அழைத்து வரச் செய்தான்.

டானின் மகனின் முகம்கூட அவள் மகளின் முகத்தை ஒத்திருந்தது. புதை குழியில் இருந்த டானின் மனைவி பிணத்தை வெளியே வைத்ததும், டானின் இரண்டு வயதான மகன் ஓடிப்போய் ''அம்மா'' என்று கத்திக் கொண்டே தாயின் கன்னத்தோடு தன் கன்னத்தை இழைத்தான். அந்த இளம் பிஞ்சுவின் விழிகளிலிருந்து நீர் முத்துக்கள் உருண்டன.

இப்பொழுதுதான் வாங்க் உண்மையை அறிந்தான். டானின் கூற்று உண்மையென்று ஒப்புக்கொண்டான். தன் மகள் மரணமடைந்த பிறகு புதைகுழியிலிருந்து எழுந்து சென்று இவனை மணம் புரிந்திருக்கிறாள்! ஏதோ தெய்வ வரம் பெற்றிருக்கிறாள். ஆனால் பாவம், டானின் அவசரப் புத்தியால் தன் உடலை முழுமையாகத் திரும்பப்பெறும் வாய்ப்பை இழந்துவிட்டாள். நல்ல வேளை அவர்களுக்கு ஒரு குழந்தையாவது பிறந்ததே என்று ஆறுதல் பெருமூச்சு விட்டான் வாங்க்.

இப்பொழுது டானின் மகன் வாங்க் மாளிகைக்கு வந்துவிட்டான். வாங்க் டானிடம் அந்த கவுனை திரும்பக் கொடுத்துவிட்டாள். டானை தன்னுடைய சட்டரீதியான மருமகனாகவும் அவன் ஏற்றுக் கொண்டு விட்டான். டானின் மகனுக்குப் பிற்காலத்தில் ஒரு பெரிய பதவியையும் அவன் ஏற்படுத்திக்கொடுத்தான்.

டோன் யோங்கின் மனைவி

ஹான் மன்னன் பரம்பரை ஆட்சி நடைபெற்ற காலத்தில் க்யான்செங் என்னும் ஊரில் டோன் யாங் என்றொருவன் இருந்தான். குழந்தையாக இருந்த போதே இவன் தாய் இறந்துவிட்டாள். தந்தைதான் அவனை வளர்த்து வந்தார். டோன் யாங் வயல்களிலே வேலை செய்து தந்தையைக் காப்பாற்றி வந்தான். டோன் யாங் கடுமையான உழைப்பாளி. அவன் எங்கு வேலைக்குப் போனாலும் தந்தையை ஒரு தள்ளு வண்டியில் வைத்து தள்ளிக்கொண்டு வருவான். தந்தை இருக்கும் வண்டியை ஓரிடத்திலே நிறுத்த வைத்துவிட்டு இவன் வேலைகளைச் செய்வான். ஒரு நாள் பாவம், அவன் தந்தை இறந்துவிட்டார்.

சவ அடக்கம் செய்வதற்குக் கையிலே சல்லிக்காசு இல்லை. என்ன செய்வது, பாவம், டோன் யாங் தன்னையே அடிமையாக விலைக்கு விற்க முடிவெடுத்தான். டோன் யாங் ஒரு நேர்மையாளன் என்பதை உணர்ந்து ஒரு பணக்காரன் பத்தாயிரம் காசுகள் கொடுத்து அவனை விலைக்கு வாங்கிக் கொண்டான்.

அந்த ஊரின் வழக்கப்படி இறந்தவனுக்காக மூன்று ஆண்டுகள் துக்கம் அனுஷ்டிக்க வேண்டும். இந்த

மூன்று ஆண்டுகளும் டோன் யாங் எந்த வேலையிலும் ஈடுபடக் கூடாது. இதையறிந்த அடிமை கொண்டவனும் மூன்று ஆண்டுகள் கழித்து அவனை வேலையில் அமர்த்தலாம் என்று முடிவு செய்தான்.

மூன்று ஆண்டுகள் கழிந்தன. டோங் யாங் தன்னை விலை கொடுத்து வாங்கிய எஜமானனிடம் வேலைக்குப் போவதற்குப் புறப்பட்டான். போகின்ற வழியில் ஒரு பெண்ணை அவன் பார்க்க நேரிட்டது. அந்தப் பெண் இவனிடம் ''உன்னை மணமுடிக்க எனக்கு விருப்பம்'' என்றாள். இவனுக்கும் அது சரி எனப்பட்டது. எனவே அவளையும் அழைத்துக்கொண்டு தன் அடிமை முதலாளியிடம் போனான்.

டோங் யாங்கைப் பார்த்து எஜமானன் மகிழ்ந்தான். அவனிடம், ''உன்னிடம் பணம் கொடுத்தேன், அதை என்ன செய்தாய்?'' என்றான்.

''ஐயா! நீங்கள் பெருந்தன்மையோடு எனக்குச் செய்த நன்மையினால் நீங்கள் அளித்த அந்தத் தொகை என் தகப்பனின் ஈமச் செலவுகளுக்கு சரியாக இருந்தது. இப்பொழுது நான் எப்பொழுதும்போல ஒன்றுமில்லாதவன். மேலும் கீழ்ச்சாதிக்காரன். ஆகவே என்னால் கடுமையான உழைப்பை நன்றிக் கடனாகச் செலுத்த முடியும்'' என்றான்.

''சரி... அப்படியானால் நீ வாங்கிய தொகைக்காக எனக்கு உழைக்க வேண்டும். அது முடிந்தவுடன்தான் நீ என்னைவிட்டுப் போக முடியும். நீயும் உன் மனைவியுமாக எனக்காக வேலை செய்தால் உன் கடனைச் சீக்கிரம் அடைக்கலாம். உன் மனைவிக்கு என்ன வேலைத் தெரியும்?''

''அவள் ஆடை நெய்வதில் கெட்டிக்காரி''.

''அப்படியானால் எனக்கு நூறு சுருள்கள் உயர் ரகப் பட்டுத் துணிகள் நெய்து தரட்டும்.''

எஜமானன் டோங்கின் மனைவிக்குப் பட்டு நூல்கள் மற்றும் உயர் ரகப் பட்டுத் துணி தயாரிப்புக்கான பொருள்கள் போன்றவற்றை அனுப்பினான். எப்படியும் நூறு சுருள்கள் பட்டுத் துணி என்றால் அதை நெய்து முடிப்பதற்கு இரண்டு மூன்று ஆண்டுகளாவது ஆகும். (1 சுருள் என்பது 100 பேர்களின் ஆடைகள் தைக்கப் பயன்படும்). எனவே மூன்று ஆண்டுகளுக்கான தன் தேவையை அவள் மூலம் பெற்றுவிடலாம், அதன் வழியே கிடைக்கப்போகின்ற லாபம் பெரியது என்று எஜமானன் நினைத்துக்கொண்டான்.

டோங்கின் மனைவி நெசவுப் பணியைத் தொடங்கினாள். பத்து நாள்களுக்குள் நூறு சுருள்கள் உயர் ரகப் பட்டுத் துணி தயார் செய்து விட்டாள். டோங் ஆச்சரியத்தில் மூழ்கிப்போனான். இவ்வளவு வேகத்தில் இப்படியொரு வேலையைப் பார்க்க முடியுமா? அதை அவளிடமே கேட்டான்.

அவள் நிதானமாகக் கூறினாள்.

"நான் மேலுலகத்துப் பெண். சுவர்க்கத்தில் நெசவு செய்பவள். ஆகவே வேகமாக என்னால் பணியாற்ற முடியும். உன்மேல் இரக்கப் பட்டு எங்கள் சுவர்க்கலோகத்தின் பேரரசர், என்னை உனக்கு உதவும் படி இங்கே அனுப்பி வைத்தார். உன்னுடைய இந்தப் பணிவும், மரியாதையும் எங்கள் மாமன்னரை நெகிழச் செய்தது. உன் துன்பத்தை, அடிமைத்தனத்தை என் உழைப்பின் வழியாகப் போக்கி விட்டு நான் போகவேண்டும். அதைச் செய்துவிட்டேன். நான் போகிறேன்".

சொன்னதொடு நில்லாமல் காற்றில் கரைந்து விண்ணகம் ஏறினாள்.

யாரிடம் பயம்?

ஒரு காலத்தில் சீனா பல நாடுகளையும் பல மன்னர்களையும் கொண்டிருந்தது. இந்த நாடுகளில் சில சிறியவை, சில பெரியவை. பல்வேறு தரப் பட்ட மக்கள் வெவ்வேறு கலாசாரங்களைப் பின்பற்றி வந்தனர்.

நாடுகளுக்குள் அவ்வப்போது போர்கள் நடை பெறும். ஒரு நாடு அல்லது மன்னன் இன்னொரு நாட்டையோ மன்னனையோ தாக்கவும் அழிக்கவும் ஆதிக்கம் செலுத்தவும் போரில் இறங்குவான். இப்படிப்பட்ட போர்கள் ஓயாது நடைபெறும்.

ச்சூ என்ற ஒரு சின்ன நாட்டில் மிகுந்த ஆற்றல்மிக்க அமைச்சர் ஒருவர் இருந்தார். அவர் பெயர் ஷோவாஸிக்ஸு. இவருடைய அறிவுத் திறன், ராஜ தந்திரம், தூரநோக்கு ஆகியவற்றின் காரணமாக இவரிடம் மற்ற நாடுகளின் அரசாங்கங்கள் அல்லது அமைச்சர்கள் அஞ்சி கிடந்தனர். ஏன் உள்நாட்டிலும்கூடப் பங்காளி காய்ச்சல் இருந்தாலும் வாய் மூடிக் கிடந்தனர்.

ஒருநாள் அரசன் தன் அமைச்சர் ஷோவாஸிக்ஸு குறித்து அரசவையில் பேச்சு எழுப்பினான்.

‘‘நம் அமைச்சர் ஷோவாஸிக்ஸுவின் பெயரைக் கேட்டால் அண்டை நாடுகள் எல்லாம் அஞ்சி நடுங்குகின்றன. ஏன், நம் நாட்டில் கூட அவர் பெயருக்குப் பெரிய மதிப்பும் அச்சமும் காட்டுகிறார்கள். உண்மையிலேயே அவருக்கு இப்படியோர் பெயர் உள்ளதா?’’

அரசவையில் இருந்த அமைச்சர் குழுவிலிருந்தும் சரி, பிரதானிகள் பக்கமிருந்தும் சரி; யாரும் இதனை ஆதரிக்கவோ மறுக்கவோ இல்லை.

அரசன் அந்த அமைச்சரின் மேல் உள்ள அபிமானத்தால் இதைக் கேட்கிறானா, அல்லது எரிச்சலுற்றுக் கேட்கிறானா என்று தெரியாமல் கேள்விப்பொறியில் சிக்கிக் கொள்ள யாருக்கும் துணிவில்லை.

‘ஜியான்ங்ஈ’ என்ற அமைச்சர் மன்னரிடம் நல்ல பெயர் வாங்க வேண்டுமென்று நெடுங்காலமாகக் காத்திருந்தார். இந்தத் தருணத்தை நல்வாய்ப்பாகப் பயன்படுத்த நினைத்தார்.

அவர் எழுந்து, ‘‘மன்னர் பிரானே! அந்த அமைச்சர் மேல் பக்கத்து நாடுகளும், மக்களும் கொண்டிருக்கின்ற மதிப்பு எப்படி என்பதை ஒரு கதை மூலமாக உங்களுக்கு விளக்க விரும்புகிறேன்’’ என்றான்.

‘‘என்ன அது, சொல்வீர்!’’ என்றான் மன்னன்.

ஒருமுறை நரி, புலியிடம் மாட்டிக்கொண்டது. தப்பிக்கும் வழி நரிக்குப் புலப்படவில்லை. எனவே ஓர் உபாயம் செய்தது.

‘‘யோவ். . . புலியே. . . என்ன தைரியம் இருந்தால் என்னைக் கொல்லத் துடிப்பாய்?’’ என்று தலையை நிமிர்த்திக் கேட்டது.

புலிக்கு ஒன்றும் புரியவில்லை. ‘‘ஏன் உன்னைப் பிடித்துக் கொல்லக் கூடாது?’’ என்று திருப்பிக்கேட்டது.

நரி தன் குரலை மேலும் உயர்த்திக்கொண்டு, ‘‘உன்னிடம்தான் சொல்லவேண்டும். கடவுள் என்னை இந்தக் காட்டிலுள்ள எல்லா மிருகங்களுக்கும் ராஜாவாக நியமித்திருக்கிறார். நீ என்னைக் கொன்றால் அவ்வளவுதான், கடவுளுக்கு எதிரி ஆகிவிடுவாய். . . உன்னைக் கடவுள் கடுமையாகத் தண்டிப்பார்’’ என்றது.

புலி சந்தேகத்துடன் பார்ப்பதைக் கண்டதும் நரி சொன்னது.

‘‘சரி. . . நீ நம்ப வேண்டுமானால் இந்தக் காடு முழுவதும் போவோம். என்னைப் பார்த்தவுடன் எல்லா மிருகங்களும் பய பக்தியோடு ஒதுங்கி கொள்வதை நீயே பார்க்கலாம்’’ என்றது.

இருவரும் கிளம்பி காட்டுக்குப் போனார்கள்.

நரி திமிருடன் நடந்துசென்றது. ஆங்காங்கே இருந்த மிருகங்கள் நரியைப் புலியுடன் பார்த்ததால் நடுக்கத்துடன் ஓடி ஒளிந்து கொண்டன.

"பார்த்தாயா புலியாரே! என்னைப் பார்த்தால், இவையெல்லாம் எப்படி ஓடுகின்றன... என்ன மரியாதை? என் எதிரில் இருக்கக்கூடத் தயக்கம், அச்சம்! இப்பொழுதாவது புரிகிறதா? என்னிடம் நீ வாலாட்டினால் உன் கதை முடிந்தது." என்றது நரி.

பயந்துபோய் நரியைவிட்டு விலகி தன் வழியில் சென்றது புலி.

"இப்படித்தான் அரசே, உங்கள் கீழ் உள்ளதால் உங்களை நினைத்தே அனைவரும் அந்த அமைச்சருக்கு அஞ்சுகிறார்கள். உங்களது ராஜ தந்திரம், வீரம், விவேகம், ஆற்றல் ஆகியவற்றைக் கண்டுதான் உண்மையில் அவர்களுக்கு அச்சம்" என்றார் அந்த அமைச்சர்.

அரசர் அவருக்குப் பொன்னும் பொருளும் அளித்து மகிழ்ந்தார்.

நல்லதும் கெட்டதும்

ஒரு காலத்தில் பாலைவனத்தில் முதியவர் ஒருவர் வாழ்ந்து வந்தார். மிகவும் நல்லவராக, எதுவும் எச்செயலும் ஏதோ ஒரு நன்மையின் பொருட்டே நிகழ்கிறது என்ற நம்பிக்கை கொண்டவராக இருந்தார். அவரிடம் குதிரைகள் நிறைய இருந்தன.

ஒருநாள் தன்னுடைய நிலத்திலே வேலைகளை முடித்துக்கொண்டு வீடு திரும்பினார்; அப்பொழுது அவருடைய குதிரைகளில் ஒன்று, அதுவும் பெண் குதிரை காணாமல் போனது தெரிந்தது. அவருடைய வீட்டினர், அக்கம்பக்கத்து மனிதர்கள் என்று எல்லாருமே எல்லா இடங்களிலும் தேடிப் பார்த்தனர். ஓடிப்போன குதிரை கிடைக்கவே இல்லை. எல்லோரும் அவரிடம் சென்று, "குதிரை காணாமல் போனதால் உங்களுக்கு ஏற்பட்ட இந்த இழப்பு ஒரு துரதிர்ஷ்டம்தான்!" என்று தங்கள் அனுதாபத்தை அல்லது வருத்தத்தைத் தெரிவித்தனர். அதற்கு அவர், "குதிரை காணாமல் போனதை ஏன் துரதிர்ஷ்டம் என்று நினைக்க வேண்டும். அதுவே அதிர்ஷ்டத்தைக் கொண்டு வரலாம், அதற்கு நேரம் வாய்க்கும், வரவேண்டும்" என்றார்.

மறுநாள் அதிகாலைஅடிவானத்தின் பக்கமிருந்து இரண்டு குதிரைகள் ஓடி வருவதை அந்தப் பாலைவனத்துப் பாமரக் கிழவர் பார்த்தார். ஆம், அவரை விட்டு ஓடிய அந்த இளம் பெண் குதிரை ஒரு பொலி குதிரையுடன் திரும்பி வந்து கொண்டிருந்தது. தூரத்திலிருந்து பார்க்கும்போது அந்தப் புதிய குதிரையின் பொலிவும் உடல் வலிவும் ஒரு போர்க் குதிரையாகவும் இருக்கும் என்று நினைக்க வைத்தது.

இரண்டும் இவருடைய இடத்துக்கு வந்து சேர்ந்தது. வந்தவுடன் பார்த்தால் நல்ல வாளிப்பான உடல் வாகுடன் அந்தப் புதிய குதிரை தோற்றமளித்தது. சந்தேகத்துக்கு இடமில்லாமல் இது போர்க்குதிரை தான் என்றறிந்து, 'யாரேனும் படை வீரர் ஒருவருடைய குதிரை யாகவே இது இருக்கவேண்டும். அவரிடமிருந்து தப்பி ஓடி வந்திருக்கவேண்டும். ஆகவே இது குறித்து விசாரித்து அதை உரிமை யாளரிடம் ஒப்படைக்க வேண்டும்' என்று ஓர் கோரிக்கையை அப்பகுதியின் மாஜிஸ்டிரேட்டிடம் இவர் வைத்தார். மாஜிஸ்டி ரேட்டும், உரியவர் வந்து கோரும்வரை இவரிடமே வைத்திருக்கச் சொல்லி, பொறுத்திருந்து பார்க்கச் சொன்னார்.

ஓடிப் போன குதிரை கிடைத்ததற்காகவும், ஒரு புதிய குதிரை உடன் வந்ததற்காகவும் மகிழ்ச்சியை வெளிப்படுத்தும் வண்ணம் ஒரு சிறு விருந்து நிகழ்ச்சி இவருடைய குடும்பத்தினராலும், அண்மையிலுள்ள குடும்பங்களாலும் ஏற்பாடு செய்யப்பட்டிருந்தது. இந்நிகழ்ச்சிக்குச் சிறப்பு விருந்தினராக இவரை அழைத்து இவரது மகிழ்ச்சியைக் குறித்துப் பேசவும் கோரினார்கள்.

முதியவர் அமைதியாக இருந்தார். அவர் முகத்தில் எந்த மகிழ்ச்சியின் அறிகுறிகளும் இல்லை. அவர் சொன்னார், "புதிய துடிப்பான இளங்குதிரை கிடைத்ததற்காக நான் மகிழ்ச்சியடையவில்லை. இது நல்லது என்று எடுத்துக்கொள்ளவும் கூடாது. இதன் விளைவு என்ன என்பது காலம் வரும்போது தெரியும்" என்றார்.

ஒருவாரம் சென்றது, முதியவரின் மைந்தன் ஒரு நாள் புதிய குதிரையின் மேல் ஏறி சவாரி செய்தான். ஒரு போர்க்குதிரையின் மேல் ஏறி சவாரி செய்யும் அளவுக்கு அவனுக்குப் பயிற்சியோ திறமையோ கிடையாது. அடங்காத போர்க்குதிரை கீழே தள்ளிவிட்டு ஓடியது. பாவம், மைந்தனின் கால் உடைந்தது.

இப்பொழுது எல்லோரும், "ஐயோ பாவம் இந்தப் போர்க்குதிரை துரதிர்ஷ்டத்தை அல்லவா கூட்டிக்கொண்டு வந்திருக்கிறது. இவருடைய பிள்ளையின் கால் முடமாயிற்றே" என்றனர். அப்பொழுது இவர், "என் மகனுக்கு ஏற்பட்ட விபத்து கெட்டது

என்று ஏன் நினைக்க வேண்டும். நன்மையையும் குறிக்கலாம், காலம் வரும்போது தெளிவாகும்'' என்றார்.

கொஞ்ச காலத்துக்குப் பின்னர், முதியவர் வாழ்ந்த நாட்டின் அரசன் பக்கத்து நாட்டுடன் வீண் சண்டைக்குப் போனான். அவன் போர் தொடுத்ததில் கொஞ்சமும் நியாயம் கிடையாது. அவன் கொடிய குணத்தையே அது பிரதிபலித்தது. அவன் தன் நாட்டு மக்கள் அனைவரையும் போரில் கட்டாயமாகக் கலந்து கொள்ளவேண்டுமென்று ஆணையிட்டான். நாடு முழுவதும் ஒரு குக்கிராமம் கூட விடாது ராணுவ அதிகாரிகள் இளைஞர்களைக் கட்டாயமாக இழுத்துச் சென்றனர். வீடு வீடாகச் சென்று சோதித்து யாரையும் விட்டுவிடாமல் பிடித்தனர். முதியவருக்கோ ஒரே பிள்ளைதான், இவனும் ராணுவத்துக்குப் போய்விட்டால் அது அந்தக் குடும்பத்துக்குப் பெரும் இழப்பாகவும் முடியலாம்.

ஆனால் அதிர்ஷ்டவசமாக முதியவரின் மகன் இப்போது முடவன் ஆகிவிட்டான் என்பதால் ராணுவத்தில் பணியாற்றுகின்ற தகுதியை இழந்திருந்தான். அதனால் அவர்களுக்கு அது வசதியாகப் போய்விட்டது. ராணுவத்தினர் வீட்டில் நுழையும்போதே, அதன் வாயிலில் கட்டியிருந்த கம்பீரமான அந்தப் போர்க்குதிரையைப் பார்த்தனர். ''ஓ. . . இதோ இங்கே ஒரு விலை மதிப்புள்ள போர்க் குதிரை கட்டிக்கிடக்கிறது. எனவே இந்த வீட்டிலுள்ளவர் பெரிய ராணுவ வீரனுடைய வீடாகவே இருக்கும்'' என்று பேசிக் கொண்டனர்.

உள்ளே நுழைந்து வீட்டிலுள்ளோரைப் பார்த்தப்போது அந்த வீட்டில் முதியவரும், அவர் மனைவியும், முடவனான அவருடைய மைந்தனுமே இருந்தனர். ''பாவம் ஏதோ போரில் இவனுக்குக் கால் போயிருக்கிறது. இந்தக் குடும்பத்திலிருந்து ராணுவத்துக்கு யாரையும் எடுக்க முடியாது'' என்று சொல்லி அகன்றனர்.

அக்கம்பக்கமுள்ளவர்கள் சொன்னார்கள், ''நல்ல வேளை! இவருடைய மைந்தனைக் குதிரைத் தள்ளி விட்டது. பெரியவர் சொன்னபடி இதுவே அதிர்ஷ்டமாகிவிட்டது! ஒவ்வொன்றையும் நல்லது எது, கெட்டது எது என்று அறிவுப்பூர்வமாகப் பார்வையிடுகின்ற இந்தப் பெரியவரின் அறிவாற்றல் சாதாரணமானதல்ல!'' என்று பாராட்டினர்.

வாழ்வில் அவ்வப்பொழுது நடைபெறுகின்ற நிகழ்வுகளைக் கொண்டு நல்லது, கெட்டது என்று தீர்மானித்துவிடக்கூடாது. காலம்தான் ஒவ்வொரு நிகழ்வின் விளைவையும் தோலுரித்துக் காட்டக்கூடியது.

தெரியாத விலங்கு

முன்னொரு காலத்தில் குய்ஷு என்ற ஊரில் கழுதைகள் கிடையாது. ஒரு கழுதையைப் பிடித்து அரசாங்க அலுவலர் ஒருவர் அந்த ஊருக்கு அனுப்பி வைத்தார். ஆனால் அந்தக் கழுதையை எதற்குப் பயன்படுத்துவது என்று தெரியாமல் அப்படியே மலை, காடு பகுதிகளில் ஊர்க்காரர்கள் விட்டு விட்டார்கள்.

கழுதை மலையும் காடும் சேர்ந்த பகுதிகளில் தன்னிச்சையாகத் திரிந்தது. அடிக்கடி வாலைத் தூக்கிக்கொண்டு தன் கனகம்பீரக் குரலை ஒலிக்கச் செய்யும். இதன் குரலின் உரத்த ஒலியால் இதைப் பற்றி அறியாத அங்குள்ள மிருகங்கள் திடுக்கிட்டு ஓடும்.

அங்கே ஒரு புலி இருந்தது. காட்டிலிருந்து வந்த அந்தப் புலி அதுவரை கழுதையைப் பார்த்த தில்லை. கழுதையின் உருவத்தைப் பார்த்து இது சக்திவாய்ந்த மிருகமாக இருக்குமென்று நினைத்தது. கழுதையைப் பார்த்த புலி, கழுதையைப் பார்க்காத வாறு தன்னை மறைத்துக்கொண்டது. கழுதையை எங்கேனும் தூரத்தில் கண்டால், தொலைவாக இருந்து கொண்டது. இந்தப் பெரிய மிருகம்

ஒருவேளை தன்னைக் கொல்லவும் கூடும் என்ற அச்சமும் அதற்கு இருந்தது.

நாளாக, நாளாக, கழுதைக்கும் புலிக்கும் உள்ள இடைவெளி குறையலாயிற்று. கழுதையைக் கொஞ்சம் கொஞ்சமாக அளந்து பார்க்கத் தொடங்கியது புலி. கழுதையின் உரத்த குரலொலியும் அதன் நீண்ட நேர ஆலாபனையும் திடுக்குறச் செய்தபோதிலும் கழுதையை உன்னிப்பாக புலி கவனித்துவந்தது. பிற காட்டு மிருகங்கள்கூட கழுதையைக் கண்டு அஞ்சி, அதன் காட்டுக் கத்தலைக் கேட்டு அலறியடித்துக் கொண்டு ஓடின.

ஒருநாள் புலி, கழுதையின் எதிரே இருந்தது. கழுதையின் மேல் சின்னதாக ஒரு அடிபோட்டது. அவ்வளவுதான் கழுதைக்குக் கோபம் வந்தது. தன் இரண்டு பின்னங்கால்களைத் தூக்கியடித்தது. அடி ஒன்றும் பலமாகவுமில்லை. அது தாக்குதலாகவும் தெரியவில்லை. உடனே புலி ஒரேயடியாகப் பாய்ந்தது. கழுதையின் கழுத்தைக் கவ்வி, பூமியில் கவிழ்த்தது. ஒரு பெரிய உறுமலுடன் அதைப் புரட்டிப் போட்டுக் கிழித்தது. திருப்தியாக கழுதை மாமிசம் உண்டது.

ஒருவருடைய உண்மை நிலையைத் தெரியாமலே நாம் ஒருவர்மீது மதிப்பும் பயமும் கொள்கிறோம். தெரிந்துவிட்டால்?

ஆயிரம் நாளும் போதை

சோன்ங்ஷான் என்ற ஊரில் டிக்ஸி என்பவர் இருந்தார். அவர் மது தயாரிப்பதில் கெட்டிக்காரர். அதிக போதையில் ஒருவரை நிறுத்தி வைக்கின்ற வகையில் புதுவகை மதுவைத் தயாரிக்கின்ற முயற்சியில் அவர் ஈடுபட்டிருந்தார். அதாவது, ஒரு கோப்பை மதுவின் தாக்கம் ஆயிரம் நாள்களுக்கு நீடிக்கவேண்டும் என்பது அவர் திட்டம்.

அதே ஊரில் லியூக்ஸாவான்ஜி என்பவன் இருந்தான். அவனொரு மொடாக்குடியன். எவ்வளவு குடித்தாலும் அவனுக்குப் போதை ஏறாது. ஒருநாள் அவன் இவரிடத்தில் மது குடிக்க வந்தான்.

இவர் அவனிடம் "மது எதுவும் மிச்சமில்லை, ஒரு புதிய மது ரகம் ஒன்றை இப்பொழுதுதான் காய்ச்சிக் கொண்டிருக்கிறேன். அதை உனக்குத் தர முடியாது. நீ போகலாம்" என்றார்.

அவனோ பிடிவாதமாகத் தனக்கு அந்த மதுதான் வேண்டுமென்று கூறிக்கொண்டு நின்றான்.

"இந்த மது உனக்குச் சரியாக இருக்காது. நீயோ அதிகமாகக் குடிக்க நினைப்பவன். இந்த மதுவோ ஒரு கோப்பைக்கு மேல் அருந்தக்கூடாது" என்றார்.

''சரி. . . அந்த ஒரு கோப்பையாவது கொடு. நான் இப்பொழுது குடித்தே ஆகவேண்டும்'' என்று உட்கார்ந்துவிட்டான்.

டிக்ஸி தனது முதல் பரிசோதனையை இவனிடம் மேற்கொள்ள முடிவெடுத்தார். தனது புதிய கண்டுபிடிப்பை அவனுக்கு முதன் முதலாக ஊற்றிக் கொடுத்தார்.

ஒரு கோப்பையை அவன் அருந்திய பிறகு, மீண்டும் மது கேட்டு கெஞ்சினான். டிக்ஸி மறுத்துவிட்டார். ''இனிமேல் கொடுக்க முடியாது, இந்த ஒரு கோப்பை மதுவே உன்னை மூன்று ஆண்டுகள் மயக்கத்தில் கிடத்திவிடும். . . . நீ முதலில் இடத்தைக் காலி செய்'' என்றார்.

லியூ வேறு வழியில்லாமல் கிளம்பினான். அவன் வீடு பக்கத்தில்தான் இருந்தது. ஆனால் என்னவோ நடக்க நடக்க வீடு வெகு தூரமாகத் தெரிந்தது. எப்படியோ ஒரு வழியாக வீடு போய் சேர்ந்தான். வீட்டுக்குப் போய் படுக்கையில் வீழ்ந்தான். அப்படியே கட்டை யோடு கட்டையாகிவிட்டான்.

அவனை அவன் வீட்டினர் பார்த்தார்கள். அவனது முகத்தின் நிறமே மாறிப்போய் இருந்தது. சாராயம் விஷமாகி இவனைச் சாகடித்து விட்டது என்று நினைத்தனர். அவனுக்கு எந்த உணர்வும் இல்லை. அவன் இறந்துவிட்டாக எண்ணி, இடுகாட்டில் புதைத்தனர்.

மூன்று ஆண்டுகள் கடந்தன. டிக்ஸி தன்னுடைய புது வகை மதுவின் வேலையைப் பற்றித் தெரிந்துகொள்ள நினைத்தார். அதைக் குடித்து விட்டுப் போன லியூவைத் தேடத் தொடங்கினார்.

லியூவின் வீட்டை விசாரித்து அவனது வீட்டுக்குச் சென்றார். விசாரித்தபோது விட்டிலிருந்தவர்கள், ''அவன் இறந்து ஆண்டுகள் ஓடிவிட்டனவே!'' என்றனர்.

''இல்லை; அவன் இறந்திருக்கமுடியாது. நானொரு சிறப்பு வகை மதுவைப் பரிசோதனையாக அவனுக்குக் குடிக்கக் கொடுத்தேன். அந்த மது மூன்று ஆண்டுகளுக்குப் போதையில் இருத்தும். அந்த மதுவின் தாக்கத்தில் உணர்விழந்து கிடந்தவனை நீங்கள் உயிரற்றவன் என நினைத்து அடக்கம் செய்துவிட்டீர்கள். இன்றுதான் அவன் கண்விழித்து எழவேண்டிய ஆயிரமாவது நாள். ஆகவே இப்பொழுதே நாம் போய் அவனது புதை குழியைத் தோண்டிப் பார்க்க வேண்டும்'' என்றார் டிக்ஸி.

அவரை நம்புவதற்கு அவர்கள் தயங்கினார்கள். டிக்ஸி மிகவும் வலியுறுத்தி லியூவின் கல்லறையை உடைக்கவும் தோண்டவும் செய்தார். கல்லறையை உடைத்து மண்ணைத் தோண்டிய போது, சவப்பெட்டி அருகே மண்ணிலிருந்து வியர்வையின் வாசம் அடித்தது. இது எல்லோருக்கும் வினோதமாகப் பட்டது. மண்ணை முழுவதும் எடுத்து சவப்பெட்டியை மேலே கொண்டுவந்து திறந்தபோது லியூ தூங்கி, படுக்கையிலிருந்து எழுவதைப் போல எழுந்தான்.

கண்களைத் திறந்து சுற்றும் முற்றும் பார்த்தான். தான் எங்கிருக்கிறோம்? ஏன் இவ்வளவு பேர் தன்னைச் சூழ்ந்துகொண்டு நிற்கிறார்கள் என்பதையெல்லாம் அந்தக் குடிகாரன் கவனிக்கவில்லை. தனக்கு மதுவை ஊற்றிக் கொடுத்தவர்தான் கண்ணில் தெரிந்தார். "ஹலோ டிக்ஸி, எனக்கு ஒரு கோப்பை இன்றைக்கும் அந்த மதுவைத் தா" என்றான்.

எப்படி இருந்தது புதிய சரக்கு என்று டிக்ஸி கேட்டபோது அந்தக் குடிகாரன் சொன்னான். "அடேங்கப்பா, நானும் எவ்வளவோ குடிச்சிருக்கேன். ஆனால் உன்னுடையது பிரமாதம். சூரியன் எவ்வளவு தூரம் ஏறியிருக்கிறான் பார்! அதுவரை நான் தூங்கி மயங்கி இருக்கிறேன் என்றால் எல்லாம் உன் புதுச்சரக்கு செய்த வேலைதான்!"

எல்லோரும் அதைக் கேட்டுச் சிரித்தனர். மூன்று ஆண்டுகளாக அவன் தூங்கியது அவனுக்கே தெரியவில்லை. எல்லோரும் கல்லறைத் தோட்டத்திலிருந்து சிரித்துக் கொண்டே வீடு திரும்பினார்கள்.

நாக தேவதை

ஒரு காலத்தில் வெள்ளை பாம்பு, பச்சை பாம்பு இரண்டும் இர்மை என்ற மலையில் வாழ்ந்து வந்தன. அங்கு வாழ்ந்த காலத்தில் இந்த இரண்டு பாம்புகளுக்கும் மந்திர ஆற்றல் கிடைத்தது. அதனால் அவை தங்களை இரண்டு அழகிய இளம் பெண்களாக மாற்றிக்கொண்டன. இள மங்கையர்கள் இருவரும் ஹேங்ஷோன் என்ற நகருக்கு வந்து வசிக்கலானார்கள்.

அந்த நகரின் அழகான ஓரிடம் மேற்கு ஏரி. அங்கு இருவரும் அடிக்கடி சென்று பொழுதைக் கழிப்பது வழக்கம். ஒரு நாள் அதே இடத்துக்கு வந்திருந்த ஹ்சுஷெங் என்னும் ஆணழகன் இவர்களைக் கண்டான். அவனைக் கண்டு வெள்ளை பாம்புப் பெண் உடனே காதல் வயப்பட்டாள்.

ஒருநாள் இருவரும் திருமணம் செய்து கொண்டனர். தன் கணவனுக்கு வருவாய் இல்லை என்பதை உணர்ந்த வெள்ளை நாக மங்கை மூலிகை மருந்தகம் ஒன்றைத் தொடங்க அவனுக்கு உதவினாள். காடுகளிலும் மலைகளிலும் பாம்பாகச் சுற்றியிருந்த தால் எந்தெந்த செடிகள், தாவரங்கள் எந்தெந்த நோய்களைத் தீர்க்கும் என்பது அவளுக்குத்

தெரிந்திருந்தது. கூடுதலாகத் தன் மந்திர சக்தியையும் அவள் பயன்படுத்தினாள்.

இந்த மூலிகை மருந்தகத்தின் மருந்துகள் பெருமளவுக்கு மக்களால் விரும்பப்பட்டது. அவர்களுடைய நோய்கள் இந்த மருந்துகள்மூலம் குணமடைந்ததால் அவர்கள் மகிழ்ந்தனர். குணமே ஆகாது என்று கைவிடப்பட்ட நோய்களும்கூட இவளுடைய மந்திர சக்தியினால் குணமானது. எப்பொழுதும் இவர்களுடைய மருந்தகத்தில் கூட்டம் அலை மோதியது. ஏழை, எளியவர்களுக்காக இன்னொரு பக்கம் இலவச மருந்து உதவி மையமும் நடைபெற்றுக்கொண்டிருந்தது. மொத்தத்தில், இவர்களுடைய மருந்தகத்தின் பெயர் நாடெங்கும் பரவிப் பிரபலமாயிற்று.

ஒரு நாள் முதிய துறவி ஒருவர் இந்த மருந்தகத்துக்கு வந்தார். மாயத் தோற்றங்களையும் மெய்தோற்றங்களையும் கண்டறியும் தவ ஆற்றல் கொண்டவர் அவர். பெயர், பஹாய். இவருடைய கண்களிலே நாக மங்கை பட்டுவிட்டாள். இவர் ஹ்சுசெங்கிடம் சென்று அவன் மனைவி மானிடப் பெண் அல்லள், மாய ஆற்றல் கொண்ட நாக மங்கை, எனவே அவனுக்கு ஏதேனும் ஆபத்து நேரிடலாம் என்று எச்சரித்துவிட்டுச் சென்றார்.

இந்நிலையில், அந்த ஊரில் ஒரு விழா நடைபெற்றது. ஆண்டு தோறும் நடைபெறுகின்ற டிராகன் படகு விழா அது. இள வயதுடைய ஆண்களும் பெண்களும் போட்டிகள், கேளிக்கைகள் என்று மகிழ்ந்திருக்கக்கூடிய சமயம் அது. விழா சமயத்தில் மக்கள் தங்கள் வீடுகளை நறுமண நீர்ச்செடிகளைக் கொண்டு அலங்கரிப்பது வழக்கம். ஆங்காங்கே நீர் குடுவைகளைக் கட்டித் தொங்கவிடும் வழக்கமும் இருந்தது. இவ்வாறு செய்தால் கெட்ட ஆவிகள் நெருங்கி வராதாம்! இருக்கும் ஆவிகளும் அவர்கள் எழுப்பும் புகை மற்றும் விருந்துகளால் வெகுண்டோடுமாம்.

ஹ்சுஷெங்கின் வீடும் இதே போன்று அலங்காரம் செய்யப்பட்டது. வீட்டிலிருந்து இரண்டு நாக மங்கையர்க்கும் இது மிகவும் துன்பத்தையும் நெருக்கடியையும் கொடுக்கக்கூடியது. என்றாலும் ஏதும் தெரியாதவர்கள் போல் அவர்கள் இருவரும் விருந்தில் பங்கேற்றனர்.

வெள்ளை நாக மங்கை அப்போது கர்ப்பம் தரித்திருந்தாள். இந்த நேரத்தில் அவளுடைய மந்திர சக்தி எடுபடாது. ஒரு நாள், தன் கணவனையும் அவனுடைய உறவினர்கள் மற்றும் நண்பர்களையும் திருப்திப்படுத்த, அவள் மது அருந்த நேரிட்டது. மது அருந்த அருந்த

அவள் தன் கட்டுப்பாட்டை இழந்தாள். சுயநினைவு இல்லாததால் தன் சுய உருவை எடுத்தாள்! யாருக்கும் தெரியாமல் தன் படுக்கை யறையில் போய் விழுந்தாள்.

பெரிய பாம்பு வடிவில் அவள் படுக்கையறையில் கிடந்தாள். கணவன் ஹ்சுஷெங் அறைக்கு வந்தான். அவளுடைய கோலத்தைக் கண்டான். அதுவரை அப்படியோர் வெள்ளை நிறப் பாம்பை அவன் பார்த்த தில்லை. அவனுக்கு அச்சமேற்பட்டது. அச்சத்தில் மயங்கினான். அச்சம் அவனை மரணம் வரை இழுத்துக்கொண்டு போனது.

வெள்ளை நிற நாக மங்கை தன் கணவனின் நிலைமையைத் தெரிந்து கொண்டாள். அவன் உயிரை எப்படியாவது காப்பாற்றியாக வேண்டு மென்று உறுதி எடுத்தாள். அவளுக்குத் தெரியாத மருந்து வகைகளா? இதற்கு மருந்து எங்கே கிடைக்குமென்று அவள் அறிந்தாள். ஆம், பெரு வெள்ளத்துக்குப் பின்னர் மனிதகுலம் மீண்டும் தோற்ற மெடுப்பதற்குக் காரணமான நுவா தம்பதிகள் வாழ்ந்த குன்லான் மலையிலே அந்த மூலிகை கிடைக்குமென்று தெரிந்துகொண்டாள்.

ஆனால் குன்லான் மலையிலே அலைந்தும் அந்த மூலிகை கிடைக்க வில்லை. என்ன செய்வதென்று தவித்துப்போனாள். அவள் காதல் உதவிக்கு வந்தது. தன் கணவன்மீது அவள் கொண்டிருந்த அன்பின் ஆற்றலால் அந்த மூலிகை இடம் பெயர்ந்து இவளிடம் வந்தது. அதைக் கொண்டு சிகிச்சை செய்து கணவனை அவள் மீட்டெடுத்தாள்.

ஏற்கெனவே அவனை எச்சரித்திருந்த அந்தத் துறவி மீண்டும் குறுக்கிட்டார். அந்தப் பாம்புகளை நான் பார்த்துக்கொள்கிறேன், நீ துறவறம் பூண்டுவிடு என்று அவர் உத்தரவிட்டார்.

தன்னை பஹாய் ஒழித்துக் கட்டிவிடுவான் என்று தெரிந்து வெள்ளை நாக மங்கை பஹாயைத் தாக்க முடிவெடுத்தாள். நீருக்கடியே வாழும் உயிரினங்களைக் கொண்டு ஒரு பெரிய வெள்ளம் ஏற்பட வைத்து பொன் மலைக் கோயிலை மூழ்கடிக்கவும், பாஹாயுடன் போர் தொடுத்து அவனை ஒழிக்கவும் திட்டமிட்டாள். பாஹாய் தன்னுடைய மாய ஆற்றலைக் கொண்டு வானுலக வீரர்களை வரவழைத்துத் தன் கோயிலைத் தற்காத்துக் கொண்டான்.

வெள்ளை நாகப் பெண்ணுக்குப் பேறு காலம் நெருங்கியது. எனவே போரிடுவதிலிருந்து விலகிக்கொண்டாள். குழந்தையைப் பெற்றெடுத்த பிறகு இதற்குத் தீர்வு காணலாம் என்று அமைதி கொண்டாள்.

அழகிய ஆண் குழந்தை பிறந்தது. ஹ்சுஷெங் தன் மகனைப் பார்க்கச் சென்றான். அப்பொழுது தன்னிடம் பாஹாய் தந்த ஒரு மந்திரத் தொப்பியைக் கொண்டு தன் மனைவி வெள்ளை நாகப் பெண்ணை அவன் சிறைபிடித்தான். பாஹாய் அந்த வெள்ளை நாகப் பெண்ணைத் தன்னுடைய கோயிலில் சிறை செய்தான்.

பச்சை நாகப் பெண்ணால் ஒன்றும் செய்ய முடியவில்லை. தன்னுடைய மந்திர ஆற்றலைக் கொண்டு பஹாயிடமிருந்து தப்பிப்பதே போதும் போதும் என்றாயிற்று அவளுக்கு!

வெள்ளை நாகப் பெண்ணின் மகன் வளர்ந்தான். இப்பொழுதுதான் பச்சை நாகப் பெண் அவனுடன் சேர்ந்து தன் வெஞ்சினத்தைத் தீர்த்துக் கொண்டாள். பொன்மலைக் கோயிலைத் தரை மட்ட மாக்கினாள். வெள்ளை நாகப் பெண்ணை விடுவித்தாள்.

வெள்ளை நாகப் பெண் தன் கணவனுடனும் மகனுடனும் ஒன்று சேர்ந்தாள். வெள்ளை நாகப் பெண்ணின் காதலையும் அன்பையும் அறிந்த ஹ்சுஷெங் மனம் மாறினான். மனைவியோடும் மகனோடும் மகிழ்ச்சியோடு சேர்ந்து வாழ்ந்தான்.

சின்னச் சின்னக் கதைகள்

செருப்பு

ஜெங்க் என்ற ஒரு சிறிய நாட்டில் முன்னொரு காலத்தில் ஒரு முட்டாள் மனிதன் வாழ்ந்து வந்தான். ஒரு நாள் அவன் தனக்குச் செருப்பு வாங்க வேண்டுமென்று விரும்பினான். தன்னுடைய கால்களை ஒரு தாளில் அளவெடுத்துக் கொண்டான். புது செருப்பு வாங்க வேண்டுமென்ற ஆவலில் வேகமாகக் கிளம்பிப் போனான். அப்படிப் போகும்போது அவன் அளவெடுத்து வைத்த தாளை எடுத்துப் போக மறந்துவிட்டான்.

கடைத் தெருவுக்குச் சென்று ஒரு செருப்புக் கடைக்குள் நுழைந்தபோதுதான் தாளை எடுத்து வராதது நினைவுக்கு வந்தது. ஐயோ, இப்போது எப்படி செருப்பு வாங்குவது என்று குழம்பினான். பிறகு அந்தத் தாளை எடுத்து வருவதற்காக வீட்டுக்குத் திரும்பிப் போனான்.

அளவுத் தாளை எடுத்துக்கொண்டு மீண்டும் கடைத் தெருவுக்குச் சென்றான். ஆனால் அதற்குள் வெகுநேரம் ஆகிவிட்டது.

கடைத் தெருவில் கடைகள் எல்லாம் மூட ஆரம்பித்து விட்டார்கள். செருப்புக் கடையும் மூடி இருந்தது. அவனுக்கு மிகவும் ஏமாற்றமாகி விட்டது. ஏமாற்றத்தோடு வீடு திரும்பினான்.

மறுநாள் அவன் நண்பன் கேட்டான் 'என்னய்யா... நேற்று கடைத்தெருவுக்குப் போனாயே? செருப்பு வாங்கிவிட்டாயா?'

'அதை ஏன்யா கேட்கறே... அளவெடுத்த தாளை வைத்துவிட்டுப் போய் விட்டேன். பிறகு மறுபடி வந்து அதை எடுத்துக்கொண்டு போவதற்குள் கடைக்காரன் கடையை மூடிவிட்டான். வாங்க முடியாமல் போய்விட்டது.'

'செருப்பு உனக்குத் தானே வாங்கப் போனாய்! இல்லை வேறு யாருக்காகவா? எதற்கு அளவெடுக்கும் காகிதம்? உன் கால்கள் உன்னோடு இருந்திருக்குமே.' என்றான்.

அப்பொழுதுதான் தனது மடத்தனம் அவனுக்குப் புரிந்தது.

தூண்டிலில் சிக்கிய நிலா

ஒரு நாள் இரவு, ஹுவாஜீயா தண்ணீர் பிடிப்பதற்காகத் தன் வீட்டு கிணற்றுக்குப் போனான். கிணற்றை எட்டிப் பார்த்த போது, நிலா தண்ணீரில் தத்தளிப்பது தெரிந்தது. 'அடக் கடவுளே இந்த அழகு நிலா கிணற்றிலே விழுந்து விட்டதே.' என்று இரக்கப்பட்டு அந்த நிலவைக் கிணற்றிலிருந்து காப்பாற்ற விரைந்தான். வீட்டுக்குச் சென்று ஒரு பெரிய கயிற்றில் பெரிய இரும்புத் தூண்டிலை இணைத்து கிணற்றுக்குள் விட்டான். ஏதோ கனமாக மாட்டியது. சரி, நிலாதான் மாட்டிக் கொண்டது என்று வேகமாக இழுத்தான். அதுவே அளவில் பெரிய மீனாக இருந்திருக்கும் போலும். அது ஒரு துள்ளல் துள்ள இவன் கயிற்றை விட்டுவிட்டான். அந்த அதிர்ச்சியில் அவன் கீழே மல்லாக்காக விழுந்து விட்டான். அப்படி விழுந்தவனின் கண்களில் நேரே வானிலே நிலா பளிச்சிட்டது. அவ்வளவுதான்.

'அட, நான் கிணற்றிலிருந்து காப்பாற்றிய நிலா, மீண்டும் வானுக்குப் போய்விட்டது. ரொம்ப நல்லது செய்திருக்கிறேன் நான்' என்று மிகவும் மகிழ்ந்துபோனான்.

கண்மணிகள்

ஒரு காலத்தில் புகழ்வாய்ந்த ஓவியர் ஒருவர் வாழ்ந்து வந்தார். அவர் வரையும் ஓவியப் பாத்திரங்கள் உயிர் பெற்று விடுகின்றன என்று ஒரு பேச்சு உலவியது. ஆனால் அது உண்மையா என்று யாருக்கும் தெரியாது.

அந்த ஓவியரின் பெயர் ஷான் செங் ஸுவாங். அவரைப் பேரரசர் லியாங் வூ அழைத்து அந்தோங் என்ற நகரத்திலுள்ள கோயிலின் சுவர்களில் சித்திரம் தீட்டுமாறு கட்டளையிட்டார்.

ஓவியர் ஷான் செங் ஸுவாங் சுவரில் நான்கு டிராகன்களை உயிரோவியமாகத் தீட்டினார். ஆனால் டிராகன்களின் கண்களிலே கருப்பு விழியை மட்டும் வரையாமல் விட்டு வைத்தார்.

மாமன்னர் அந்த ஓவியத்தைப் பார்த்தார். அந்த ஓவியத்தில் எல்லாமே மிகவும் தத்ரூபமாக இருந்தாலும் கண் விழிகளின் கருப்பு மணிகள் மட்டும் வரையாதிருப்பது குறையாகப்பட்டது.

மக்கள் எல்லோரும் அதைப் பார்த்து 'ஏன் கருவிழிகளை வரையாமல் விட்டுவிட்டார் ஓவியர்?' என்று கேள்வி எழுப்பினர். அதற்கு ஓவியர் ஷாங் செங் ஸுவாங், 'அப்படி நான் கருவிழிகளை வரைந்து விட்டால் அந்த டிராகன்கள் வானிலே எழும்பி பறந்துப் போகும்' என்றார். அவர் சொன்னதை யாரும் நம்பவில்லை. ஏதோ வேடிக்கைக்காகச் சொல்கிறார் என்று நினைத்துக்கொண்டு சிரித்தார்கள். கண்களை வரைந்துதான் தீரவேண்டும் என்று வற்புறுத்தவும் செய்தார்கள். ஷாங் செங் ஸுவாங் கண்ணின் கருவிழிகளை வரையலானார். இரண்டு டிராகன்களின் கருவிழியை வரைந்து முடித்து தூரிகையை வைப்பதற்குள், அந்த இரு டிராகன்கள் பெருத்த ஒலியோடு இறக்கைகளை விரித்து அடித்துக் கொண்டு வானிலே எழும்பின. அப்படியே மேலே ஏறி மேகங்களில் படு வேகமாக மோதிக் கிழித்துக் கொண்டு சென்றன. இதனால் மேகங்கள் உருண்டு ஓடி இடியும் மின்னலும் தோன்றின.

இதையெல்லாம் பார்த்துக் கொண்டிருந்த மக்கள் கூட்டம் மிரண்டு ஓடத் தொடங்கியது. ஒருவர்மீது ஒருவர் மோதி கீழே விழுந்தார்கள்.

கோயிலின் பெரிய தூண்கள் சரிய, அதன் கீழ் மக்கள் சிக்கி மாண்டு போயினர். ஓவியர் சொன்னது உண்மைதான், கருவிழிகளை வரையச் சொன்னதால்தான் டிராகன்கள் வானில் பறந்துவிட்டன என்பதைப் பாவம் அவர்களால் இறுதிவரை உணரவே முடியவில்லை. அதற்குள் பெரும் சோகம் அவர்களை ஆட்கொண்டுவிட்டது.

நதி அரக்கனும் கன்னிப் பெண்களும்

ஒருமுறை கின் குலவழி மன்னர் ஸாஹ்வா, ஷு என்ற நாட்டைப் பிடித்தார். அந்தச் சிறிய நாட்டை நிர்வாகம் செய்வதற்கு லிபிங் என்பவரை ஆளுநராக நியமித்தார்.

லிபிங் மிகவும் திறமையான நிர்வாகி. மாயா உலகத் தொடர்பும் உடையவர். ஆட்சிப் பொறுப் பேற்றதும் லிபிங் ஓர் உத்தரவைப் பிறப்பித்தார். ஷு மாநிலத்தில் நடைபெறுகின்ற விசித்திர நிகழ்வுகளும் விசேஷ நிகழ்வுகளும் விபரீதங்களும் உடனுக்குடன் தனக்குத் தெரியப்படுத்தப்பட வேண்டும் என்பதே அவருடைய உத்தரவு.

அந்த மாநிலத்தில் ஒரு பெரிய நதி ஓடிக் கொண்டிருந்தது. அந்த நதியில் ஓர் அரக்கன் வாழ்ந்து வந்தான். அவனுக்கு ஆண்டுதோறும் இரண்டு கன்னிப் பெண்களைக் காணிக்கையாகப் படைக்கவேண்டும். ஒவ்வொரு ஆண்டும் இந்தப் பெண்களோடு அவன் இன்பம் துய்ப்பான். பின்னர் அவர்களைக் கொன்று சாப்பிட்டு விடுவான்.

இந்த வழக்கத்தைக் குறித்து மக்களும் ஊர் அதிகாரிகளும் புதிய ஆளுநரிடம் முறையிட்டார்கள்.

இந்த முறை இப்படி இரண்டு பெண்களை ஏற்பாடு செய்வதற்காகப் பத்து லட்சம் செப்புக் காசுகளை வசூலிக்க வேண்டியதாகிவிட்டது என்று முறையிட்டார் ஓர் அதிகாரி.

'கவலை வேண்டாம். இனி பணமும் தேவைப்படாது. இளம் பெண்களும் தேவைப்பட மாட்டார்கள். நான் பார்த்துக் கொள்கிறேன்.' என்றார் லிபிங்.

பலி அளிக்கப்படவேண்டிய நாள் வந்தது, அதிகாரிகளும் படை வீரர்களும் புடைச்சூழ ஆளுநர் வந்தார். கூடவே தான் பெற்றெடுத்த புதல்வியர்கள் இருவரை அவர் அழைத்து வந்திருந்தார். திருமணம் முடிக்காத இளம் பெண்கள். மக்களுக்கெல்லாம் பெரும் வியப்பாகி விட்டது! என்ன இது? இந்த இளந் தளிர்களையா இந்த ஆளுநர் பலியாக்க முன்வந்துள்ளார்? தாம் பெற்ற செல்வங்களையா அரக்கனிடம் அளிக்கப்போகிறார்? நினைத்துப் பார்க்கவே முடிய வில்லையே! பலி மேடை அருகே ஆளுநர் நின்றுகொண்டு நதி அரக்கனை அழைத்தார். 'இதோ என் மகள்கள் இருவரை உனக்கு அளித்து உன்னுடைய உறவினராக ஆவதற்கு இங்கே வந்து விட்டேன். நதியின் தலைவனே... என் மரியாதையை ஏற்று என்னை கௌரவப்படுத்துவீராக! இந்த மங்கல நிகழ்வின் அடையாளமாக நாம் மகிழ்ச்சியோடு மது அருந்தலாம், வருக!' என்றார்.

திருமண கோலத்தில் இருந்த தன் புதல்விகளைப் பலி மேடைக்கு அருகில் கொண்டுவந்து நிறுத்தினார்.

பின்னர் ஒரு கோப்பை மதுவை எடுத்து, 'உன்னுடைய நன்மையின் பொருட்டு' என்று கூறி அந்த மதுக் கோப்பையை அருந்தினார். பின்னர் கோப்பையை மேஜையில் வைத்துவிட்டுச் சிறிது நேரம் காத்திருந்தார். தண்ணீரில் சிறு அலைகள் மட்டும் எழுந்து எழுந்து அடங்கின. நதியின் அடிப்பரப்பிலிருந்து எந்தவொரு சலனமும் இல்லை. ஆளுநர் லிபிங் திடீரென்று தன் குரலை உயர்த்தினார். 'நதி தேவனே, நீ என்னை அவமானப்படுத்திவிட்டாய். உன்னைக் கண்ணியப்படுத்தும் வகையில் மது அருந்த அழைத்தேன். ஆனால் நீ அதை மறுத்துவிட்டாய். என்னை நீ அவமானம் செய்ததன் மூலம் இந்த நாட்டு மக்களை அவமானப்படுத்திவிட்டாய். இனி பொறுப் பதற்கில்லை. நாம் இருவரும் ஒண்டிக்கு ஒண்டி போரிட வேண்டும்! இரண்டில் ஒன்றைப் பார்ப்போம் வா' என்றார்.

இப்பொழுது நதி பொங்கியது. கரை கடந்து நீர் புரண்டெழுந்தது. ஒரு பெரிய சாம்பல் நிற எருமை வெளியில் வந்தது. லிபிங் தானும் அதே போன்ற நிறத்தில் எருமையாக உருவம் மாறினார். இரண்டு எருமைகளும் மூர்க்கத்துடன் ஒன்றுடன் ஒன்றுமோதிக் கொண்டன.

கொஞ்ச நேர சண்டைக்குப் பின்னர், லிபிங் மறுபடி மனித உருவம் எடுத்தார். தன் படைகளிடம் சென்று, 'கவனமாகக் கேளுங்கள். எருமையின் நெற்றியில் வெள்ளை அடையாளம் இருந்தால் அது நான். தெற்கு பார்த்தவாறு இருப்பேன். எதிரில் வடக்கு நோக்கி இருப்பது அந்த மூர்க்க அரக்கனின் எருமை உருவம். நீங்கள் எனக்கு உதவியாக வந்து வடக்கு நோக்கி நிற்கும் எருமையைக் கொன்று விடுங்கள். ஒரு சமயம் இடம் மாறினாலும் அடையாளம் பார்த்துக் கொள்ளுங்கள்' என்றார்.

மறுபடி உருவம் மாறி எருமையாகத் தோற்றம் எடுத்தார். அடுத்த நொடி இரண்டு எருமைகளும் கடுமையாகச் சண்டையிட்டுக் கொண்டன. அப்போது படைவீரர்களில் இருவர் போய் அவர் குறிப்பிட்ட அந்த எருமையை வெட்டி வீழ்த்தினர். நதி அரக்கனை ஒழித்துக் கட்டிய பெருமை ஆளுநருக்கு வந்து சேர்ந்தது.

மலைகளை அகற்ற முனைந்த மனிதன்

சீனாவில் தைஹாங், வாங்வூ ஆகியவை மிகவும் உயரமான மலைகள். ஜிஸ்ஊ என்ற பகுதிக்குத் தெற்காக ஒரு மலையும் ஹேயாங் என்ற நிலப் பகுதிக்கு வடக்காக ஒரு மலையும் தலை நிமிர்ந்து நிற்கும். இந்த மலைகளின் உயரம் ஓராயிரம் அடிகளாவது இருக்கும்.

வடக்குப் பக்கமுள்ள மலையான வாங்வூவாலும் தெற்குப் பக்கமுள்ள மலை தைஹாங்குவாலும் இதன் நடுவில் அமைந்த ஊரில் வாழ்ந்த ஒரு முதிய மனிதருக்குப் பெரும் சிரமங்கள் இருந்தன. அவர் தன் ஊரிலிருந்து எங்காவது புறப்பட்டுச் செல்ல வேண்டுமென்றால் இந்த இரண்டு மலைகளில் ஏதாவது ஒரு மலையைச் சுற்றி வெகுதூரம் நடக்க வேண்டியிருந்தது! இதற்கு ஒரு வழி கண்டாக வேண்டும் என்று அந்த முதிய மனிதர் நினைத்தார்.

ஒரு நாள் தன் குடும்பத்தினரை அழைத்தார். இந்த மலைகளால் தான் படும் துன்பங்களைச் சொன்னார். 'மலையை உடைத்து அகற்றிவிட வேண்டும். அப்பொழுதுதான் நமக்கும் ஊர் மக்களுக்கும் நல்லது' என்றார்.

சீனர்களின் குடும்பங்களில் தந்தை எதைச் சொன்னாலும் மைந்தர்கள் அதைத் தட்டமாட்டார்கள். ஏன் எதற்கு என்று கேட்காமல் செயலில் இறங்கிவிடுவார்கள். இந்த முதிய மனிதரின் மைந்தர்களும் அப்படியே.

முதிய மனிதருடைய மனைவிக்கு மட்டும் பெரும் சந்தேகம் ஏற்பட்டது. சந்தேகமில்லை. இந்தத் தள்ளாத வயதில் இந்தக் கிழவரால் அவ்வளவு பெரிய காரியத்தைச் செய்யமுடியுமா? ஒரு நாள் வாய்விட்டு கேட்டேவிட்டார். 'ஐயா, உங்கள் பலத்தால் மலையைப் பெயர்க்கப் போகிறீர்களா? கேட்டால் சிரிப்பார்கள். சரி, அப்படியே மலையை நீங்கள் உடைத்தாலும், உடைந்த மலையை எங்கே கொண்டு கொட்டுவீர்கள்?' என்று கேட்டாள்.

'ஏன், போகாய் கடலின் கரையோரங்களில் கொட்டலாமே' என்றார் முதியவர். இதை எல்லோரும் ஒப்புக் கொண்டார்கள்.

முதியவர் தன் பிள்ளைகள் மற்றும் பேரப் பிள்ளைகளுடன் சேர்ந்து மலையை உடைக்கத் தொடங்கினார். உடைக்கப்பட்ட கற்களையும் பாறைத் துண்டுகளையும் மண் குவியல்களையும் உடனுக்குடன் வண்டிகளில் ஏற்றிக்கொண்டு போகாய் கடல் ஓரங்களுக்குக் கொண்டு போனார்கள். ஆனால் அந்தக் கடலோ வெகு தூரத்தில் இருந்தது. இவர்கள் கோடைக்காலத்தில் புறப்பட்டுப் போனால், கொட்டி முடித்துவிட்டு மழைக்காலத்தில்தான் திரும்புவார்கள்.

ஏழே வயதான இளஞ் சிறுவன் ஒருவனும் அவர்களுக்கு உதவ முன்வந்தான். அவன் தந்தையை இழந்தவன். முதியவர் உண்மையிலே நெகிழ்ந்து போனார். கடலில் கொட்டப் போகும் கற்களை எடுத்துக்கொண்டு அவனும் மற்றவர்களோடு சென்றான்.

இதையெல்லாம் பார்த்துக் கொண்டிருந்த ஒரு மனிதன் முதியவரிடம் வந்தார். அவர் விவரம் தெரிந்தவர். விவேகி! முதியவரைப் பார்த்துச் சிரித்துக் கொண்டே, 'என்ன செய்கிறீர்கள்? இந்த மலைகளை நீங்கள் உடைத்து எடுக்கப் போகிறீர்களா? என்ன ஒரு முட்டாள்தனம்! உங்கள் வயதென்ன? இந்த மலையின் ஒரு சிறு பகுதி பாறையை அகற்றக்கூட உங்களுக்கு ஆயுள் போதாதே! முழு மலையை அகற்ற எத்தனை ஆயிரம் ஆண்டுகள் வேண்டும் தெரியுமா? இதெல்லாம் உங்களுக்கு முடியக்கூடிய காரியமா? சொல்லுங்கள்' என்றார்.

சிரித்துக்கொண்டிருந்த அந்த விவேகியைப் பார்த்தார் முதியவர். தூரத்தில் தெரிந்த மலை முகட்டையும் ஏறிட்டுப் பார்த்தார்! ஐயா விவேகி, அதோ வேலை செய்கிறானே, ஒருசின்னஞ்சிறு ஏழை

மகன். அவன் உங்களைவிட மேல் என்று சொல்வேன். அவனுக்குப் புரிந்ததுகூட உங்களுக்குப் புரியவில்லையே. இந்தக் காரியம் நிச்சயம் நிறைவேறும். நிறைவேற்றுவோம். நான் நாளையே இறந்து போகலாம். அதன் பின்னாலும் என் பிள்ளைகள் இதே செயலைத் தொடர்ந்து செய்வார்கள்! என் பிள்ளைகள் போனால் அவர்களுடைய பிள்ளைகள் என்று அடுக்கடுக்காகத் தலைமுறைகள் இதனை செய்து கொண்டே இருப்பார்கள். பிள்ளைகள் வளர்ந்துகொண்டே செல் வார்கள். ஆனால் மலை வளரப் போவதில்லை. ஒவ்வொருவனும் ஒரு சிற்றுளியைப் பிடித்தால் மலை தூள் தூளாவது சுலபம். மலையை அகற்றி மண்ணைச் சமமாக்கி வழி உண்டாக்கலாம். அது நடக்காது என்று நீர் எப்படிச் சொல்வீர்?' என்றார்.

விவேகி வாயடைத்துப் போனார். முதியவரின் வார்த்தைகளைக் கேட்ட ஒரு சிறிய கடவுள் (அவர் பாம்புகளைத் தன் கையில் சுற்றியிருந்தார்) ஓடோடிப் போய் பெரிய கடவுளிடம் இந்தச் செய்தியைச் சொன்னார். அந்த முதியவர் தான் நினைத்ததைச் சாதித்துவிடுவார் என்று பெரிய கடவுளும் எண்ணினார். மலையை முதியவரிடம் இருந்து பாதுகாக்க நினைத்த அந்தக் கடவுள் குண்டோதரன்களைக் கொண்டு அந்த மலைகளை அவர்கள் முதுகில் சுமக்கச் செய்து ஷுவாவுக்குக் கிழக்காக ஒரு மலையையும், யாங்குக்குத் தெற்காக ஒரு மலையையும் வைக்கச் செய்தார்.

மலைகள் மறைந்துபோனதால் பாதைகள் உருவாயின. முதியவரின் கனவு அல்லது நினைப்பு பலித்தது.

கடவுள்கள், மன்னர்கள்

சீனர்களின் கடவுள்கள்

சீன மக்கள் பல கடவுள்களை வணங்கி வந்தனர். பெரும்பாலான கடவுள்கள் மனிதர்களிடையே வாழ்ந்து, மனிதர்களைப் போன்ற உணர்வுகளைக் கொண்டவர்களாக இருந்து, மக்களுக்கு நன்மைகள் விளைவித்தவர்களாகத் திகழ்ந்தவர்கள். இந்த மேன் மக்கள் இறப்புக்குப் பின்னர் கடவுள்களாக, பெண் தெய்வங்களாக உயர்த்தப்பட்டு வணங்கப்பட்டனர்.

அவர்களைப் பற்றிப் பலவிதமாக கதைகள் உள்ளன. அவர்கள் மனிதர்களாகப் பிறந்தது, வளர்ந்தது, மாவீரர்களாகத் திகழ்ந்தது, மக்களுக்குப் பலவித நன்மைகள் புரிந்தது ஆகியவை பற்றியெல்லாம் இந்தக் கதைகள் விலாவரியாகப் பேசின.

இவ்வாறு காலந்தோறும் சீன மக்கள் சமூகத்தில் கடவுள்களின் எண்ணிக்கை கூடிக்கொண்டே போனது.

சீன நாட்டின் இலக்கியம், ஓவியம், சிற்பம் ஆகிய கலைத் துறைகளெல்லாம் 'கடவுளின் பெயரால்' பயன் பெற்றன, பலம் பெற்றன, வளம் பெற்றன.

அவர்களில் சிலர் கீழே இடம்பெறுகின்றனர்.

1. **செங் ஹுவாங்:** அரண்கள், அகழிகள் ஆகியவற்றுக்கான கடவுள். ஒவ்வொரு ஊரிலும் இந்தக் கடவுள் சிலை இருந்தே தீரும். எப்பொழுதோ, எங்கோ வாழ்ந்த இந்தப் பெரிய மனிதன் தனது மரணத்துக்குப் பின்னர் காவல் தெய்வமாக மாறிப்போனான். செங் ஹுவாங் தன் சமூக மக்களை எதிரிகளிடமிருந்து காப் பாற்றியவன் என்பதோடு, மரணதேவன் கூட இவன் அனுமதி யில்லாமல் இவனது பகுதியிலே யாருடைய உயிரையும் பறிக்க முடியாது. அத்துடன் இவன் மக்களின் கனவில் தோன்றுபவன், அவர்களது துன்பங்களைப் போக்கி வழி காட்டுபவன்.. தீவினைப் புரிவோர், செய்வினைப் புரிவோர் ஆகியோரைக் கனவிலே இவன் காட்டிவிடுவான். இவனுக்கு இரண்டு உதவியாளர்கள். மக்களுக்காகப் பகல் காலத்தில் காவலுக்கு இருக்க பாலோயீ. இரவுகளில் ஹேய்லோயீ,

2. **சூ ஜுங்:** நெருப்புக் கடவுள். வானுலகில் தவறிழைப்பவர்களைத் தண்டிக்கின்ற அதிகாரி.

3. **குவான் தி:** ஹன் மன்னர் வழி ஆட்சியில் ஒரு படைத்தளபதி. போர்க்கலையில் இவனது திறமையும், நீதி நேர்மையான நிர்வாகமும் மக்களிடையே பெரும் செல்வாக்கைப் பெற்றுத் தந்தன. இவன் மக்களை அநீதியிலிருந்தும் பேய் பிசாசுகளிடமிருந்தும் காப்பவன். செக்கச் சிவந்த முகம். பச்சை நிற ஆடை அணிபவன். இவனுக்கு சீனாவில் ஆயிரக்கணக்கான கோயில்கள் இருக்கின்றன.

4. **க்வான் ஈன்:** கையில் ஒரு குழந்தையோடு, தாமரைப் பூவிலே அமர்ந்துகொண்டு வெண்ணுடைப் பூண்டவளாகக் காட்சி தரும் தெய்வநாயகி. இவளும் ஒரு சாதாரணப் பெண்தான். தன் தந்தையால் கொல்லப்பட்ட இவளைப் பாதாள உலகுக்குக் கொண்டு வந்தார்கள். கொண்டு வருகின்றபோது இவள் திருமறை மொழிகளை உச்சரித்துக் கொண்டிருந்தாள். இவளது நல்லியல்பு களைக் கண்டு, இவளைப் பாதாள உலகின் தண்டனைகளுக்கு உட்படுத்தக் கூடாது என்று கருதி மேலுலகத்துக்குத் திருப்பி அனுப்பப்பட்டாள். அதுதான் பக்குவமுற்ற ஆன்மாக்கள் நிரந்தரமாக வாழும் இடம். அங்கே சென்றவுடன், புத்த மகான் இவளுக்கு அழிவில்லாத உடலையும் வாழ்வையும் அருளினார். உடனே அவள் தெய்வமாகிவிட்டாள்.

விந்தை மலைச்சிகரத்தின் உச்சியில் இவளுக்குக் கோயில் இருக்கிறது. அங்கே இவளை வழிபட பக்தர்களின் கூட்டம் அலை

மோதும்! கோயிலில் நடக்கும் வழிபாடும் வெகு விசித்திரமானது! இவளது கவனத்தைத் தங்கள் பக்கமாகத் திருப்புவதற்காக பக்தர்கள் கிலுகிலுப்பைபோன்ற ஒன்றை ஆட்டி ஒலி எழுப்புவார்கள். வெடிகள் வெடிப்பார்கள்.

5. ***லீ குங்:*** ஒரு பெரிய பறவையின் தலையும், இறக்கைகளும், அலகுகளும், நீல நிற உடலும் கொண்டிருப்பவன். தேரேறி வலம் வருவான் இந்த இடி முழக்கத்துக்கான தேவன். இவனது தேரைச் செலுத்த ஆறு பொடியன்கள் இருக்கின்றனர். இவன் கையிலே ஒரு சுத்தியல் இருக்கும். மேகங்களை அதைக் கொண்டு ஓங்கி அடித்து ஒலி எழுப்புவான். அதுதான் இடி முழக்கம். இவனது மனைவி, இவன் பக்கமிருந்து தன் முகம் பார்க்கின்ற கண்ணாடியைக் கொண்டு அங்கே இங்கே திருப்பி மின்னலை உண்டாக்குவாள். லி குங் உலகில் தீயவர்களாக இருந்து தண்டனை அடையாமல் தப்பியவர்களையும், கெட்ட ஆவிகளையும் தண்டிக்கும் பொறுப்பில் இருக்கும் தேவனாவான்.

6. ***பாஷ் யீன்:*** தாவோ சமய மரபின்படி எட்டு மானிடர்கள் தங்களின் நன்னடத்தை, நற்பணி, நாட்டம் காரணங்களால் தெய்வீக வாழ்வை, அதாவது மரணமற்ற நிலையை அடைந்தனர். ராணி மாகாவாங் என்பவள் இவர்களைப் பாராட்டி மரணமில்லா வாழ்வுக்காக பீச்சஸ் பழங்களைச் சாப்பிட வைத்தாள். அந்த எட்டு பேரும் அதனைச் சாப்பிட்டு நிரந்தர ஜீவிகளாக உலவினர். அவர்கள் பின்வருமாறு.

   தையீ க்வாய் லீ: ஒரு பிச்சைக்காரனைப் போலக் காட்சியளிப்பான். கையில்லாத முடவர்கள் வைத்திருக்கின்ற கவட்டுக்கட்டையை, அதுவும் இரும்பால் செய்யப்பட்டதை வைத்துக்கொண்டு அமர்ந்திருப்பான். அபூர்வமான மருந்து வகைகளை விற்றுக்கொண்டிருப்பான். இவனது மருந்து சாவையும் தடுத்து நிறுத்துமாம்.

   சுங் லி சுவான்: எப்பொழுதும் மகிழ்ச்சியில் முகம் மலர்ச்சியோடும் உதட்டில் புன்னகை அல்லது சிரிப்புடனும் காணப்படுபவன். மலைகளிலே, தன்னந்தனிமையிலே இவன் பூண்டிருந்த தவ வாழ்வுக்காகக் கிடைத்தது தான் இந்த மரணமற்ற வாழ்க்கைப் பேறு.

   லான் சய் ஹோ: புல்லாங்குழல் வாசிக்கின்ற இளைஞன். ஒரு கூடையில் பழங்களை நிரப்பிக்கொண்டு புல்லாங்குழல் வாசித்துக் கொண்டும் பாடிக்கொண்டும் சென்று பழங்களை ஏழைகளுக்கும் எளியவர்களுக்கும் வழங்குவான். இவனது பாடல்கள் ஆன்மாவைச் சுண்டி இழுக்கும் வகையில் இசையும்

பாடுபொருளும் கொண்டு பின்னப்பட்டிருக்கும். தூங்கும் தெய்வச் சாரத்தைத் தட்டி எழுப்பும் தத்துவத் தூண்டல்களாக இப்பாடல்கள் விளங்கும். இவனது பாடல்களே இவனை வானுலக வாசியாக மாற்றியது. சாகா வரத்தையும் அளித்தது.

லு துங் பின் : சீன இதிகாசத்தில் பேசப்படும் நாயகன்! உண்மை வாழ்க்கையில் செல்வம், சுகபோகங்களை உதறித் தள்ளி, உலக வாழ்க்கையை ஒதுக்கி ஒரு துறவிபோல் வாழ்ந்தவன். கெட்டவர்களைத் தண்டித்தான், நல்லவர்களுக்கு ஆதரவு தந்தான். கெட்ட டிராகன்களைத் தன்னுடைய மாய வாளால் வெட்டி வீழ்த்தினான்.

சாங் குவா லாவோ: முதுமையான முனிவர். ரசவாதம் உள்ளிட்ட எத்தனையோ அதிசயமான ஆற்றல்கள் கொண்டவர். இவரிடம் ஒரு கழுதை இருந்தது. அதில்தான் இவர் பயணம் செய்வார். யாரும் நினைத்துப் பார்க்கமுடியாத வேகத்தில் எந்தத் தூரத்தையும் குறைவான நேரத்தில் அடைகின்ற அதிசய ஆற்றல் இந்தக் கழுதைக்கு இருந்தது. இவருடைய நீண்ட நெடிய ஆயுளுக்குக் காரணம் அவரிடம் இருந்த ரகசிய பஸ்பம். இதைச் சாப்பிட்டதால் இவருடைய வாழ்நாள் நெடியதாக இருந்தது.

ஹன் சியாங் சு: கற்றறிந்த அறிஞர்.. மாயாஜாலம் கற்றவர். இவரது சிற்றப்பன் தான் இவரை மாயாஜாலம் கற்குமாறு விரட்டியவர்.

சாவோ குவா சியோ: பேரரசனாக இருந்த, தீய வழக்கங்களைக் கொண்டிருந்த தன் சகோதரனைத் திருத்தியவன். வானுலகத்தின் ஒழுக்கலாறுகளைப் பூமியில் வலியுறுத்தி வாழ்ந்தவன். அதனால் நிரந்தரமானவன் என்று பேறு பெற்றான்.

ஹோ சி ன் கு: இவள் காண்டனீஸ் இனத்துப் பெண். இவள் கண்ட கனவொன்றில், முத்துக்களின் அன்னை என்ற பெண் தெய்வம் அளித்த தூளைச் சாப்பிடுவதாகக் கண்டாள். அதுவே இவள் சாகாவரம் பெற்று தெய்வமானதற்குக் காரணம். இவள் ஒழுக்கம் மிக்கவர்களின் கண்களில் மட்டும் தென்படுவாள்.

பான் சின் லீன்: தாசிகளின் தேவதையான இவள் ஒரு கைம்பெண். எல்லோரிடமும் தாராளமாகப் பழகுவாள். உதவும் குணம் உள்ளவள்! இவளை இவள் மாமனார் கொன்று விட்டான். இவளைப் போன்ற பிற தாசிகள் எல்லாம் கொடுத்த மரியாதை காரணமாக இவள் பெண் தெய்வமாக மாறிப்போனாள்.

ஷி தீயின் என் வாங்: மரணத்தை ஏற்படுத்தும் கடவுள். பாதாள உலகின் பத்து ஆட்சியாளர்களில் ஒருவன். இவன் உயிரைக்

கைப்பற்றிக் கொண்டு வருவான். அதன்பின் பத்து நீதிமன்றங்களுக்கு இந்த உயிர் படியேற வேண்டும்.

அந்தப் பத்து எம தர்பார்களைப் பார்ப்போம்.

- முதல் நீதிமன்றத்தில் உயிரைக் கைப்பற்றுபவன் நீதிபதியாக இருப்பான். இங்கே பாவங்களுக்குத் தக்க தண்டனை நிர்ணயிக்கப்படும். ஏழைகளுக்கு உதவாத பாவிகளுக்கு உருக்கப்பட்ட தங்கத்தைக் கொடுத்து குடிக்க வைப்பார்கள். பொய்யர்களின் குரல்வளைகளை வெட்டி, திரும்ப வளரவிட்டு மீண்டும் வெட்டி துன்புறுத்துவார்கள்.

- இரண்டாவது நீதிமன்றத்தில் போலி டாக்டர்கள், அதாவது படிக்காமலேயே மருத்துவம் பார்ப்பவர்களையும், நேர்மையற்ற முகவர்களையும் பிடித்து வந்து தண்டிப்பார்கள்.

- மூன்றாவது நீதிமன்றத்தில் போலி பத்திரம் தயாரிப்பவர்கள், போலி மருந்து தயாரிப்பாளர்கள், கலப்பட உணவு தயாரிப்பாளர்கள் போன்ற ஏமாற்றுப் பேர்வழிகள், பொய் புளுகர்கள், புறம் பேசுபவர்கள், வதந்தி பரப்புபவர்கள் ஆகியோர் தண்டிக்கப்படுவார்கள்.

- நான்காவது தனி நீதிமன்றம். அரசாங்கத்தில் பணிபுரியும் அதிகாரிகள், அலுவலர்கள் ஆகியோரில் ஊழல் பேர்வழிகளைப் பிடித்துத் தண்டிப்பது இங்கேதான்.

- ஐந்தாவது நீதிமன்றம் கொலைக்காரர்கள், பாலியல் பாவம் புரிவோர், நாஸ்திகர்கள் ஆகியோரைத் தண்டிக்கிறது.

- ஆறாவது நீதிமன்றத்தில் புனிதச் செயல்களைப் பழிப்பது, வழிபாட்டுத் தலங்களில் திருடுவது, புனிதமாகக் கருதும் பொருள்களைத் தகர்ப்பது, பக்தியுடன் இறைவனை வணங்குபவர்களை இழிவுபடுத்துவது, துன்புறுத்துவது ஆகிய குற்றங்களைப் புரிந்தவர்களுக்குத் தண்டனை வழங்கப்படும்.

- ஏழாவது நீதிமன்றத்தில் தெய்வப் புருஷர்களை, தேவ தேவியரைக் களங்கமாக சித்தரிப்பது, புனைவது ஆகிய குற்றங்களுக்குத் தண்டனை கொடுக்கப்படும்.

- எட்டாவது பெண்ணுரிமைக்காகத் தோற்றுவிக்கப்பட்ட நீதிமன்றம். இங்கே கணவனாலோ பிற ஆடவராலோ

துன்புறுத்தப்படும், இழிவு செய்யப்படும் பெண்களுக்கு நீதியும் குற்றமிழைத்தவர்களுக்குத் தண்டனையும் அளிக்கப்படும். தண்டனை கடுமையானதாக இருக்கும்.

- ஒன்பதாவது நீதிமன்றத்தில் விபத்தில் மரணமடைவோரும் தற்கொலை புரிந்துகொள்வோரும் விசாரிக்கப்படுவர்.

- பத்தாவது நீதிமன்றம்தான் கடைசி நிலை. ஆனால் இது தீர்ப்பு வழங்காது. ஆன்மாக்கள் மறுபிறவி எடுக்க அனுப்பப்படுவார்கள். இங்கே அவர்களுடைய பழைய பிறவி நினைவுகள் முற்றிலும் மறக்கடிக்கப்படும்.

7. **ஐ சாங் வாங்:** கருணைக் கடவுள்! நரகத்தின் தாழ்வாரங்களில் வலம் வருவான். புன்னகை சிந்தியபடி துறவியைப் போலத் தோற்றம் தருவான். இவன் நடந்து வருகின்ற பாதையெங்கும் முத்துக்கள் பரப்பப்பட்டிருக்கும். இவனுடைய பணியாள்கள் இவனைச் சுற்றிலும் சூழ்ந்து வருவார்கள். அவர்களெல்லாம் உலோகத்தால் செய்யப்பட்ட வளையங்களையும் பெரிய வாய் அகண்ட மணி களையும் அணிந்திருப்பர். இவர்களெல்லாம் ஒன்று சேர்ந்து எப்படியாவது நரகத்திலிருந்து தப்பி வருகின்றவர்களை மேலுல கத்துக்குக் கொண்டு சென்று விடுவார்கள். இந்தக் கருணை தேவன் நிர்வாண நிலை அடைந்தவன் என்பதால் இவனால் நரகத்தின் பாதாளம் முழுவதையும், அதன் இருண்ட பகுதிகள் அனைத்தையும் தெளிவாகப் பார்க்க முடியும். நரக உலகின் பத்து மன்னர்களின் கீழ் அவதிப்படுபவர்களைக் காப்பாற்றும் திறன் இவனுக்கு உள்ளது. அவ்வாறு மீட்கப்பட்டுவிட்டால் அந்த நரக வாசிகளுக்கு விமோசனம் கிடைத்துவிடும்.

8. **தி ஷாய் ஷென்:** செல்வத்துக்கான கடவுள். அதே சமயம், பல சிறுதெய்வங்களுக்கு இவன்தான் அதிகாரி. இந்தச் சிறு தெய்வங் களை வணங்குவோர் இவனிடம் தான் தங்கள் வேண்டுதலை எடுத்துச் சொல்வார்கள். ராஜ தோரணையோடு பட்டுத் துகில்களைச் சுற்றிக்கொண்டு கம்பீரமாகக் காட்சியளிப்பான். செல்வச் செழுமையின் அடையாளம் இவன் முகம். ஆகவே இவன் முகம் மிகவும் பெரிதாக இருக்கும். இவனை வணங்கி வேண்டினால் செல்வம் கொட்டும் என்பதால் சீனாவின் நாஸ்திகர்கள் கூட இவனை வணங்குவார்களாம்.

9. **சாவோ வாங்:** குடும்ப நலத்துக்கான கடவுள். குடும்பத்தில் உள்ள அனைவரும் நலமோடு, வசதியாக வாழ்கிறார்களா, ஒழுங்காகச்

சாப்பிடுகிறார்களா என்பதையெல்லாம் கவனிப்பது இவன் பொறுப்பு. ஒவ்வோர் ஆண்டும் இந்தக் கடவுள் ஒவ்வொரு குடும்பம் குறித்தும் ஜாட் மன்னரிடம் அறிக்கை சமர்ப்பிக்க வேண்டும். இவனுடைய மனைவியோ குடும்பத்தினர் பேசுவதையெல்லாம் ஒன்றுவிடாமல் குறித்து வைத்துக் கொண்டுவிடுவாள். இவர்களுடைய உருவங்கள் காகிதத்தால் ஆனவை. இந்தக் காகித பொம்மைகளுக்கு நாள்தோறும் நறுமணப்புகை (சாம்பிராணி) போட்டு தாஜா செய்து வைத்திருப்பார்கள். இந்தக் கடவுள் ஜாட் மன்னரிடம் அறிக்கை சமர்ப்பிக்கின்ற நாளின் போது, மக்கள் இவனது வாயில் இனிப்பு உணவை ஊட்டுவர். பின்னர் எரித்து விடுவார்கள். அது மட்டுமல்ல, சீனி வெடிகள் வெடிப்பார்கள். அப்போதுதான் ராக்கெட் ஏவிவிட்டது போல் இவன் விரைவாக அறிக்கையைப் போய் மன்னனிடம் சமர்ப்பிப்பானாம்.

10. **டுடி:** நாட்டார் தெய்வங்கள் போன்றதோர் உள்ளூர் கடவுள்கள் இவர்கள். ஒவ்வொரு ஊரில் ஒவ்வொரு தெய்வம் பிரசித்தி பெற்றிருக்கும். இந்தத் தெய்வங்களுக்கு சீனாவின் பெரிய தெய்வங்களின் வரிசையில் இடம் கிடையாது. ஆனாலும் மக்களிடம் நல்ல வரவேற்பு கிடைத்தது. காணிக்கைகள் செலுத்தப்பட்டன. ஊரிலே ஊதுபத்தி வாசனை என்றால் அதற்குக் காரணம் ஒன்று குடும்பத்திலே இறந்த யாரேனும் ஒருவருக்காகச் செலுத்தப்படுகின்ற அஞ்சலி நிகழ்ச்சி! அல்லது இந்தச் சிறுதெய்வங்களை வணங்குவோர் கொளுத்தி வைக்கும் வத்தியாக இருக்கும்!

11. **யங் வாங் யே :** எமதர்ம ராஜன். இறப்பை நடத்துகின்ற கடவுள். இவன்தான் எல்லா உயிர்களுக்கும் தீர்ப்பு வழங்குகிறான். மேலும் தன்னிடம் வரும் உயிர்கள் சிலவற்றைத் தன்னுடைய தனி நீதிமன்றத்தின் மூலமாகத் தண்டிப்பவன், அல்லது மறுபடியும் பிறக்க வைப்பவன்.

12. **யூ ஹுவாங் ஷாங் டி:** சுவர்க்க லோகத்துக்கு அதிபதி. இவன்தான் ஜாட் பேரரசன் என்றும் கூறப்படுகிறது. இந்த ஜாட் பேரரசன் தான் மனிதர்களைக் களிமண்ணைக் கொண்டு முதன் முதலாகப் படைத் தான் என்று சொல்வர். இவனுடைய சுவர்க்க உலகின் நீதிமன்றம் உலகில் காண்கின்ற நீதிமன்றங்களைப் போல (அதாவது மன்னர் காலம்) இருக்குமாம். படைகள், அரசாங்க அதிகாரிகள், ராஜ குடும்பத்தினர், அழகிய சேடிமார்கள் என்றெல்லாம்

இருப்பார்கள். இவனது அதிகாரத்தை அல்லது தீர்ப்பை யாரும் மாற்றமுடியாது. நல்லவர்கள் நன்மைகளை அடையவும் தீயவர்கள் தண்டிக்கப்படவும் இவன் உதவுவான். இந்த ஜாட் மன்னன் மக்களுக்கு மிகவும் நெருக்கமாக இருப்பவன். நுணுக்கமான திறன் கொண்டவன். ஒரு சிறு மூச்சுக்கூட இவனுக்குக் கேட்குமாம்.

உலகம் தோன்றிய கதை

தொன்மைக் காலத்தில் அதாவது தொடக்கத்தில் உலகம் இப்படி இல்லை. பூமி இல்லை. சூரியன் இல்லை. சந்திரன் இல்லை. நட்சத்திரங்கள் இல்லை. ஏன் வானமே இல்லை.

ஆம், வானம் தனியாக இல்லை. வானும் பூமியும் ஒன்றாக இருந்தது! பேரண்டம் என்பது ஒரு மாயமாகத் தெளிவற்றுக் கிடந்தது. எங்கும் இருளே நிறைந்திருந்தது.

அந்தப் பேரண்டம் ஒரு பெரிய கருப்பு முட்டையாக இருந்தது. இந்த முட்டையின் உள்ளே ஒருவன் உறங்கிக் கொண்டிருந்தான்.

அவன் பெயர் பான்கூ. பான்கூ இப்படி உறங்கிக் கொண்டிருந்தது எத்தனை ஆண்டுகளுக்குத் தெரியுமா? பதினெட்டாயிரம் ஆண்டுகள்.

பின்னர் ஒரு நாள் பான்கூவுக்கு விழிப்பு வந்தது. மூச்சுத் திணறியது. கட்டிப் போட்டது போல் உணர்ந்தான். அந்த முட்டையை உடைத்துக் கொண்டு வெளிவர நினைத்தான்.

ஒரு பெரிய கோடரியால் தன் வலிமையையெல்லாம் திரட்டி அந்த முட்டை ஓட்டை உடைத்தான்.

அதிலே கொஞ்சம் விரிசல் வந்தது. மேலும் உடைத்தான். ஓட்டை பெரிதானது. உடைக்கும் போது நெருப்புத் தெறித்தது.

அந்த நெருப்புப் பொறிகள் பேரொளியாக மேலே எழுந்தது. செஞ் சோதியாகப் பரவியது. அப்படித்தான் வான மண்டலம் உருப்பெற்றது.

முட்டைக்குள்ளிருந்த கலங்கலான, குழம்பிய சேறு, சகதிப் பொருட்கள் பூமியை உருவாக்கியது. அது கொஞ்சம் கொஞ்சமாக இறுகத் தொடங்கியது.

இப்பொழுது வானமும் பூமியும் வந்துவிட்டது. இது பேரண்டப் பிரபஞ்சம் என்று சொல்ல முடியாதபடி சிறியதாக இருந்தது.

வானம், பூமி இரண்டுக்கும் நடுவே பான்கூ எழுந்து நின்றான். வானம் அவன் தலையை ஒட்டிக் கொண்டிருந்தது. பூமி என்ற சேற்று மண்ணில் அவன் கால்கள் இருந்தன.

வானமும் பூமியும் ஒவ்வொரு நாளும் பத்து அடிகள் வளர்ந்தன. வானம் விரிந்தது. பூமி கெட்டியாகிக் கொண்டிருந்தது. பாங்கூவும் அப்படியே பத்து அடிகள் வளர்ந்தான். அப்படி ஒவ்வொரு நாளும் அவன் வளரும்போதே ஒன்பது மாற்றங்களை அடைந்தான். அவன் தனித்துவத்துடன் திகழ்ந்தான். அவன் அறிவு வானத்தைவிட விசால மானதாக, அவனது ஆற்றல் பூமியைவிட உறுதி வாய்ந்ததாக இருந்தது. வானத்துக்கும் பூமிக்கும் இடையே நின்ற பாங்கூவின் வளர்ச்சிக்கு ஏற்ப வானமும் பூமியும் அவனுக்கு நகர்ந்து இடம் விட்டன. இப்படியே இன்னொரு பதினெட்டாயிரம் ஆண்டுகள் ஓடின.

இப்பொழுது வானம் மிகவும் உயரத்துக்குப் போய்விட்டது. பூமி நன்றாகக் கெட்டியாக மாறிவிட்டது. குழைந்தது கொடுக்கும் வகையில் மெத்தென்றும் இருந்தது. பாங்கூ வானுக்கும் பூமிக்கும் இடையில் 90 லட்சம் லி என்ற அளவு உயரமாகி இருந்தான். இப்பொழுது தனித்தனியாக வானமும் பூமியும் தெரிந்தன.

ஒரு நாள் பான்கூ இறந்துபோனான். அவனுடைய மூச்சுக்காற்று மேகமாக மாறியது. அவனது குரலொலி உருண்டோடும் இடி முழக்கங்களாக ஒலித்தன. அவனது ஒரு கண் சூரியனாக மாறி ஒளி வீசியது! மற்றொரு கண் சந்திரனாக மாறி குளிர் ஒளி தந்தது!

அவன் உடலின் எலும்பு மூட்டுக்கள் ஐந்து பெரிய மலைகளாகவும், அவனுடைய ரத்தம் ஆர்ப்பரிக்கும் நீரோட்டங்களாகவும், அவன் உடல் நரம்புகள் பூமியில் சாலை வழிகளாகவும் அவனது தசை நார்கள் பயிர் நிலங்களாகவும் ஆயின. அவனுடைய தலைமுடிக்

கற்றைகளும் தாடியும் எண்ணிக்கையற்ற விண்மீன்களாக மாறின. அவனது உடல் தோலிலிருந்தும் உடலிலுள்ள மற்ற இடங்களில் இருந்த ரோமங்களிலிருந்தும் மரங்களும் பூக்களும் தோன்றின. அவன் எலும்பு மஜ்ஜைகள் வைரங்களாகவும் வைடூரியங்களாகவும் முத்துக் களாகவும் மாறின. அவனது வியர்வை மழையாகப் பொழிந்தது. அவனது உடல் மணம் பூமியின் மணமாகவும், பூமியில் முளைக்கின்ற ஒவ்வொரு பூக்களின், கனிகளின் மணமாகவும் தங்கின.

இன்னொரு இதிகாசக் கதையில் பான்கூவின் கண்ணீர் பெருக் கெடுத்ததால் நதிகள் பிறந்தன என்று குறிப்பிடப்பட்டுள்ளது. அவன் கண்பார்வையின் வீச்சு மின்னலும் இடியுமாக மாறின. அவன் மகிழ்ச்சியாக இருந்தால் சூரியன் பளிச்சென்று ஒளி வீசுவான். அவன் கோபமாகக் கிடந்தால் வானத்தில் கருப்பு மேகங்கள் திரண்டு இருளடிக்கும். அவன் உடலில் ஏற்பட்ட உண்ணிகளும் பேன்களும் தெள்ளுப் பூச்சிகளும் பூமியில் மனிதர்களாகத் தோற்றம் எடுத்தன.

இன்னொரு சீன இதிகாசத்தின்படி தொன்மையிலும் தொன்மையான காலத்தில் கடவுளர்கள் மட்டுமே வாழ்ந்திருந்தார்கள். அப்படிப்பட்ட கடவுள்களில் ஒருவன் காவோக்ஸின். இன்னொருவன் இவனுடைய எதிரி மன்னன் பாங். ஒரு சமயம் மன்னன் காவோக்ஸின் 'யார் பாங்கின் தலையைக் கொண்டு வருகிறார்களோ, அவர்களுக்கு என் மகளைத் திருமணம் செய்து வைப்பேன்' என்று அறிவித்தான்.

மன்னன் காவோக்ஸின் வெள்ளை உடம்போடு அழகான கருப்புப் புள்ளிகள் கொண்ட ஒரு பெரிய நாயை வளர்த்து வந்தான். இந்த நாய் அவனிடம் மிகவும் அன்புடனும் நன்றியுடனும் இருந்தது. இந்த நாயை அவன் ஒரு பெரிய தாம்பாளத்தில் அமர வைத்து (இதை பான் என்று அழைத்தார்கள்) நெருக்கமாக வைத்துக்கொள்வான். இந்த பானில் உட்கார்ந்திருந்த நாயை பான்கூ என்றழைத்தார்கள்.

அந்தக் கரும்புள்ளி நாய், மன்னனுடைய அறிவிப்பைக் கேட்டது. ஒரு நாள் இரவு மன்னன் காவோக்ஸின் உறங்கிக் கொண்டிருந்தான். அவன் அருகில் இருந்த பான்கூ குதித்தெழுந்து ஒரே ஓட்டமாக மன்னன் பாங்கின் மாளிகைக்கு ஓடியது! மன்னன் பாங் இந்த நாயைப் பார்த்ததும் உச்சிக் குளிர்ந்தான்! 'இந்த நாய் இருக்கும் தைரியத்தில் தானே அந்த காவோக்ஸின் ஆடுகின்றான். இதோ இந்த நாய் இப்பொழுது என்னிடம் வந்துவிட்டது. இனி காலோக்ஸின் கதை முடிந்தது' என்று எண்ணி, மகிழ்ச்சியில் ஆடினான். மதுவை ஊற்றி ஊற்றிக் குடித்தான். தன் பக்கத்தில் பான்கூ வந்து விட்ட துணிவில் அபார ஆற்றல் கொண்டவனாக எண்ணி நெஞ்சம் நிமிர்ந்தான். அன்றிரவு அவன் குடித்த மதுவின் காரணத்தால் உணர்வற்று

படுக்கையில் கிடந்தான். அந்த நேரம் பான்கூ யாரும் அறியாமல் அவன் படுக்கையறைக்குச் சென்றது. பாங்கின் தலையைக் கடித்துத் தனியே எடுத்தது! அதை வாயிலே கவ்விக் கொண்டு தன் மன்னனான காலோக்ஸின்னிடம் வந்தது.

காவோக்ஸினுக்கு கட்டுக்கடங்காத மகிழ்ச்சி. தன்னுடைய அருமை நாயின் சாதனையைச் சொல்லிச் சொல்லி குதூகலித்தான். அதற்குத் தன்னுடைய அன்பின் அடையாளமாக இறைச்சியை அள்ளி அள்ளி வைக்கச் சொன்னான்.

ஆனால் பான்கூ இறைச்சியைத் திரும்பிக்கூடப் பார்க்கவில்லை. ஒரு மூலையில் சுருண்டுப் படுத்துக் கொண்டது. மன்னன் கலோக் ஸினுக்கு ஒன்றும் புரியவில்லை. இப்படி ஒரு நாள் அல்ல. மூன்று நாட்கள் ஓடிவிட்டன.

மன்னன் கலோக்ஸின் நாயைத் தடவிக் கொடுத்து, 'என் அருமை நண்பரே! எதற்காக இந்த உண்ணாவிரதம்? என்ன குறை உங்களுக்கு? சொல்லுங்கள், தீர்த்து வைக்கின்றேன்' என்றான். அப்பொழுதுதான் அவனுக்கு நினைவுக்கு வந்தது. தன்னுடைய எதிரியான மன்னன் பாங்கைக் கொல்பவர்களுக்குத் தன் மகளைத் தருவதாக அறிவித் திருந்தோமே என்று நினைத்துக்கொண்டான்.

அந்த நாயிடம் கேட்கவும் செய்தான். தன்னுடைய அழகு மகளை எப்படி ஒரு நாய்க்குத் திருமணம் செய்து வைக்கமுடியும் என்றும் வருந்தினான். எனவே தன்னுடைய இயலாமையை மன்னன் உருக்கமாக நாயிடம் கூறினான்.

பான்கூ சொன்னது. 'கவலைப்படாதே என் அருமை மன்னவரே! என்னை உங்களுடைய தங்கத்தாலான மாளிகை மணியினால் ஏழு பகல்கள் ஏழு இரவுகள் மூடி வையுங்கள். எக்காரணம் கொண்டும் என்னைப் பார்த்துவிடாதீர்கள். அப்படி ஏழு பகல்களும் ஏழு இரவுகளும் கழிந்த பின்னர் நான் முழு மனிதனாக ஆகிவிடுவேன். உன் மகளுக்கு ஏற்றவனாக இருப்பேன்' என்றது.

நாயின் சொல்படி மன்னன் தன் அரண்மனையில் தொங்கிய பிரமாண்டமான மணியின் வாயால் நாயை மூடிவைத்தான்.

ஆறு நாட்கள் ஓடிவிட்டன. மூடிவைக்கப்பட்ட மணி அப்படியே இருந்தது. மணியின் உள்ளே உள்ள நாய் எப்படி இருக்கிறதோ, உண்ணாமல் இருக்கிறதே, பசிக்குமா என்று மன்னனுக்கு ஐயம் வந்தது. பந்தயப் பொருளாக்கப்பட்டுவிட்ட அவர் மகளுக்கும் அதே கவலைதான். ஆர்வத்துடன் மணியை லேசாகத் தூக்கிப் பார்த்தாள்!

உள்ளே ஓர் ஆணின் கட்டுடல் திடகாத்திரமாகத் தெரிந்தது. ஆம், மணியின் உள்ளே மறைந்ததனால் அந்த நாய்க்கு மாய மந்திர மாற்றம் நிகழ்ந்து மனித உடலை அடைந்துவிட்டது. ஆனால் பாவம், இன்னும் ஒரு நாள் மிச்சம் உள்ளதால், நாயின் முகம் மட்டும் அப்படியே இருந்தது. இன்னும் ஒரு நாள் திறக்காமல் விட்டிருந்தால், மனித முகத்தை அந்த நாய் அடைந்திருக்கும்!

மன்னனும் இளவரசியும் மிகவும் வருத்தமுற்றனர். இளவரசியின் செயல் பான்கூவை முழுமையான மனிதனாக ஆக முடியாமல் செய்துவிட்டதே என்று கலங்கினார்கள்.

பான்கூ எழுந்தான். 'ஒரு நாள் பொறுத்திருந்தால் என்னை ஒரு முழு மனிதனாகப் பார்த்திருப்பீர்கள்! மந்திர ஆற்றலின் செயல்பாடு முடிந்துவிட்டது. இனிமேல் நான் இப்படியேதான் இருக்க வேண்டும். ஆனாலும் சொன்ன வாக்குப்படி உங்கள் மகளை எனக்கு மணமுடித்துக் கொடுங்கள்' என்றான்.

மன்னன் காலோக்ஸின் பான்கூவுக்கு இளவரசியைத் திருமணம் முடித்துக் கொடுத்தான்.

ஒரு நாய் முக மனிதனோடு வாழ்வதில் இளவரசிக்கு வெட்கமாக இருந்தது. யாரும் இல்லாத ஓர் இடத்துக்குச் சென்று யார் கண்ணிலும் படாமல் இருந்துவிடலாம் என்று எண்ணினாள். ஆகவே பான்கூவும் இளவரசியும் யாருமற்ற பூமியிலே வாழ வந்தார்கள்!

இருவரின் இல்லற வாழ்க்கையில் குறை எதுவும் இல்லை. பூமி அழகாக இருந்தது. அமைதியாக இருந்தது. அந்த அழகும் அமைதியும் அவர்களை ஆராதித்தன. நன்முத்துக்களாக நான்கு பிள்ளைகளைப் பெற்றெடுத்தனர். மூன்று ஆண் பிள்ளைகள். ஒரேயொரு பெண்பிள்ளை. இவர்கள்தான் பூமியின் முதல் குடிமக்கள். இவர்கள் வழியாகவே பூமியில் மானுடம் தழைத்தது.

இவர்களின் இந்த மூன்று புதல்வர்களே சீனப் பெருநாட்டின் தொன்மையான மூன்று தன்னதிகார மன்னர்கள் ஆவார்கள்.

இவர்கள்தான் முப்பெரும் மாமன்னர்கள் என்று போற்றப் பட்டார்கள். இவர்கள் தெய்வீக மாயாஜால ஆற்றல் கொண்டவர் களாக, பூமிக்கு வந்த கடவுளர்களாகக் கருதப்பட்டார்கள். இவர்களே தெய்வீக மன்னர்கள் அல்லது கடவுள் பாதி, மன்னர் பாதியாக இருப்பவர்கள். இவர்களைப் பற்றிச் செய்திகள், விறுவிறுப்பான நிகழ்வுகள் பல சீன இதிகாசங்களில் காணப்படுகின்றன.

யாவோ பேரரசன்

சீனாவின் மூலமுதலான மூவேந்தர்களில் ஒருவரும் ஐம்பெரும் மன்னர்களில் ஒருவருமான யாவோ தன்னாட்சி உரிமையுடன் ஒரு நல்லாட்சியை நிறுவியவர்.

இவர் பேரரசன் கூ என்பவரின் மகன். இவருக்கு இன்னொரு பெயரும் உண்டு. தாவோதாங்ஷி என்பதுதான் அது. இருபது வயதில் யாவோ ஆட்சி பொறுப்பேற்றார். தன்னுடைய 119ஆவது வயது வரை ஆட்சி செய்தார் என்று சீன இதிகாசங்கள் குறிப்பிடுகின்றன. என்றாலும் சீன வரலாற்றில் இவரது காலம் கி.மு. 2358 2258 என்று குறிப்பிடப் படுகின்றது. நூறாண்டுகள் இவர் ஆட்சி புரிந்தாராம்.

யாவோ துறவரசாக இருந்தவர். பிற்கால ஆட்சி யாளர்களுக்கு எடுத்துக்காட்டாக அறம் சார்ந்து திறன்பட ஆட்சி செய்தார். சீன நாட்டின் பகுதிகளை ஒன்றிணைத்து முதல் முதலாக ஆட்சி அதிகாரத்தை நிலைநாட்டியவர் இவரே. மக்கள் நலனை முன்வைத்து அவர்களுக்குத் தொண்டாற்றியவர். தனக்குப் பின் மக்களை ஆட்சி செய்ய சரியான ஒருவரைத் தேர்ந்தெடுக்க யாவோ எண்ணினார்.

வாரிசு அரசியல் ஆட்சி வேண்டாம் என்று அப்பொழுதே முடிவெடுத்த அரசியல் ஞானி அவர். தன்னுடைய முதிய வயதில், தனக்குப் பின்னே ஆட்சி பொறுப்பேற்பதற்குத் தன் ஒன்பது மைந்தர்களுக்கும் எவ்வித தகுதியும் இல்லை என்பதை அவர் உணர்ந்தார். அவருடைய மைந்தர்கள் ஓயாது சுகபோகங்களில் மூழ்கிக் கிடந்தவர்கள். மதுவும் பாடல்களும்தான் அவர்களுடைய உலகம்.

இந்நிலையில் யாவோ தன்னுடைய அதிகாரிகளிடம் சொல்லித் தனக்குப் பின்னால் ஆட்சிக்கு வருவதற்குரிய தகுதியுடையவரைத் தேடிக் கண்டுபிடிக்குமாறு ஆணையிட்டார். அப்பொழுது அவருக்கு ஷன் என்ற மனிதரைப் பற்றித் தெரியவந்தது. எல்லோரும் பாராட்டும் வண்ணம் ஷன்னின் பணிகளும் பண்பும் இருந்தன.

எல்லோரும் பாராட்டுகின்றனர் என்பதற்காக ஷன்னை யாவோ தனது வாரிசாக உடனடியாகத் தேர்ந்தெடுத்துவிடவில்லை. படிப்படியாக ஷன்னின் செயல்களை, நடவடிக்கைகளை முற்றிலும் அறிந்து முழு நம்பிக்கை ஏற்படும் வரை அவனைப் பல சோதனைகளுக்கு உட்படுத்தினார். முதலில் மாவட்ட அளவிலான ஒரு பகுதியின் ஆட்சி நிர்வாகத்தை ஒப்படைத்தார். உண்மையில் ஷன் தகுதிமிக்க உண்மையான மனிதன். அவனிடம் எளிமையும் உயர்ந்த எண்ணங்களும் குடிகொண்டிருந்தன. தன்னுடைய இரண்டு மகள்களையும் அவனுக்குத் திருமணம் முடித்துக் கொடுத்தார். அவர்களுக்கு வரதட்சணையாக ஒரு சாதாரண வீட்டையும் கொஞ்சம் பணத்தையும் கொடுத்தார்.

அரண்மனையில் வாழ்ந்த இளவரசிகள் ஷன்னைத் திருமணம் செய்துகொண்டு சாதாரண, எளிய அந்தக் குடிலுக்குக் குடிவந்தார்கள். ஷன், தான் ஒரு பெரிய மாவட்டத்துக்கு ஆட்சியர் என்ற போதிலும், தன் வாழ்க்கையைத் தன் சொந்த உழைப்பில் பெற்ற ஊதியத்தைக் கொண்டே நடத்தினான். வயல்களில் நாள் முழுவதும் உழைத்தான். இவனுடைய மனைவியரான இளவரசிகளும் மக்களோடு மக்களாக அன்றாடம் வேலை செய்து வாழ்ந்தார்கள். யாவோ, தன் மக்களிடம் 'சுக வாழ்வை எதிர்பார்க்க வேண்டாம். கணவனின் குணமறிந்து சாதாரண வாழ்க்கையில் அவனோடு பங்குகொள்ளுங்கள்' என்று அறிவுறுத்தியிருந்தார். ராஜயோகியின் புதல்விகள் அல்லவா, அவர்களும் எளிய வாழ்க்கையிலேயே திருப்தியுற்றனர்.

ஷன் ஒரு மாவட்ட நிர்வாக அதிகாரியாகப் பொறுப்பேற்றபோது அவனது மாற்றாந்தாயாலும் மாற்றாந்தாய் பெற்றெடுத்த தனது சகோதரர்களாலும் பல தொல்லைகளுக்கு ஆளானான். ஆயினும்

அவற்றிலிருந்து அவன் சமயோசிதமாகவும் அறிவுபூர்வமாகவும் தப்பித்தான். அவர்களை மன்னிக்கவும் செய்தான்.

அதைப் போலவே, யாவோவின் ஒன்பது மைந்தர்களும் உதவாக் கரைகளாக, பாவ மூட்டைகளாக இருந்தார்கள். அவர்களைத் திருத்தும் முயற்சியில் ஈடுபட்டு, அதில் வெற்றியும் பெற்றார் ஷன். இவையாவற்றையும் யாவோ அறிந்தார். தனக்குப் பிறகு ஆட்சியில் அமர ஷன்னே சரியானவர் என்று அவர் முடிவெடுத்தார். தான் உயிருடன் இருக்கும்போதே ஷன்னுக்கு முடிசூட்டி மகிழ்ந்தார்.

மக்களுக்கு நன்மையைச் செய்தோம் என்ற நிறைவோடு யாவோ பேரரசர் கண்களை மூடினார்.

ஷன் பேரரசன்

யாவோ பேரரசரால் தேர்ந்தெடுக்கப்பட்டு மன்னர் பதவிக்கு அமர்த்தப்பட்டவன் ஷன். தன்னுடைய அரசியல் வழிகாட்டியாக அவன் யாவோவைக் கருதினான். அவர் வழியில், மக்கள் தொண்டனாகத் தன்னைப் பாவித்து ஆட்சி புரிந்தான்.

ஷன் யாவோவால் தேர்ந்தெடுக்கப்பட்ட போது அவனுக்கு வயது முப்பது. அதன்பின் முப்பது ஆண்டுகள் அவருடன் பணியாற்றினான். 60ஆவது வயதிலோ 53ஆவது வயதிலோ முழு அரசனாக முடிசூடிக் கொண்டான். அதன் பின் 50 ஆண்டுகள் ஆட்சி புரிந்து தன்னுடைய 100ஆவது வயதில் மரண மடைந்தான். இவனுடைய வாரிசாக குன்னின் மைந்தன் யூ ஆட்சிப் பொறுப்பேற்றான். இவனும் யாவோ மாமன்னரைப் போன்று தன்னுடைய மைந்தர்களை அரசு வாரிசாகத் தேர்ந்தெடுக்காமல் யூவைத் தேர்ந்தெடுத்தான். தன்னுடைய ஆட்சிக் காலத்தில் யூவுக்குப் பல பதவிகளையும் நிர்வாகப் பொறுப்புகளையும் தந்தான்.

1. இவனே முதல் முதலாகத் தன்னுடைய நாட்டின் எல்லா எல்லைப் பகுதிகளையும் கண்டு வந்தவன். நான்கு திசைகளுக்கும் பயணம்

செய்தவன். அங்கெல்லாம் மக்களின் உண்மை வாழ்க்கை நிலையைத் தெரிந்து வந்தவன்.

2. இந்தப் பேரரசன்தான் சீனாவில் முதல் முதலாக ஒரே வகையிலான அளவை முறையை நடைமுறைப்படுத்தியவன். நீள அகலங்களை அளக்கவும், திரவ, திடப் பொருள்களை அளக்கவும் அளவு முறையைக் கொண்டு வந்தவன்.

3. இவன்தான் பருவங்களையும் மாதங்களையும் நாள்களையும் கணக்கிட்டு 'காலண்டர்' தயார் செய்தவன்.

4. நாட்டை 12 மாநிலங்களாகப் பிரித்தான்.

5. தன்னுடைய ஆட்சியில் ஊழலும் அத்துமீறலும் செய்த முதல் அமைச்சராக இருந்த ஒருவருக்குத் தண்டனையளித்தான். ஒருவரை நாடு கடத்தி சிறை செய்தான். இன்னொருவரை சாங் மலையில் சிறைவைத்தான். மேலும் ஒருவரை நாட்டைவிட்டு ஓட்டினான். தவறிழைத்த இன்னொருவரை ஒரு மலை மீது பாறாங்கல்லைத் தூக்கிக்கொண்டு நாள் தோறும் நடக்கச் செய்தான்.

யூவுக்கு தலைமை அமைச்சர் பதவி அளிக்கப்பட்டபோது அதை மறுத்துத் தனக்கு வேளாண்மை அமைச்சர் பதவியை அளிக்குமாறு வேண்டினான். ஆனால் ஷன் வலியுறுத்தி இந்தப் பதவியை ஏற்கவைத்தான்.

ஷன்னின் இளம் பருவம்

ஷன்னின் பிறப்பும் இள வயது வாழ்க்கையும் சோகமானது. ஷன் பிறந்தபோதே அவன் தாய் உடெங் இறந்துவிட்டாள். இவன் தந்தையோ ஒரு குருடர். எனவே தனக்கு உதவியாக இருக்க ஒருவரை மறுமணம் செய்து கொண்டார்.

ஷன்னின் மாற்றாந்தாய் கொடுமைக்காரி. ஷன் கொஞ்சம் வளரட்டும் என்று பொறுத்திருந்தாள். அவன் வளர்ந்த பிறகு அவனை எல்லா வேலைகளையும் செய்யச் சொல்லிக் கொடுமைப்படுத்துவாள். அவளுக்கு ஓர் ஆணும் ஒரு பெண்ணும் பிறந்தார்கள். அந்த ஆண் பிள்ளை வளர்ந்து தன் அம்மாவுடன் சேர்ந்து இவனைத் துன்புறுத்தியது. தந்தையோ கண் பார்வை இழந்தவர். ஷன்னின் மேல் நடத்தப்பட்ட கொடுமைகள் அவருக்குத் தெரிந்திருக்க வில்லை. ஷன்னுக்கு நல்ல உடைகளோ, உணவோ தரப்படவில்லை. ஷன்னின் உடைகள் கிழிந்தும் அழுக்கடைந்தும் காணப்படும்.

ஆனால் இவற்றுக்காக ஷன் துயருரமாட்டான். அதே வேளையில் மிகவும் அமைதியாக, மரியாதையுடனே தனது மாற்றாந்தாயிடம் பேசவும் நடக்கவும் செய்வான். ஆனால் மாற்றாந்தாய் இவனை ஓயாது குற்றம் கூறிக்கொண்டே இருப்பாள். ஷன் வாய் திறக்கவே மாட்டான்.

ஷன் வாலிப வயதை எட்டியபோது மாற்றாந்தாய் அவனை வீட்டைவிட்டே துரத்தியடித்தாள்! இனிமேல் ஷன் தன் காலால்தான் நிற்க வேண்டும். சிறு வயது முதல் தன் மாற்றாந்தாயால்கடுமையாக நடத்தப்பட்டதால் ஷன்னிடம் பணிவும் பொறுமையும் மிகுதியாகக் காணப்பட்டன. எல்லோரிடமும் கனிவும் கருணையும் கொண்டிருந்ததால் அவனை அனைவரும் விரும்பினார்கள். எங்கேனும் ஏதோ ஒரு வேலை கிடைத்துக்கொண்டேயிருந்தது. தன் வேலையோடு சேர்த்து மற்றவர்களின் நன்மைக்காகவும் அவன் பாடுபட்டு வந்தான்.

ஒரு சமயம் அவன் ஒரு மீன் பிடி கிராமத்துக்குச் சென்றான். அந்தக் கிராமத்தில் மீனவர்களிடையே ஒற்றுமை கிடையாது. மீன் பிடிப்பதிலும் விற்பதிலும் அவர்கள் தங்களுக்குள் பகை வளர்த்துக் கொண்டனர். இதனால் பல கொலைகளும் வெட்டுக்குத்துகளும் நிகழ்ந்தன. ஷன் அங்கே சென்று யார், யார் எங்கே மீன் பிடிக்க வேண்டும்? மீன்களை எப்படிப் பங்குப் போட்டுக்கொள்ள வேண்டும்? விற்பனை செய்கின்றபோது எப்படி நடந்துகொள்வது போன்றவற்றை அறிவுறுத்தினான். அவன் பேச்சை அவர்கள் கேட்டனர், ஓயாத சண்டை ஒழிந்தது!

மற்றொரு சமயம் அவன் பீங்கான் பொருள்கள் உற்பத்தி செய்யப் படுகின்ற ஊருக்குப் போனான். அங்கே உற்பத்தி ஆகின்ற பீங்கான் பொருள்களுக்கு வெளியில் அவ்வளவாகக் கிராக்கி இல்லை. இதனால் இத்தொழிலில் ஈடுபட்ட மக்கள் வருவாய்க்காகப் போராடிக் கொண்டிருந்தார்கள். இவன் அங்கே வேலை செய்ய ஆரம்பித்தான். பீங்கான் பொருள்களுக்கு பூவேலைப்பாடுகள் போட்டு அழகு செய்தான். பீங்கான் வடிவங்களில் சிறிய மாற்றங்கள் செய்தான். ஓராண்டுக்குள் இந்த ஊரின் பீங்கான் பொருள்களுக்கு எக்கச்சக்க கிராக்கி ஏற்பட்டுவிட்டது!

இவ்வாறு தன்னுடைய வேலையை மட்டும் பார்க்காமல் அடுத்தவர் நலன்களையும் சேர்த்துப் பார்க்கும் இயல்பால் வெகு சீக்கிரத்தி லேயே ஷன் மக்கள் தலைவர் ஆகிவிட்டான். மக்களுடைய பிரச்னைகள் அவனைத் தேடி வந்தன! அவனுடைய தீர்வும் வழிகாட்டலும் மக்களை அவனை நோக்கி இழுத்தன.

சூழ்ச்சிகளை முறியடித்த சூரன்

இந்தக் கட்டத்தில் தான் ஷன் பற்றி அறிந்து அவனைத் தன் அரசாங் கத்தில் சேர்த்துக்கொண்டார் மாமன்னர் யாவோ. அவனுக்குப் படிப் படியாகப் பல பணிகளை ஒப்படைத்து அவனைப் பரிசோதித்தார் மாமன்னர். அவன் பணிகளில் ஓயவில்லை. உற்சாகமாகச் செயல் பட்டான். பின்னர் அவனை ஒரு மாநிலத்தின் தலைமைப் பொறுப்பிலும் அமர்த்தினார் மாமன்னர்.

இப்பொழுது அவனுக்கு வயது முப்பதுதான் இருக்கும். ஷன் அரசு பதவி வகிப்பதும் புகழ் பெற்றிருப்பதும் அவனுடைய சிற்றன்னைக்கு மிகுந்த பொறாமையையும் சினத்தையும் ஏற்படுத்தியது. இவனை எப்படியாவது ஒழித்துக்கட்டிவிட முடிவெடுத்தாள். துணைக்கு இவளது மகனும் உடன்பட்டான்.

ஒரு திட்டம் தீட்டப்பட்டது. மகன் தனது தானியக் களஞ்சியத்தில் தீ பற்ற வைத்தான். களஞ்சியம் கனஜோராகப் பற்றி எறியும்போது, உதவி கேட்டு ஷன்னை அழைத்தார்கள். களஞ்சியத்தின் கூரையில் ஏற்றிவிடுகிறார்கள். கூரையில் இருந்தபடி தண்ணீர் பாய்ச்சுவது ஷன்னின் திட்டம். ஷன் மேலே ஏறியவுடன், இவன் ஏறிச் சென்ற ஏணியைச் சிற்றன்னையின் மகன் அகற்றி விடுகிறான்.

களஞ்சியத்திலிருந்து தீ ஜுவாலைகள் மேல் நோக்கி எழுகின்றன. கூரையின் பெரும் பகுதி தீயில் எரிகிறது. அவ்வளவு உயரத்திலிருந்து குதிப்பது முடியாது என்ற நிலையில், நல்ல வேளை ஷன் எப்பொழுதோ பயன்படும் என்று செய்து வைத்திருந்த தொப்பியி லிருந்து பிரியும் பாராசூட்டைக் கொண்டு, அதைக் காற்றில் விரியச் செய்து, பறந்து உயிர் தப்பினான்.

இரண்டாவதாக இன்னொரு திட்டம் தீட்டப்பட்டது. சிற்றன்னையும் அவள் மகனும் ஷன்னை விருந்துக்கு அழைக்கவேண்டும். எப்படி யாவது ஷன்னைக் குடிக்க வைத்து போதையை நன்றாக ஏற்றி விடவேண்டியது. ஆள் முழுக்க மயங்கிய பின்னால் அப்படியே தூக்கிக்கொண்டு போய் பாழடைந்த கிணற்றில் போட்டு கிணற்றை மண்ணாலும் கல்லாலும் நிரப்பி உயிரோடு சமாதியாக்கவேண்டும் என்று முடிவெடுத்தார்கள்.

இந்தத் திட்டத்தைச் சிற்றன்னையின் மகள் எப்படியோ தெரிந்து கொண்டுவிட்டாள். அவளுக்கு ஷன்னைக் கொல்வதில் கொஞ்சமும் விருப்பம் இல்லை, தன்னுடைய தாயும் சகோதரனும் செய்யவிருந்த பெரும் பாவத்தைத் தடுக்க நினைத்த அவள், ஷன்னின்

மனைவிமார்களிடம் விஷயத்தைச் சொல்லி விடுகிறாள். திட்டத்தைத் தெரிந்துகொண்ட ஷன் விருந்துக்குப் புறப்பட்டான். அவர்கள் வீட்டில் விருந்துண்டான். மதுவையும் மறுக்காமல் குடித்தான். கொஞ்சம் குடித்ததுமே மயங்கிச் சாய்ந்தான். மயக்க முற்றவனைச் சிற்றன்னையின் மைந்தன் தூக்கிக்கொண்டு போய் பாழும் கிணற்றில் போட்டான். கிணற்றை மண்ணைக் கொண்டும் கல்லைக் கொண்டும் முழுக்க முழுக்க மூடினான். வீடு திரும்பினான்.

ஆனால் ஷன் அந்தக் கிணற்றிலிருந்து ஒரு சுரங்க வழியை முன்பே ஏற்படுத்தியிருந்தான். கீழே தள்ளப்பட்டதும் பொய் மயக்கத்தில் இருந்த ஷன் அந்தச் சுரங்கப் பாதையை நோக்கி ஊர்ந்தான். பாதையை அடைந்ததும் அங்கிருந்து ஊர்ந்துகொண்டே தோட்டத்திலுள்ள சுரங்க வாயிலை எட்டினான்.

தொடர்ந்து ஷன்னைக் கொல்ல பல முயற்சிகள் மேற்கொள்ளப் பட்டன. அனைத்தையும் அவன் முறியடித்தான். அனைத்துக்கும் பிறகும், அவன் தன் சிற்றன்னையையும், சிற்றன்னை மைந்தனையும் மன்னித்தான். மேலும் சிற்றன்னை மைந்தனுக்கு அரசாங்கத்தில் வேலை கிடைக்கவும் செய்தான்.

ஷன்னின் பெருந்தன்மையைக் கண்டு பெரிதும் உவந்தார் மாமன்னர் யாவோ. இவன் அரசாங்கப் பொறுப்பிலே இருந்து ஆற்றிய பணிகள் பாராட்டத்தக்கதாகவும் மக்களுக்குப் பயனளிக்கத்தக்கதாகவும் திகழ்ந்தன.

பதவியும் பணிகளும்

ஷன் முடிசூடிக் கொண்ட மூன்றாவது ஆண்டில் கிரிமினல் குற்றங் களுக்கு தண்டனைகளும் அபராதங்களும் நிர்ணயிக்கப்பட்டன.

இவன் ஆட்சியின் 14ம் ஆண்டிலே 'சீனாவின் துயரம்' எனப்படும் பெருவெள்ளம் நிகழ்ந்தது. பேரழிவுகளைத் தடுக்க ஷன் யூவை நியமித்து பாதுகாப்பு நடவடிக்கைகளை மேற்கொள்ள ஆணை யிட்டான். இதனால் அழிவு பெரிதும் கட்டுப்படுத்தப்பட்டது.

ஆட்சியின் 15ஆம் ஆண்டில் ஹவ்ஷி என்பவரை நியமித்து அரசனுக் கான மாளிகையை எழுப்ப உத்தரவிட்டான். 17ஆம் ஆண்டு பிப்ரவரி முதல் நாடு முழுவதும் பள்ளிக்கூடங்களில் நடனம் ஒரு கல்வியாகக் கற்றுக் கொடுக்கப்பட்டது. 25வது ஆண்டு. ஷிஷென் என்ற இனத்தினர் பரிசுப் பொருள்களோடு வந்து வில்லும் அம்பும் முன்வைத்து சமாதானம் பேசினார். இவர்கள் அதுவரை ஓயாது போரிட்டு வந்தவர்கள்.

ஆட்சியின் 30வது ஆண்டு இவனது மனைவி மாங் இறந்தாள். அவள் நினைவாக ஒரு நினைவாலயத்தை வெய் என்ற ஊரில் எழுப்பினான். தனது ஆட்சியின் 32வது ஆண்டு, அதுவரை தான் வைத்திருந்த ராணுவத் தலைமை அதிகாரத்தை முதலமைச்சரும் பின்னர் ஆட்சிக்கு வரவிருந்தவருமான யூவுக்கு அளித்தான்.

ஆட்சியின் 33வது ஆண்டு ஜனவரியில் யூவின் சாதனைகளுக்காகப் பாராட்டும் பரிசும் வழங்கினான். யூவின் முதன்மையான சாதனை சீனாவில் நிலவிய வெள்ள அபாயத்தைக் கட்டுக்குள் கொண்டு வந்ததாகும். அது மட்டுமின்றி 9 மாகாணங்களில் மறு சீரமைப்பும் கட்டமைப்பும் மேற்கொண்டு சீன நாட்டின் பகுதிகளை வலுப்படுத்தினான்.

ஆட்சியின் 35ஆம் ஆண்டு யூமியாவோ என்ற சீனாவிலிருந்த ஒரு தனி நாட்டைத் தாக்குவதற்கு யூ வின் தலைமையில் படைகள் அனுப்பினான். அதுவரை அந்த நாடு இவனுக்குப் பணியாதிருந்தது. படை பலத்தால் கைப்பற்றமுடியாத வலுவுடன் இருந்தது. சீனப் பெருநிலப் பகுதிகளை ஆளும் ஷென்னுக்குப் பல வகையில் தொந்தரவாகவும் இருந்தது. இந்நாட்டை நோக்கிச் சென்ற படைகள் வெற்றியை ஈட்டின. யூமியாவோ நாடு சீனாவுடன் இணைய ஒப்புக்கொண்டது.

ஷன் தன்னுடைய நாட்டில் அடிக்கடி பயணம் மேற்கொண்டு பல பகுதிகளுக்குச் செல்வது வழக்கம். அப்படி ஒரு சமயம் சென்ற போது, ஒரு நதிக்கரையிலே அவனது மரணம் நிகழ்ந்தது. 50 ஆண்டுகள் சிறப்போடு ஆண்ட மாமன்னன் மறைந்தான். இதைக் கேள்வியுற்ற இவன் மனைவியர்கள் அவனது சடலத்தினருகே வந்து சேர்ந்தனர். கணவனை இழந்த துயரில் அழுதனர். அவர்கள் ஓயாது அழுததில் ரத்தக் கண்ணீர் வடிந்தது. அந்த ரத்தக் கண்ணீர் நதியின் கரையோர நாணல்கள், கோரைகளில் பட்டுத் தெளித்தது. பின்னாளில் இந்தக் கோரைகளில் சிவப்புப் புள்ளிகள் அமைந்தன. மனைவியர் இருவரும் கணவனுக்குப் பின் உயிர் வாழ விரும்பாமல் நதியில் விழுந்து மாண்டனர்.

மாமன்னன் யூ

மாமன்னன் ஷன்னின் மறைவுக்குப் பின்னர் ஆட்சிப் பொறுப்பேற்றவன் யூ. ஏற்கெனவே பார்த்தபடி இவன் ஷன்னால் நேரடியாகத் தேர்ந்தெடுக்கப்பட்டவன். ஆனால் அவனுடைய வாரிசு அல்ல. இந்த யூ தன்னுடைய திறமையால் மாமன்னன் ஷன்னைப் பெரிதும் கவர்ந்தவன். சீன இதிகாசங்களில் யூ, தன்னாட்சி உரிமை கொண்ட மூன்று மாமன்னர்களில் ஒருவனாகவும் சிறப்புமிக்க சீனாவின் ஐம்பெரும் மன்னர்களில் ஒருவனாகவும் குறிப்பிடப்படுகிறான்.

இவன் குன் என்பவனின் மைந்தன். இவன் பிறந்தது கி.மு.2059 என்று சில வரலாற்றுக் குறிப்புகள் குறிப்பிடுகின்றன. இவன்தான் சையா மன்னர் மரபைத் தொடங்கியவன். அரசை ஆள்வதில் பல வகை நிர்வாக நுட்பங்களை அறிந்தவனாகவும். நாட்டின் தீராத பிரச்னைகள் அல்லது துயரங்களைத் தீர்க்கப் போராடித் தீர்வு காண்பவனாகவும், மக்களின் நன்மைகளை முன்வைத்தும், நாட்டின் வளர்ச்சியையும் பாதுகாப்பையும் முன்னிறுத்தியும் ஆட்சி புரிந்தவனாகவும் இருந்தான். அதனால் சீனாவின் அரசியல் வரலாற்றில் சுடர்விடும் நட்சத்திர மாகவே இன்னமும் இவன் கருதப்படுகிறான்.

இவனுடைய தந்தை குன் ஆட்சிக்காலத்தில் அடிக்கடி சீனாவில் ஏற்படுகின்ற பேரிடரான பெருவெள்ளத்தைக் கட்டுப்படுத்தவும், மக்களையும் விளை நிலங்களையும் காப்பாற்றவும் முயற்சி மேற்கொள்ளப்பட்டது. ஒரு தீவிர துரிதத் தன்மையுடன் செயல்படும் நோக்கத்தோடு ஒரு செயல் திட்டத்தை மாமன்னர் முன்வைத்தார். ஆனால் இத்திட்டத்தை நிறைவேற்றுவதற்குக் கால அவகாசம் தேவைப்பட்டது. பொறுப்பை குன்னிடம் ஒப்படைத்தார் மாமன்னர் யாவோ. ஆண்டுகள் ஓடிக் கொண்டிருந்தன. ஆண்டுதோறும் வெள்ளம் ஏற்பட்டது. அழிவுகள் பெருகின. மக்களின் துயரங்கள் தொடர்ந்தன. குன் ஒன்றும் செய்ய முடியவில்லை. எப்படிச் செய்வது, என்ன செய்வது என்று சிந்திப்பதற்கே அவர் ஒன்பது ஆண்டுகளை எடுத்துக்கொண்டார். இந்த ஒன்பது ஆண்டுகால பெருந்துயரத்துக்கு குன் விளக்கமளிக்க வேண்டுமென்றும், குன் இந்தக் காலகட்டத்தில் என்ன செய்தார் என்று விளக்கம் அளிக்க வேண்டும் என்றும் கோரப்பட்டது. ஆனால் குன் செயலற்றவராக நின்றார். நாட்டின் சீரழிவைத் தடுக்கத் தவறியமைக்காகவும் பொறுப்பு தவறியதற்காகவும் குன் சிரச்சேதம் செய்யப்பட்டான். நாட்டு நிர்வாகக் கடமைகளில் தவறிழைப்பவர்களுக்குக் கடுமை யான தண்டனையை அளிக்க ஷன் தவறவில்லை!

இதன் பின்னர், குன்னின் மைந்தன் யூ பொறுப்பை ஏற்றுக் கொண்டான். யூவின் தலைக்கு மேல் ஒரு கத்தி தொங்கிக்கொண்டே இருக்க மிகவும் கடுமையாக அவன் பணியாற்றினான்.

முதல் கட்டமாக, நாடெங்கும் கால்வாய்களை, வடிகால்களை வெட்டினான். ஏரிகளின் கரைகளை அகலப்படுத்தியும் உயர்த்தியும் கட்டினான். நதிக்கரைகள்ள வலுப்படுத்தினான். பெரிய ஆறுகளைப் பல கிளை நதிகளாகப் பிரித்தான். அது மட்டுமின்றி மக்களிடம் சென்று இந்தப் பேரிடரை எப்படி எதிர்கொள்வது, பாதுகாப்பாக எங்கெங்கே வீடுகளை அமைப்பது, பயிர்களையும், தானியங் களையும் எப்படிப் பாதுகாப்பது ஆகியவற்றை விளக்கிப் புரிய வைத்தான்.

ஏழு பெரிய நதிகளில் வெள்ளம் பெருக்கெடுக்கும் போது அதன் நீர்ப் பெருக்கம் பிரிந்து ஒன்பது வடிகால் கால்வாய்கள் வழியாக ஓடி நேரடியாகக் கடலில் கலக்கும்படிச் செய்தான். இதற்காக அவன் நாட்டின் பல பகுதிகளில் புதிய நீர்வழித் தடங்களையும் கால்வாய் களையும் வெட்ட வேண்டிவந்தது. இதற்கு மிகுந்த காலம் பிடித்தது. மொத்தத்தில் இந்தத் திட்டங்கள் நிறைவேற 13 ஆண்டுகள் பிடித்தன. மாமன்னர் யாவோவின் ஆட்சியில் தொடங்கிய யூவின் பணி

ஷன்னின் காலத்தில்தான் நிறைவேற்றப்பட்டது. இந்தத் திட்டத்தால் சீனாவின் துயரம் என்று அழைக்கப்பட்ட வெள்ளப் பேரிடர் கட்டுப்படுத்தப்பட்டது. யூவின் பெயர் வரலாற்றிலும் மக்கள் நெஞ்சங்களிலும் மகத்தான இடத்தைப் பெற்றது. மாமன்னன் ஷன் யூவின் பணியைப் பாராட்டி பின்னாளில் தன்னுடைய ஆட்சியின் 33வது ஆண்டில் ஒரு விழா எடுத்தான். யூவைப் புகழ்ந்து பெரும் பரிசில்களை வழங்கினான்.

ஷன் நிறைவேற்றிய அல்லது உருவாக்கிய திட்டங்கள், செயல் முறைகள்.

1. யாங் பெருநகரை உருவாக்கினான்.

2. பெருநதிகளின் நீர்ப் பெருக்கம் ஒன்பது வடிகால் கால்வாய்களாக நேரடியாகப் பிரிந்து சென்று கடலில் கலக்கச் செய்தான். இதன்மூலம் வெள்ள அபாயம் குறைந்தது.

3. மக்களை ஒன்பது பிரிவினராகப் பிரித்தான். ஒன்பது பெரிய மாநிலங்களை ஏற்படுத்தி அங்கே அவர்களைக் குடியேறச் செய்தான்.

வேட்டைப் பிரியனான இவன், ஒரு சமயம் வேட்டையாடப் புறப்பட்டான். அங்கே குவாய்ஞ் என்ற மலையில் மரணமடைந்தான். அந்த மலையில் அவனுக்கொரு 'நினைவாலயம்' உள்ளது.

ஷன்னின் இறப்புக்குப் பின்னர், வந்தவர்கள் தங்கள் வாரிசுகளையே ஆட்சிப் பொறுப்பில் அமர வைத்தனர். ஷன்னின் இன்னொரு பெயரான சையா என்பதைக் கொண்டு 'சையா மன்னர் மரபு' என்றொன்றை ஆரம்பித்தனர்.

ஷென்னோங்

ஷென்னோங், ஐயாயிரம் ஆண்டுகளுக்கு முன்பு வாழ்ந்தவர். இவரே விவசாயத்தின் முன்னோடி. சீன மக்களுக்கு விவசாயத்தைக் கற்றுத் தந்தவர் இவரே. மாமன்னர் ஷென்னோங் என்று பரவலாக அழைக்கப்பட்டாலும் இவருக்கு யான் பேரரசர் என்ற பெயரும் உண்டு. மேலும் இவரை 'ஐந்து தானியங்களின் வேந்தர்' என்றும் அழைப்பர். ஷென்னோங் என்ற பெயருக்கு தெய்வீக விவசாயி என்றும் பெயர்.

இவர் சீன நாட்டின் வேந்தராகவும், ஒரு கலா சாரத்தின் தலைமகனாகவும் திகழ்ந்தார். சீன மக்கள் மிருகங்களை அடித்து உணவாக்கி உண்டு வாழ்ந்த காலத்தில் தானியங்களை விவசாயம் செய்து, அவற்றை உணவுக்கு ஏற்றபடி தயார் செய்து, உலையில் இட்டு உணவாக்கி உண்பது எப்படி என்பதை முறைப்படிக் கற்றுக்கொடுத்தவர் இவரே.

இவர் மருத்துவ குணமுள்ள மூலிகைகளைக் கண்டு பிடித்துக் கொடுத்தவர். நூற்றுக்கணக்கான மூலிகை களையும் வேர்களையும் கண்டறிந்து நோய் நீக்கும் வழிமுறைகளை வகுத்தவர். எத்தனையோ ஆயிரம்

ஆண்டுகள் கடந்து சென்றபோதிலும், ஷென்னோங் கண்டறிந்த மூலிகைகள், வேர்களின் பட்டியல் இன்றளவும் பயன்படுத்தப்பட்டு வருகின்றது. ஹன் அரச மரபினர் ஓராயிரம் ஆண்டுகளுக்கு முன்னர் தொகுத்தளித்த இவருடைய மருத்துவக் களஞ்சியம் உலகின் மிகத் தொன்மையான மருத்துவக் களஞ்சியமாக இன்றும் உள்ளது. இந்த மருத்துவக் களஞ்சியத்தில் 365 மருத்துகளுக்கு அட்டவணை அளித்து, எந்தெந்த நோய்களுக்கு எவ்வகையில், எந்தெந்த நிலைகளில் பயன்படுத்துவது என்று விளக்கங்களும் கொடுக்கப்பட்டன.

மருந்து தயாரிப்பு முறைகள், மருந்துகளின் கலவை முறைகள் ஆகியவையும் விளக்கப்பட்டன. தாதுகள், தாவரங்கள், மிருகங்கள் ஆகியவற்றில் உள்ள மருத்துவக் குணங்கள் விவரிக்கப்பட்டிருந்தன.

நச்சு வகைகள் பற்றியும் விளக்கப்பட்டிருந்தன. இந்த நச்சுக்களை எப்படிக் குணப்படுத்துவது என்பதும் சொல்லிக்கொடுக்கப் பட்டிருந்தது.

ஷென்னோங் தன்னையே பரிசோதனைக்கூடமாக மாற்றிக்கொண்டு இந்த மருந்துகளை முயன்று பார்த்தார். இதுபோக தானே சில ஆராய்ச்சிகளிலும் ஈடுபட்டார். எழுபது வகை மூலிகைகள் ஏற்படுத்தும் எதிர் விளைவுகளையும் நச்சுத் தன்மைகளையும் முறிக்கும் ஆற்றல் தேநீருக்கு இருக்கிறது என்று கண்டறிந்தார்.

இந்தக் கண்டுப்பிடிப்பு கி.மு. 2737ல் நடத்தப்பட்டதாகக் குறிப்பிடப் பட்டுள்ளது. இரண்டு சுள்ளிகள் அல்லது மிளாறுகளை வைத்து நெருப்பு மூட்டி அதன் மேல் தேயிலைகளைப் போட்டு அதன் புகையை நுகர்ந்து இந்தக் கண்டுபிடிப்பை அவர் நிகழ்த்தினார். அப்படியே கொதிக்கும் நீரில் தேயிலைகளைப் போட்டு நன்றாகக் கொதிக்கவிட்டு அருந்தவும் செய்தார். ஷென்னோங் சீன மருத்து வத்தின் தந்தையாகப் போற்றப்படுகின்றார். அக்குபஞ்சர் சிகிச்சையை அறிமுகப்படுத்தியவர் இவர்தான் என்றும் கூறப்படுகிறது. இன்னொரு செய்தியின்படி இவருடைய குடும்ப வழியினரே வியட்நாம் குடிமக்கள் என்றும் தெரியவருகிறது.

இவரே சீனநாட்டின் மேற்குப் பகுதியின் கடவுள் பிரதிநிதி என்றும் கடவுளுடன் பேசுபவர் என்றும் குறிப்பிடப்படுகின்றார்.

ஸு-குவான்ஸ்க்

இருபது வயதில் அரசுப் பதவி பெற்றவர். அது முதல் 78 வயது வரை ஆட்சியில் தொடர்ந்தவர். இவர் ஸு-குவான்ஸ்க் என்ற பெயரில் பொதுவாகக் குறிப்பிடப்பட்டாலும் காவோயாங் என்ற பெயரிலும் அழைக்கப்பட்டார். ஆனால் இதே பெயரில் சீன வரலாற்றில் இன்னொரு மாமன்னர் இருந்ததால், இவரை ஸ்குவான்ஸ்க் என்றே வேறுபடுத்தி அழைத்தனர்..

மஞ்சன் பேரரசரின் பேரன். டோன்கீ என்ற இனத்தைச் சேர்ந்தவர். இவர் ஷி இன மக்களைக் கிழக்கே, இன்றைய ஷன்டோங் என்ற இடத்தில் குடியமர்த்தினார். அதன்மூலம் டோன்கீ இனத்தவர்களுடன் அவர்களைத் திருமணம் புரிய வைத்துத் தன்னுடைய இனத்தின் வளர்ச்சிக்கு வழியமைத்தார்.

சீனாவின் முழுமைக்கும் ஒரே நாள்காட்டியை அறிமுகப்படுத்தினார். சோதிடத்தையும் இவரே அறிமுகப்படுத்தினார். நெருங்கிய சொந்தத்தில் திருமணம் செய்துகொள்ளக்கூடாது என்று அறிவுறுத்தினார். சமயச் சீர்திருத்தத்தை வலியுறுத்தினார். மந்திர சூனிய மதகுருக்களின் ஆதிக்கத்தை அடியோடு ஒழித்தார். இவர் சீனாவின் சிறப்புமிக்க ஐம்பெரும் மன்னர்களில் ஒருவராகக் கருதப்படுகிறார்.

ஷாவோஹோ

ஐம்பெரும் மன்னர்களில் ஷா வோ ஹாவும் ஒருவன். சீன இதிகாசத்திலும் வரலாற்றிலும் ஐம்பெரும் மன்னர்கள் குறித்து முரண்பட்ட கருத்துகள் உள்ளன. ஒவ்வொருவரும் ஒவ்வொரு மன்னர் வரிசையைப் பரிந்துரைப்பது வழக்கம். ஆனால் அனைவரும் பொதுவாக ஒப்புக்கொள்ளும் மன்னர்கள் என்று எடுத்துக்கொண்டால் அந்தப் பட்டியலில் ஷாவோ ஹா நிச்சயம் இடம்பெறுவான்.

இவனுடைய இன்னொரு பெயர் ஜின் டியான். குவான்க்ஸ்ஸிவே என்ற பெயரும் கொடுக்கப் படுவதுண்டு.

வரலாற்று அடிப்படையில் இவன் மஞ்சள் மாமன்னன் ஹுவாங் தியின் மைந்தன். யீ இன மக்களின் தலைவன். சீனாவின் கிழக்கு மண்டலத்தின் அதிபதி. தன்னுடைய தலைநகரை ஷான் டோங்கின் குஃபு என்ற இடத்துக்கு மாற்றியவன். 84 ஆண்டுகள் ஆட்சி புரிந்தான். இவனுக்குப் பின் இவனுடைய சகோதரியின் மைந்தன் வாரிசாக வந்தான்.

இவனுடைய தாய் மானுடப் பெண் அல்ல. நெசவாளிகளின் தெய்வம். அழகென்றால் அழகு,

அப்படியோர் அழகு அவளுக்கு. ஹுவான்ஞ் என்பது அவள் பெயர். மேகத்தில் ஏறி பால் வீதியில் பவனி வருபவள். ஒருமுறை இவளை வீனஸ் தேவன் பார்த்தான். உடனே காதல் வயப்பட்டு அவளிடம் மண்டியிட்டான். ஹுவான்ஞ் ஒரு மகனைப் பெற்றெடுக்கிறாள். அவன்தான் இந்த ஷாவோஹா.

ஷாவோஹா இளைஞனாக வளர்ந்தான். கட்டிளமையும் கண்கவர் அழகும் ஆற்றலும் கொண்டிருந்தான். இவனைக் கடவுள்கள் கிழக்கு வான் மண்டலத்துக்குத் தேவனாக நியமித்தன.

இவன் கிழக்கு வானத்திலே ஐந்து மலைகளுக்கு மேலாகத் தன்னுடைய ராஜ்ஜியத்தை நிறுவினான். அங்கு விதவிதமான பறவை களை வசிக்கச் செய்தான். தன்னுடைய அரசாங்கப் பொறுப்பு களுக்குப் பறவைகளையே அவன் நியமித்தான். ஒரு பெரிய கழுகாகத் தன்னைப் பாவித்து ஆட்சி புரிந்தான். அதுமுதல் ஆட்சி யாளர்கள் தங்களுடைய அடையாளமாக கழுகைத் தங்களின் சின்னங்களில் பயன்படுத்தத் தொடங்கினார்கள். ஃபீனிக்ஸ் பறவை தான் இவனது தலைமை அமைச்சர்.பருந்து சட்ட அமைச்சர்.

கல்வி அமைச்சகத்துக்குப் புறா பொறுப்பேற்றது. மற்ற பறவை இனங்களை ஆண்டின் நான்கு பருவ காலங்களையும் நிர்வகிக்க ஆணையிட்டான்.

ஷாவோ வெற்றிகரமாகப் பல்லாண்டுகள் ஆட்சி புரிந்தான். பின்னர் மேற்குத் திசையிலும் தன்னுடைய ஆதிக்கத்தை நிறுவினான். தன்னுடைய பறவை ராஜாங்கத்தைத் தன் மகன் சோங்கிடம் ஒப்படைத்துவிட்டு, இன்னொரு மகனை அழைத்துக்கொண்டு மேற்கு வான் மண்டலத்திலுள்ள சாங்கீ குன்றில் தனது அரண் மனையை எழுப்பிக் கொண்டான். தந்தையும் மகனும் சேர்ந்து பகல் முழுதும் சுற்றும் சூரியனை ஆசுவாசப்படுத்தி அதை மறையச் செய்வார்கள்.

ஷாவோ ஒரு வகையான யாழ் இசைக் கருவியைத் தயாரித்தான். இதில் 25 தந்திகள் இருக்குமாம்.

இவனது காலம் கி.மு. 2600 ஆகும். இவனது கல்லறையுடன் உள்ள பெரிய பிரமிட் சீனாவின் கிழக்குப் பிராந்தியத்தில் அமைந்துள்ளது. இந்நகர் இப்பொழுது ஜியுக்ஸியன் என்று அழைக்கப்படுகின்றது.

மஞ்சள் பேரரசன்

சீனாவின் முழு அதிகாரம் கொண்ட பேரரசர்களில் மிகவும் குறிப்பிடத்தக்கவன், ஹுவாங்டி. சீனப் பண்பாட்டின் நாயகன். ஹன் தேசிய இனத்தின் தந்தை. ஹன் மன்னர் மரபின் தலை மகன். சீனாவின் மருத்துவ நிபுணன் கிபோவின் வழிகாட்டுதலுடன் புதிய ஆராய்ச்சி வழிமுறைகளை வடிவமைத்து, மருத்துவத் துறையைத் தூக்கி நிமிர்த்தியவன். இவனுடைய சொந்தப் பெயர் கோங்சுன் குவான் யூவன்.

தொடக்கத்தில் இவன் தன்னுடைய இனக் குழுவின் தலைவனாக ஒரு சிறுநிலப் பகுதிக்குத் தலைவனாக இருந்தான். இவனுடைய இனக்குழுவின் இனமரபுச் சின்னம் கரடி. இவன் பக்கத்து நிலப் பகுதியின் தலைவன் யான்டி. அவன் இனக் குழுவின் இனமரபுச் சின்னம் எருது. இந்த இரண்டு இனக் குழுவினருக்கும் இடையில் பகை மூண்டது.

ஹுவாங்டி ஒரு சிறிய நிலப்பகுதியின் தலைவன் என்றபோதிலும் தனக்கென்று படை பலத்துடன் விளங்கினான். அவனுக்கு ராணுவ யுக்திகளும் தலைமைப் பண்புகளும் அமைந்திருந்தன. எதிரியின் படைபலம் சிறிதோ பெரிதோ, தன் வல்லமையால்

வெற்றிக் கனியைப் பறிப்பதில் இவன் திறமைசாலி! இரண்டு இனக் குழுக்களும் மோதிக் கொண்டன. இரு தரப்பிலும் உயிர்ச்சேதம் மிகுதி. ஆயினும் அவன் வெற்றியை ஈட்டினான். யான்டி துரத்தியடிக்கப்பட்டான். இதன் பின் இரண்டு இனக் குழுக்களும் ஒன்றிணைந்தன. இரண்டு சிறு நிலப் பகுதிகளும் ஒரு நாடாக மாறியது. இந்த இரண்டு இனக் குழுக்களின் கலப்பே சீன நாகரிகத்துக்கு அடிப்படையை அமைத்தது எனலாம்.

ஒரு சமயம் ஹுவாங்டியின் குடிமக்கள் ச்சியூ என்பவனின் கீழிருந்த பழங்குடி இனத்தினரால் பெரும் துன்பத்துக்கு ஆளாயினர். இந்த ச்சியூவுக்கு 81 சகோதரர்கள் இருந்தார்கள். அவர்கள் ஒவ்வொரு வருக்கும் நான்கு கண்களும் எட்டு கைகளும் இருந்தன. இவர்களிடம் ஒரு மந்திர ஆற்றலும் சேர்ந்து இருந்தது. கூர்மையான ஆயுதங்களை எட்டு கைகளிலும் ஏந்திக்கொண்டு இந்த 81 சகோதரர்களும் சண்டைக்கு வந்தால் எதிரே யாருமே நிற்கமாட்டார்கள். அதனா லேயே இவர்கள் யாரையும் மதிக்காமல் எல்லோரிடமும் வரை முறையற்று நடந்துகொள்வார்கள். வன்முறையைக் கையாள் வார்கள்.

மக்களுடைய முறையீட்டைக் கேட்ட மன்னன் ஹுவாங்டி, ச்சியூவின் கொட்டத்தை அடக்கவும், அவன் ஆட்டத்தை முடிக்கவும் முடிவு செய்தான். ஆனால், அது அவ்வளவு சுலபமல்ல என்றார்கள் அவனுடைய ஆலோசகர்கள். ஹுவாங்டி அருகில் வசித்த தொல்குடித் தலைவர்களை அழைத்து உதவி கோரினான். அவர் களுடைய படைகள் உதவிக்கு வந்தால் ச்சியூவை வீழ்த்திவிடலாம் என்று திட்டமிட்டான். அதன்படி அவர்கள் ஒன்று கூட்டப்பட்டனர். தன்னுடைய படைகளுடன் இவர்களையும் சேர்த்துக்கொண்டு இப்படைக்குத் தலைமைத் தாங்கி போர் நடத்திடச் சென்றான்.

இரண்டு படைகளும் மோதிக் கொண்டன. ச்சியூவின் படையை எதிர்த்து நிற்பது எளிதல்ல என்பது நாளாக நாளாகப் புரிந்தது. போர் தொடர்ந்தது. இரண்டு பெரும்படைகள் ஒன்றோடு ஒன்று தாக்குதல் புரிந்த போதிலும் வெற்றி யார் பக்கம் என்பது தெளிவில்லாமலே இருந்தது. இந்நிலையில் ஹுவான்டியின் படையினர் எழுச்சியுடன் போரிட்டார்கள். ச்சியூவின் படைகள் பின்தங்கலாயிற்று. இதை அறிந்தவுடன் ச்சியூ மூச்சை வேகமாக உள்ளிழுத்து வெளியே விட்டான். அந்த மூச்சுக் காற்று, புகையைவிட அடர்த்தியாக, பனிப் போர்வையாக மாறி, சூரியனின் வெளிச்சத்தையே மறைத்தது. ஹுவாங்டியின் படையினர் திணறினர். திக்குத் தெரியாமல் தவித்தனர்.

இந்தக் குழப்பமான நிலையில் ஹுவாங்டி ஒரு பெரிய வேலையைச் செய்தான். ஹுவாங்டி முன்பொருமுறை ஒரு ரதம் செய்யத் திட்ட மிட்டிருந்தான். அதற்குத் தெற்கு நோக்கும் ரதம் என்று பெயர். இந்த ரதம் 2 சக்கரங்கள் கொண்டிருக்கும். இந்த இரு சக்கரங்களையும் கட்டுப்படுத்தவும் திசைத் திருப்பவும் ரதத்தின் நடுவில் அச்சாணிக்குச் சரி நேராக ஒரு ‘கியர் ராட்’ இருக்கும். அதன் கைப்பிடியில் ஒரு சிறிய உருவச் சிலை இருக்கும். இந்த உருவச் சிலையை எந்தத் திசை நோக்கி வைக்கின்றோமோ அந்தத் திசையை நோக்கியே இந்த ரதம் செல்லும். ஹுவாங்டி இந்த வகை ரதங்களைச் செய்வதற்கு ஆணையிட்டான். ரதங்கள் தயார் ஆயின. தெற்கு நோக்கிச் செல்வதைத் தடுப்பதற்காக ச்சியூ செய்த தந்திரத்தை இயந்திரத்தால் முறியடிக்கப் புறப்பட்டான் ஹுவாங்டி, தெற்கு நோக்கி விரைந்தான். புகைப் படலங்களோ பனிப் படலங்களோ எதிர்பட்டுப் பார்வை தெளிவாகத் தெரியாவிட்டாலும் திசை கிடைத்துவிட்டது. ரதங்கள் முன் செல்ல, படைகளும் பின் வந்தன. கடும் போர் தொடங்கியது!

ச்சியூ தன்னுடைய நெருக்கடியை உணர்ந்தான். உடனே தன்னுடைய மந்திர ஆற்றலால் மேகங்களைத் திரட்டினான். காற்றை இழுத்தான். புயலை ஏற்படுத்தினான். பெருங்காற்று பலமாக வீசியது. வீரர்களையே தூக்கி எறிந்தது. ரதங்களைச் சாய்த்தது!

ஹுவான்டி தன் கடவுள்களை அழைத்தான். வேண்டுகோளை ஏற்று கடவுள்கள் புயலை நிறுத்தினார். புயலுக்குப் பின் அமைதி ஏற்பட்டது. இவன் படைகள் மீண்டும் ஆரவாரத்துடன் வாள்களை உயர்த்தின. வைரிகள் ஒழிந்தனர், ஆம், ஹுவான்டி மகத்தான வெற்றியை அடைந்தான்.

இந்த வெற்றியின் மூலம் ஹுவான்டி தன்னுடைய மக்களின் துன்பங்களை மட்டும் ஒழித்துவிட்டான் என்பதல்ல. தன்னுடைய நிலப்பகுதிகளை, அண்டை நிலப் பகுதிகளைச் சேர்ந்த ஒன்பது தொன்குடியினரின் இன்னல்களை நீக்கினான். அவர்களின் இதயங்களிலும் இடம் பிடித்தான். இதன்மூலம் அந்த நிலப் பகுதி களையும் தன் நாட்டோடு இணைத்துக்கொண்டான் அந்த ஒன்பது தொன்குடியினர் அனைவரும் தன் தலைமையே ஏற்றிடச் செய்தான்.

இவ்வாறு சீனாவில் ஒரு பெரிய நிலப்பரப்பை ஆட்சி செய்வதற்கு அவன் வழி கண்டுபிடித்தான்.

ஹுவாங்டி நூற்றாண்டுகள் ஆட்சி செய்தான், இவனது ஆட்சிக் காலம் கி.மு.2497 முதல் 2398 வரையாகும். இவனுக்கு 25 பிள்ளைகள்

பிறந்தார்கள். அவர்களில் 14 பேர் ஆண்கள். இந்த 14பிள்ளைகளில் 12 பேருக்குத் தங்களது குடும்பப் பெயரைத் தேர்ந்தெடுத்துக்கொள்ளும் உரிமை வழங்கப்பட்டது. அதன்படி 12 வேறுபட்ட குடும்பப் பெயர்களை இவன் பிள்ளைகளின் வழி வந்தவர்கள் கொண்டிருந்தார்கள். இவர்களே சீனாவின் பிற்கால மன்னர் பரம்பரைகளைச் சேர்ந்தவர்கள் ஆவார்கள். வழிவழியாகத் தொடரும் மன்னர் மரபு ஆட்சிகளில் மூன்று பெரும் மன்னர் குலங்களான சையா, ஷாங், ஸுஹ்வு ஆகியோர்களும் இவர்களே. இன்றுவரை ஹுவாங்டியின் அறிவுக் கூர்மையை அவன் வழி வந்தவர்கள் பாராட்டி மகிழ்கிறார்கள்.

ஹுவாங்டி சீனாவின் பழம் பஞ்சாங்கத்தை அடிப்படையாகக் கொண்டு காலண்டர் வழங்கினான். இவன் தான் ஜாதகத்தில் குறிக்கின்ற ஆறு கட்டங்களை வகுத்தவன்.

இதிகாசத்தில் லிங்லுன் என்பவன் ஒரு புல்லாங்குழல் தயார் செய்து மன்னனிடம் அளித்தான். இவன் அதிலே பறவைகளின் ஒலிகளை எழுப்பினான். விதவிதமான பறவைகளின் சப்த சுருதிகளை, ஒலி வர்ணங்களை ஒலித்துக் காட்டினான். இதுவே சீனாவின் பண்டைய இசை மரபுக்கு இலக்கணம் அமைத்துக் கொடுத்தது.

இவனுடைய மனைவி லூவோ ஸு பட்டுப் பூச்சிகளிலிருந்து பட்டு உற்பத்தி செய்து அதை நெய்யும் கலையை முதல் முதலாகக் கற்றுக் கொடுத்தாள்.நூறாண்டுகள் வரை வாழ்ந்த ஹுவாங்டி இயற்கையிலேயே நல்ல ஆரோக்கிய உடலோடு இருந்தவன். இயற்கை மருத்துவத்தால் தன்னைத் தானே பராமரித்துக்கொண்டவன். தன்னுடைய இறுதி நாள் நெருங்குவதை அவன் முன்கூட்டியே அறிந்து கொண்டான். தன்னுடைய இறுதிப் பயணத்துக்கு ஏற்பாடு செய்யும்படி தன் அமைச்சர்களிடம் கூறினான். ஒரு நாள் சொர்க்கத்திலிருந்து டிராகன் இறங்கி வந்து இவனை வானுலகுக்கு ஏற்றிச் சென்றது. இன்னொரு இதிகாசத்தின்படி, ஹுவான்டி பாதி மனிதனாகவும் பாதி டிராகனாகவும் மாறி அவனாகவே மேலுலகம் பறந்து சென்றான்.

மன்னர் குல மரபினர்

சையா மன்னர் மரபு

பேரரசன் மகாயூவுக்குப் பின்னர் அவனது இடத்துக்கு வருவதற்காக யூவால் தேர்ந்தெடுக்கப் பட்டவன் இளவரசன் போயீ என்பவன். போயீக்கு மக்களிடம் பெரும் செல்வாக்கும் ஆதரவும் இருந்தது. போயீ மக்களுடன் கலந்து பல பணிகளில் தன்னை உட்படுத்திக் கொண்டான்.

ஒரு சமயம் மக்கள் வாழும் பகுதிகளில் நுழைந்து நாசம் விளைவிக்கும் கொடிய மிருகங்களை நெருப்பைக் கொண்டு எப்படி விரட்டியடிக்க வேண்டும் என்று மக்களுக்குப் பயிற்சியளித்தான். இவனது மக்கள் செல்வாக்கைக் கண்ட பேரரசன் இவனே தனக்குப் பின்னர் ஆட்சி புரிய தகுதி யுடையவன் என்று கருதியிருந்தான். மேலும் தன்னுடைய மைந்தன் கீ என்பவனுக்கு வழங்க விருந்த பொறுப்புகளையும் பணிகளையும்கூட மகாயூ இவனிடமே ஒப்படைத்தான். ஆனால் பெரிய பொறுப்புகள் எல்லாம் கை வந்த பிறகு போயீ மாறிப்போனான்.

அடுத்து ஆட்சி நம்மிடம்தான் என்ற பெருமிதத்தில் தன் விருப்பப்படிச் செயல்பட ஆரம்பித்தான். அரசாங்கம், மக்கள் இருவரும் அவனை வெறுக்கத்

தொடங்கினார்கள். போயீயின் செல்வாக்கு நாளுக்கு நாள் தேய்ந்து வருவதை அறிந்த மன்னன் மகன் கீ இந்த வாய்ப்பைச் சிறப்பாகப் பயன்படுத்திக்கொண்டான். பொதுப் பணிகளில் தன்னுடைய நேரத்தை அதிகம் செலவிட்டான். எதிர்பார்த்தபடியே அவன் செல்வாக்கு பெருகத் தொடங்கியது. அதுவரை சீன நாட்டில் வாரிசு ஆட்சி முறை இருந்ததில்லை. தகுதி அடிப்படையில் திறமையானவர்கள் தேர்ந்தெடுக்கப்பட்டனர். மகாயூ மன்னனானது இப்படித்தான். ஆனால் இப்போது தகுதியும் திறமையும் மன்னரின் வாரிசிடமே இருப்பது கண்டறியப்பட்டது. எதற்காக வெளியில் இருந்து இன்னொருவரைத் தேர்ந்தெடுக்கவேண்டும் என்று யோசித்தார்கள்.

மகாயூ தன் முடிவை மாற்றிக்கொண்டு போயீயின் பட்டத்து இளவரசர் பதவியைப் பறித்துத் தன் மகன் கீயிடன் அளித்தான். நாட்டு மக்கள் இந்த முடிவை மகிழ்ச்சியுடன் ஏற்றுக்கொண்டனர்.

ஆனால் போயீ இதை அப்படியே விட்டுவிடவில்லை. தன்னைத் தேர்ந்தெடுத்த பிறகு எதற்காக முடிவை மன்னர் மாற்றிக்கொள்ள வேண்டும் என்று கொதித்தான்.

பின்னர் தன் ஆதரவுப் படைகளைத் திரட்டினான். கோட்டையைக் கைப்பற்ற முடிவெடுத்தான்.

ஆனால் அரசுப் படைகள் கீ பக்கம் இருந்தன. அரசுக்கு எதிரானவர்கள் போயீ பக்கம் திரண்டனர்.

முதலில் ஒற்றைக்கு ஒற்றை நேரடி மோதல் தொடங்கியது. ஆனால் முடிவில்லாமல் அது தொடர்ந்துகொண்டே இருந்தது. பின்னர் படைகள் மோதிக் கொண்டன. போயீயின் ஆதரவுப் படைகளோ அளவில் சிறியவை. அரசாங்கப் படைகள் முன்னால் அவற்றால் நிற்க முடியவில்லை. சிதறி ஓடினர். கீ வென்றான். போயீ சிறைபிடிக்கப்பட்டான். வழியிலேயே கொல்லப்பட்டான்.

சீன வரலாற்றில் சிம்மாசனத்துக்காக முதன் முதலாக ரத்தம் சிந்தப்பட்டது. போரும் நிகழ்ந்தது.

மகாயூவின் மரணத்துக்குப் பின்னர் கீ மாமன்னனாக முடிசூடிக் கொண்டான்! இவனைக் கொண்டுதான் முதன் முதலாகப் பரம்பரை ஆட்சி தொடங்கியது. பதினேழு மன்னர்கள் சையா மன்னர் குலம் என்ற பெயரில் பரம்பரையாகக் கோலோச்சினர். சீனாவில் தொல் பொருள் சான்றுகளில் இந்த மன்னர்கள் குறித்த தகவல்கள், தரவுகள் ஏராளமாகக் காணப்படுகின்றன.

சீன நாட்டின் பெருமைகளுக்கு சையா பரம்பரை ஆட்சியின் பங்களிப்பு முக்கியமானது.

ஷங் மன்னர் பரம்பரை

சையா மன்னர் பரம்பரையில் கடைசி மன்னன் ஜீ. இவன் ரத்தவெறி பிடித்த மிருகம். மனிதர்களை ஏதேனும் காரணம் காட்டி கொல்வதே அவன் பொழுதுபோக்கு! இவனை தொன்குடி இனக் குழுக்களில் ஒன்றான ஷங் என்ற கூட்டத்தின் தலைவன் டாங் என்பவன் எதிர்த்துப் புரட்சி செய்தான்.

புரட்சி வெடித்தது. போர் முழக்கம் ஒலித்தது. டாங் பெரும் படை திரட்டினான். மக்களின் ஆதரவை இழந்து நின்ற ஜீ தன் படைகளுடன் டாங்கை எதிர் கொள்ள முடியாமல் திணறினான். டாங்கின் படைகள் வென்றன. ஜீயின் ஆட்சி தூக்கி வீசப்பட்டது!

பின்னர் இந்த டாங்ஷாங் மன்னர் என்ற பெயரில் ஆளத் தொடங்கினான். நாட்டின் தலைநகரை மாற்றி அன்யாங் என்ற இடத்தில் நிறுவினான். இவனது மன்னர் குடும்பப் பரம்பரை ஆட்சி கி.மு. 1766 முதல் கி.மு. 1050 வரை 700ஆண்டுகளைத் தாண்டி தொடர்ந்தது.

தொடர்ந்து ஒரே குடும்பத்தினர் ஆட்சியில் இருந்தால் என்னாகும் என்பது தெரிந்துவிட்டது. ஆம், ஷாங் மன்னர் பரம்பரையினர் ஒழுக்கத்தில்

வழுக்கினார்கள். நீதி நெறிகளில் தடம் புரண்டார்கள். மக்கள் நலனைக் கொஞ்சமும் நினைத்துப் பாராமல் மமதையில் கிடந்தார்கள்.

பூமியில் ஷாங் மன்னர் ஆட்சியில் என்ன நடக்கிறது என்பதை மேலுலக அரசு பார்த்துக் கொண்டிருந்தது. வானுலக அரசைச் சேர்ந்த ஹீவன் என்பவனால் இவர்களுடைய போக்கைப் பொறுத்துக்கொள்ள முடியவில்லை. இதனால் ஷாங் மன்னனுடைய யாகங்களையும் பலிகளையும் ஹீவன் மறுத்துவிட்டான். இது போதாதென்று நாட்டிலே சேற்று மழையையும் அவன் பெய்யச் செய்தான். ஒன்பது துவார பாலகர்கள் (திசைக் காப்பாளர்கள்) இடம் மாறிப் போனார்கள். எனவே சூரியன் உதிப்பது, மறைவது எல்லாவற்றிலும் குழப்பம் ஏற்பட்டது. பூதங்களும் பேய்களும் கூக்குரலிட்டன. பெண்கள் ஆண்களாக உருவம் மாறினார்கள். எங்கும் கொலைகள் நடந்தன. குரூரப் பறவைகளும் கொடிய விலங்குகளும் மனிதர்களைக் கொன்று சாப்பிடத் தொடங்கின. சாலையில் பிணங்கள் குவிந்துகிடந்தன. எங்கிருந்தோ சிவப்புப் பறவை ஒன்று பறந்து வந்தது.

ஆம், ஹீவன் அரசுப் பதவியைப் பறித்துவிட்டான். ஷாங்கின் ஆட்சி நீக்கப்பட்டது. புதிய அரசாக ஷோங் இனத்து வென் என்பவன் நியமிக்கப்பட்டான். இந்த அறிவிப்பை அந்தச் சிவப்புப் பறவையின் மூலம் தெரியப்படுத்தியிருந்தான்.

மன்னனுக்குத் தண்டனை கிடைத்தது.

ஷோவா மன்னர்கள்

மஞ்சள் நதி கம்பளம் விரித்ததைப் போல் மாற, மாய மந்திரக் குதிரைகள் அதிலிருந்த எழ, வண்ணமயமான மன்னனாக வென் முடிசூடிக் கொண்டான். இவன் மஞ்சள் நிறத்துப் பறவையைத் தன் அரசுச் சின்னமாகக் கொண்டான். இவனுடைய பரம்பரையில் முதல் மூன்று மன்னர்கள் வரலாற்றில் அறியப்படுகின்றனர்.

ஜேட் பேரரசன்

ஜேட் பேரரசன் மூவுலகுக்கும் மன்னனாக ஆட்சி புரிந்தான். இதனால் இவன் மரணத்துக்குப் பின்னர் மனிதர்களுக்கு மறு உலகில் நன்மை தீமைகளுக்கு ஏற்ப வெகுமதியும் தண்டனையும் அளிப்பவனாகவும் இருந்தான். சமயச் சாரிகளின் விஷயத்தில் மிகக் கடுமையாக இருந்தான். இவனது நீதி நெறிமுறைகள் தங்கத் திருமறைகளில் பொறிக்கப்பட்டுள்ளன.

ஒற்றைக் கொம்பர்கள்

சீன இதிகாசத்தில் நீண்ட ஒற்றைக் கொம்புடன் ஒரு கற்பனை விலங்கு சித்தரிக்கப்பட்டுள்ளது. பல கொடிய விலங்குகளுடைய உடல் பாகங்களுடன் ஒரே விலங்கு கதம்பமாக உருவாக்கப்பட்டுள்ளது. இதனையே யூனிகார்ன் அதாவது ஒற்றைக் கொம்பர் என்று அழைக்கின்றனர். தங்களுக்குத் தெரியாத ஒரு மிருகத்தை, அதற்கு ஒற்றைக் கொம்பு இருக்கிறதோ இல்லையா யூனிகார்ன் என்று அழைத்துவிடுவது அவர்களுடைய வாடிக்கையாக இருந்திருக்கிறது. ஒட்டகச் சிவிங்கி, காண்டா மிருகம் போன்றவை இப்படித்தான் யூனிகார்ன் ஆகிவிட்டன. இந்த ஒற்றைக் கொம்பர்களுக்குத் தனிச்சிறப்பான இயல்புகளும் அடையாளங்களும் கற்பிக்கப்பட்டன. முதன்மையான ஒற்றைக் கொம்பர்கள் என்று நால்வர் அழைக்கப் படுகின்றனர். அவர்கள் கீழ்வருமாறு.

கிளின்: இந்த ஒற்றைக் கொம்பரைக் குறித்து விதவிதமான வர்ணனைகள் காணப்படுகின்றன. இதன் உடல் அமைப்பைக் குறித்துப் பலவிதமான

வினோதக் குறிப்புகள் உள்ளன. உண்மையில் இது வெகு சாதாரண மிருகம்தான் என்கிறார்கள் சிலர். முதன்முதலாக சீன மன்னர் ஒருவருக்கு வெளிநாட்டிலிருந்து அன்பளிப்பாக வந்த ஒட்டகச் சிவிங்கிதான் இது என்கிறார்கள் வேறு சிலர். இதிகாசக் காவியங் களில் நல்லெண்ணம், பெருந்தன்மை, ஈகை ஆகிய நல்லியல்புகளின் அடையாளமாக இந்த ஒற்றைக் கொம்பர் போற்றப்படுகிறார்.

ஸீஷி: இதற்கு இன்னொரு பெயர் ஸீகாய். இது நீதியை நிலைநிறுத்த, தீர்ப்பைத் தீர்மானிக்கப் பயன்பட்டது. பொய்களை இது கண்டு பிடித்துவிடும். இதற்கு நீண்ட ஒரு கொம்பு இருக்கும். இதைக் கொண்டு பொய்யர்களை, புல்லர்களைக் குத்திக் கிழிக்கும். இதிகாசங்களில் இது ஒற்றைக் கொம்புடைய வெள்ளாடு என்று தெரியவருகிறது.

பெய்ஸி: ஏதோ ஒருவகை உயிரினம். சீனச் சொற்களஞ்சியத்தில் இதனை ஒயிட் மார்ஷ் என்று குறிப்பிட்டுள்ளனர். குறிப்பாக என்ன என்று எதிலும் விளக்கமில்லை. சிலர் பனிப்பிரதேசத்துப் பச்சோந்தி என்கின்றனர். இல்லை இது ஒருவகை செடிகள் என்றும் சொல்லப் படுவதுண்டு. இதனை மஞ்சள் பேரரசர் பிடித்துவந்து உலகிலுள்ள பேய் பிசாசுகளை விரட்டி ஓட்டினாராம்.

ஸீனியூ: இது ஒரு காண்டா மிருகம் அல்லது நீர் யானையாக இருக்க வேண்டும். ஒரு கொம்பு இருக்கும் என்று குறிப்பிடப்பட்டுள்ளது. இந்தக் கொம்பு மூலமாக வானுலகத்துக்குத் தொடர்பு கொள்ளுமாம்.

பறவைகள் பலவிதம்

பாஷி: பிரம்மாண்டமான பறக்கும் பாம்புப் பறவை. இது யானைகளையும் விழுங்கிவிடும்.

ஃபெங்ஹுவாங்: இது சீனர்களின் ஃபீனிக்ஸ் பறவை.

ஜியான்: இது புராணக் கதையொன்றில் வரும் பறவை. இதற்கு ஒரேயொரு இறக்கைதான் உள்ளது. ஒற்றைக் கண் மட்டுமே. இதன் ஜோடிக்கும் ஒரு இறக்கையும் ஒரு கண்ணும்தான் இருக்கும். இரண்டும் ஒன்று சேர்ந்தால்தான் பறக்க முடியும், பார்க்க முடியும். ஒன்று இன்னொன்றைச் சார்ந்திருந்தால்தான் வாழ முடியும். கணவன் மனைவிக்கு எடுத்துக்காட்டாக உள்ள பறவை இது! ஜியான் என்பது கணவன். ஜிகுவாங் என்பது மனைவி.

ஜிங்வீய்: இது ஓர் அதிசயப் பறவை. வீண் முயற்சிக்கு எடுத்துக்காட்டு! இந்தப் பறவை சுள்ளிகள் மற்றும் கூழாங்கற்களைக் கொண்டு கடலை நிரப்ப முயற்சி செய்யுமாம்.

பெங்: பிரம்மாண்டமான உடம்பு கொண்டிருக்கும். பறக்கும் ஆற்றல் உண்டு. இதன் வேகத்தை அளவிட முடியாது.

குய்ங்நியாங்: இது சீனர்களின் அன்னப் பறவை.

சன்சுநியா: மூன்று கால் காக்கை. சூரியதேவனுக்கு மிகவும் நெருக்க மான பறவை. இறுதியில் இந்தப் பறவை ஓர் அம்பினால் வீழ்த்தப்பட்டது.

சுஷுஹாங்: இது ஒரு மாயப்பறவை. கொக்கு, நாரை போன்றதுதான் இந்தப் பறவை. ஆனால் வேறு எதற்கும் இல்லாத ஒரு தனித்திறமை இதற்கு இருந்தது. மழை வருவதை முன்கூட்டியே இந்தப் பறவை அறிவிக்கும்.

ஷென்: மிகவும் அபாயகரமான, நச்சுத்தன்மை கொண்ட பறவை.

ஷு: கெட்ட சகுனத்தின் அடையாளமாக இருக்கும் பறவை. ஆந்தை, கோட்டான் போன்றது. 11. ஷாங் யாங்: குயில் போன்ற ஒரு பறவை. மழைக் காற்று அடித்தால்தான் பாடத் தொடங்கும். உடலில் பல வண்ணங்கள் இருக்கும். ட்வீட் ட்வீட் ட்வீட் என்று ராகமிட்டுப் பாடும்போது மேகங்கள் ஓடிவருமாம். பெய் என்று சொன்னால் மேகங்கள் பொழியத் தொடங்கிவிடுமாம்.

நான்கு

நான்கு கில்லாடி பேய்கள்

'ஹுன்டுன்' குழப்பங்களை விளைவிப்பதில் கில்லாடி. 'டாவோட்டி' பெருந்தீனிப் பேய். ஓயாமல் தின்றுகொண்டே இருப்பதில் கில்லாடி. 'குய்' ஒற்றைக் கால் கொண்ட மலைப் பூதம். 'குன்' பூதாகரமாகத் தோற்றம் தரும் மீன் வகைகளில் ஒன்று. கடலைக் கலக்கித் துவம்சம் செய்வதில் கில்லாடி. எங்காவது கப்பல் கவிழ்ந்தாலும் படகு உடைந்து போனாலும் இதுவே அதற்குக் காரணமாகும். குன்னின் இன்னொரு பெயர் பெங்.

நான்கு திசைகள்

வடக்கு: ஸுவான்யூ என்னும் கறுப்புப் போர் வீரன் வடக்குக்குக் காவலனாக இருக்கிறான்.

கிழக்கு: கிங் லாங் என்ற நீல வண்ண டிராகன் கிழக்கைக் காவல் காக்கிறது.

மேற்கு: பாய் ஹு என்ற வெள்ளைப் புலி உருமிக் கொண்டே மேற்கைக் காவல் காக்கிறது.

தெற்கு: ஷுக்குயூ என்ற செங்குருதி வண்ணப் பறவை தெற்கில் காவல் பணிபுரிகிறது.

டிராகன்

சீனர்களின் அடையாளம் டிராகன். டிராகன் அவர்களுடைய கதைகளில் முக்கியப் பங்கை வகிக்கிறது. சீனர்களுக்கு டிராகன் என்பது ஒரு தெய்வீகப் படைப்பு. அழிவற்ற ஆற்றல் கொண்டது. உலகின் எல்லா வகையான நீர் நிலைகள் (கடல், நதி, அருவி, மழை மேகம்) மீதும் அதிகாரம் செலுத்தும் திறன் டிராகனுக்கு உள்ளது. இவற்றையெல்லாம் டிராகனே ஆளவும் செய்கிறது.

டிராகன் தனது வலிமையான ஆற்றலைக் கொண்டு சீனக் கடவுள்களுக்கும், சீனாவின் வீராதிவீரர்களுக்கும் துணையாக இருக்கிறது. அவர்களுடைய சாதனைகளில் பங்கு வகிக்கிறது. சீன இதிகாசத்தில் இங்லாங் என்பது மிகவும் பிரசித்தி பெற்ற டிராகன். இது மழைத்தேவன் என்றும் உபகார டிராகன் என்றும் வர்ணிக்கப்படுகிறது. மழை இல்லாது போனால் சீனர்கள் இந்த இங்லாங் டிராகனை வணங்கி வேண்டிக் கொள்வார்கள். டிராகன்கள் தங்களுடைய பெருத்த சிறகுகளால் மழை மேகங்களை உருவாக்குகின்றன என்பது நம்பிக்கை. சில சீன இனத்தவர்கள் தங்களை டிராகன் வழி வந்தவர்கள் என்று பெருமை பாராட்டிக் கொள்வார்கள்.

டிராகன்களின் வகைகள்

- இங்லாங் என்னும் டிராகன் பேரரசன் ஹீலாங் டியின் ஆற்றல் படைத்த சேவகன். இதுவே டிராகன்களின் அரசனாகக் கருதப்படுகிறது.
- கருவூலங்களையும் புதையல்களையும் காக்கும் டிராகன், புகங்லாங்.
- மழை மேகங்களை ஆள்வதற்கு ஷென்லாங்.
- பூமியை ஆள்வதற்கு டிலாங்.
- பளிங்கு போலத் தெரியும் டியான்லாங் டிராகன் பனி பிரதேசத்தைச் சேர்ந்தது.
- கொம்பில்லாத டிராகன் சீ. இதுதான் மலைகளின் பூதம்.
- கடல் மற்றும் வெள்ளத்தை ஆளும் டிராகன் ஜியோவாங்.
- கிங் லாங் நீல நிற, கிழக்கு திசை டிராகன்.
- லாங்மா என்பது டிராகன் குதிரை.